ਤਤਕਰਾ

ਸੂਪ ਕੋਨਾ

ਸਲਾਦ ਕਾਰਨਰ

ਪੁਸਤਕ ਵਿੱਚ ਵਰਤੀ ਗਈ ਸ਼ਬਦਾਵਲੀ

ਅੰਗਰੇਜੀ ਸ਼ਬਦ	ਹਿੰਦੀ/ਪੰਜਾਬੀ ਸ਼ਬਦ
ਬਾਇਲਿੰਗ (Boiling)	ਉਬਾਲਣਾ
ਡਾਈਸਿੰਗ (Dicing)	ਚੌਕੋਰ ਟੁਕੜੇ
ਗ੍ਰੇਟਿੰਗ (Grating)	ਕੱਦੂਕਸ਼ ਕਰਨਾ
ਸਿਮਰਿੰਗ (Simmering)	ਖਦਕਾਣਾ
ਨੀਡਿੰਗ (kneading)	ਗੁੰਨਣਾ
ਸਟੱਰਿੰਗ (Stiring)	ਹਿਲਾਉਣਾ
ਕਰੱਸ਼ਿੰਗ (Crushing)	ਚੂਰਾ ਬਣਾਉਣਾ
ਸਪਰਿੰਕਲਿੰਗ (Sprinkling)	ਛਿੜਕਣਾ, ਭੁੱਕਣਾ
ਸੀਜਨਿੰਗ (Seasoning)	ਤੜਕਣਾ
ਕੋਰਡਲ (Curdle)	ਜਮਾਉਣਾ (ਦਹੀਂ)
ਚਿੱਲਿੰਗ (Chilling)	ਬਹੁਤ ਠੰਢਾ ਕਰਨਾ
ਵਾਸ਼ਿੰਗ (Washing)	ਧੋਣਾ
ਕੁੱਕਿੰਗ (Cooking)	ਪਕਾਉਣਾ, ਰਿੰਨ੍ਹਣਾ
ਵਿਨੋਇੰਗ (Winnowing)	ਫਟਕਣਾ, ਛੰਡਣਾ
ਵਿੱਪਿੰਗ (Spreading)	ਝੱਗ ਆਉਣਾ ਤੱਥ ਫੈਂਕਣਾ
ਸਪ੍ਰੈਡਿੰਗ (Soaking)	ਫੈਲਾਉਣਾ
ਸੋਕਿੰਗ (Rasting, Grilling)	ਭਿਉਣਾ
ਰੋਸਟਿੰਗ, ਗਰਿਲਿੰਗ (Stuffing)	ਭੁੰਨਣਾ
ਸਟੱਫਿੰਗ (Stuffing)	ਮਸਾਲਾ ਭਰਨਾ
ਬੈਟਰ (Battar)	ਲਪਸੀ ਬਣਾਉਣਾ
ਸਟਿਊਇੰਗ (Stewing)	ਸਿਝਾਉਣਾ, ਘੱਟ ਸੇਕ ਤੇ ਪਕਾਉਣਾ
ਸ਼ੇਕਿੰਗ (Shaking)	ਪਕਾਉਣਾ
ਕੱਟਿੰਗ (Cutting)	ਕੱਟਣਾ
ਚਾਪਿੰਗ (Chopping)	ਛੋਟੇ-ਛੋਟੇ ਟੁਕੜੇ ਕਰਨਾ
ਪਾਊਡਿੰਗ (Podding)	ਕੁੱਟਣਾ, ਛਿੱਲਕੇ ਲਾਹਕੇ ਦਾਣੇ ਕੱਢਣਾ
ਗਲੇਜਿੰਗ (Glazing)	ਚਮਕਾਉਣਾ, ਸਜਾਉਣਾ
ਸਲਾਇਸਿੰਗ (Sifting, Straining)	ਚਿਪਸ ਕੱਟਣਾ

ਸਿਫਟਿੰਗ, ਸਟਰੇਨਿੰਗ	ਛਾਨਣਾ, ਪੁਣਨਾ
ਪੀਲਿੰਗ (Pealing)	ਛਿੱਲਣਾ
ਫਰੀਜਿੰਗ (Freezing)	ਜਮਾਉਣਾ, ਠੰਢਾ ਕਰਨਾ
ਕੂਲਿੰਗ (Cooling)	ਠੰਢਾ ਕਰਨਾ
ਫਰਾਇੰਗ (Frying)	ਤਲਣਾ
ਡੀਕੇਂਟੇਸਨ (Decantation)	ਨਿਤਾਰਨਾ
ਗਰਾਈਂਡਿੰਗ (Grinding)	ਪੀਸਣਾ
ਬੀਟਿੰਗ (Beating)	ਫੈਂਟਣਾ
ਡਸਟਿੰਗ (Dusting)	ਭੁਰਭੁਰਾ ਕਰਨਾ
ਚਰਨਿੰਗ (Chrning)	ਮੱਥਣਾ
ਬਲੈਂਡਿੰਗ (Blending)	ਮਿਲਾਉਣਾ
ਗਾਰਨਿਸ਼ਿੰਗ (Garnishing)	ਸਜਾਉਣਾ ਸੱਲਾਦ ਆਦਿ
ਬੇਕਿੰਗ (Baking)	ਸੇਕਣਾ
ਬਲਾਂਚ (Blanch)	ਗਰਮ ਪਾਣੀ ਵਿੱਚ ਤਿਆਰ ਕਰਨਾ

ਪੁਸਤਕ ਵਿੱਚ ਵਰਤੇ ਗਏ ਨਾਪ-ਤੋਲ ਦੇ ਪੈਮਾਨੇ

ਇਕ ਕੱਪ = ਅੱਠ ਔਂਸ = 250 ਗ੍ਰਾਮ (One Tea Cpuful)
ਛੋਟਾ ਚਮਚਾ = ਇਕ ਡਰਾਮ = 4 ਗ੍ਰਾਮ (One Tea Spoonful)
ਵੱਡਾ ਚਮਚਾ = ਚਾਰ ਡਰਾਮ = 15 ਗ੍ਰਾਮ (One Table Spoonful)
ਇਕ ਔਂਸ = ਅੱਡ ਡਰਾਮ = 30 ਗ੍ਰਾਮ
ਸੋਲਾਂ ਔਂਸ = ਇਕ ਪੌਂਡ
ਦਰਮਿਆਨਾ ਚਮਚਾ = ਦੋ ਡਰਾਮ = 8 ਗ੍ਰਾਮ (One dessert spoonful)
ਨੋਟ ਇਕ ਡਰਾਮ = 60 ਬੂੰਦਾਂ (drops) = 4 ਗ੍ਰਾਮ

ਗ੍ਰੇਵੀ (ਤਰੀ) ਬਣਾਉਣ ਦੇ ਲਈ

ਤਰੀ ਪਹਿਲਾਂ ਹੀ ਬਣਾਕੇ ਰੱਖ ਲੈਣੀ ਚਾਹੀਦੀ ਹੈ।

1. ਅਦਰਕ, ਲਸਣ, ਹਰੀ ਮਿਰਚ ਦਾ ਪੇਸਟ ਬਣਾਕੇ ਡੀਪ-ਫਰੀਜ਼ ਕਰਕੇ ਰੱਖ ਸਕਦੇ ਹੋ। ਇਸਨੂੰ ਪੰਦਰਾਂ ਦਿਨਾਂ ਤੱਕ ਵਰਤਿਆ ਜਾ ਸਕਦਾ ਹੈ।

2. ਸਫੈਦ (ਵਹਾਈਟ) ਗ੍ਰੇਵੀ ਬਣਾਉਣ ਦੇ ਲਈ :

ਕਾਜੂ ਅਤੇ ਖਸਖਸ ਦੇ ਦਾਨਿਆਂ ਨੂੰ ਮਿਲਾਕੇ ਦੋ ਘੰਟੇ ਲਈ ਭਿਉਂ ਦੇਵੋ। ਫਿਰ ਇਹਨਾਂ ਨੂੰ ਮਿਕਸਰ ਵਿਚ ਪੀਸਕੇ ਡੀਪ-ਫਰੀਜ਼ ਕਰ ਦੇਵੋ। ਇਸਨੂੰ ਵੀ 15-20 ਦਿਨਾਂ ਤੱਕ ਇਸਤੇਮਾਲ ਕੀਤਾ ਜਾ ਸਕਦਾ ਹੈ।

3. ਮਗਜ ਤਰੀ ਦੇ ਦਾਨਿਆ ਨੂੰ ਵੀ ਦੋ ਘੰਟੇ ਤੱਕ ਭਿਉਂਕੇ ਪੀਸ ਲਵੋ ਅਤੇ ਡੀਪ ਫਰੀਜ (Deep freeze) ਕਰਕੇ ਵਰਤੋ। ਜਦੋਂ ਵੀ ਸਫ਼ੈਦ ਗ੍ਰੇਵੀ ਬਣਾਉਣੀ ਹੋਵੇ, ਇਕ ਪੈਨ ਵਿਚ ਥੋੜ੍ਹਾ ਜਿਹਾ ਤੇਲ ਗਰਮ ਕਰੋ, ਉਸ ਵਿਚ ਜ਼ਰੂਰੀ ਮਸਾਲੇ ਮਿਲਾਕੇ ਪੀਸਿਆ ਹੋਇਆ ਪਿਆਜ, ਅਦਰਕ, ਲਸਣ, ਮਿਰਚ ਦਾ ਪੇਸਟ ਪਾ ਕੇ ਗੋਲਡਨ-ਬਰਾਊਨ (ਸੁਨਹਿਰੀ-ਭੂਰਾ) ਹੋਣ ਤੱਕ ਭੁੰਨੋ। ਇਸ ਕਾਜੂ, ਖਸਖਸ, ਮਗਜਤਰੀ ਦੇ ਬੀਜਾਂ ਦਾ ਪੇਸਟ ਮਿਲਾਵੋ ਹੁਣ ਜਿਹੜੀ ਬਣਾਉਣੀ ਹੈ ਇਸ ਗ੍ਰੇਵੀ ਵਿੱਚ ਮਿਲਾ ਦੇਵੋ। ਸਵਾਦ ਅਨੁਸਾਰ ਲੂਣ ਮਿਲਾਕੇ ਚੰਗੀ ਤਰ੍ਹਾਂ ਪਕਾ ਲਵੋ। ਸਰਵ

ਕਰਨ ਤੋਂ ਪਹਿਲਾਂ ਇਸ ਵਿੱਚ ਦੁੱਧ, ਤਾਜੀ ਕਰੀਮ, ਜਾਂ ਤਾਜਾ ਦਹੀਂ ਮਿਲਾ ਲਵੋ।

4. ਰੈਡ (ਲਾਲ) ਗ੍ਰੇਵੀ ਬਣਾਉਣ ਦੇ ਲਈ :

ਟਮਾਟਰਾਂ ਨੂੰ ਮਿਕਸੀ ਵਿੱਚ ਬਲੈਂਡ (Blend) ਕਰੋ, ਇਸ ਪਿਊਰੀ ਨੂੰ ਡੀਪ ਫਰੀਜ਼ ਕਰਕੇ ਰੱਖ ਲਵੋ। ਇਸਨੂੰ ਪੰਦਰਾਂ ਦਿਨਾਂ ਤੱਕ ਵਰਤਿਆ ਜਾ ਸਕਦਾ ਹੈ। ਰੈਡ ਗ੍ਰੇਵੀ ਬਣਾਉਣ ਦੇ ਲਈ ਇਕ ਪੈਨ ਵਿੱਚ ਤੇਲ ਗਰਮ ਕਰੋ ਅਤੇ ਉਸ ਵਿਚ ਅਵੱਸ਼ਕ ਮਸਾਲੇ, ਪੀਸਿਆ ਹੋਇਆ ਪਿਆਜ, ਲਸਣ, ਅਦਰਕ, ਮਿਰਚ ਦਾ ਪੇਸਟ ਮਿਲਾਕੇ ਸੁਨਹਿਰੀ-ਭੂਰਾ ਹੋਣ ਤੱਕ ਭੁੰਨੋ। ਇਸ ਵਿਚ ਟਮਾਟਰ ਪਿਊਰੀ ਮਿਲਾਕੇ ਸਬਜੀਆਂ ਪਾ ਕੇ ਪਕਾਵੋ।

5. ਗਰੀਨ (ਹਰੀ) ਗ੍ਰੇਵੀ ਬਣਾਉਣ ਦੇ ਲਈ :-

ਪਾਲਕ ਨੂੰ ਉਬਾਲੋ, ਮਿਕਸੀ ਵਿਚ ਬਲੈਂਡ ਕਰਕੇ ਡੀਪ-ਫਰੀਜ਼ ਕਰ ਦੇਵੋ। ਗਰੀਨ ਗ੍ਰੇਵੀ ਬਣਾਉਣ ਦੇ ਲਈ ਪਿਆਜ਼, ਲਸਣ, ਅਦਰਕ, ਮਿਰਚ ਦੇ ਪੇਸਟ ਨੂੰ ਭੁੰਨਣ ਤੋਂ ਬਾਦ ਉਸ ਵਿਚ ਪਾਲਕ ਮਿਲਾ ਦੇਵੋ। ਜ਼ਰੂਰੀ ਹੋਰ ਮਸਾਲੇ ਵੀ ਮਿਲਾ ਲਵੋ। ਜੇਕਰ ਚਾਹੋ ਤਾਂ ਸਬਜੀ ਪੱਕ ਜਾਣ ਦੇ ਬਾਅਦ ਵਿੱਚ ਵੀ ਪਾਲਕ ਮਿਲਾ ਸਕਦੇ ਹੋ।

ਵੱਖੋ ਵੱਖ ਸਟਾਕ ਬਣਾਉਣ ਦੇ ਢੰਗ-ਤਰੀਕੇ

1. ਚਿਕਨ ਸਟਾਕ : 200 ਗ੍ਰਾਮ ਬਲਾਂਚਡ ਚਿਕਨ ਦੀਆਂ ਹੱਡੀਆਂ ਲਵੋ, ਇਕ ਦਰਮਿਆਨੇ ਆਕਾਰ ਦਾ ਪਿਆਜ, ਇਕ ਟੁਕੜੇ ਕੀਤੀ ਗਾਜਰ, ਇਕ ਸੀਲੇਰੀ ਦੇ ਟੁਕੜੇ, ਦੋ-ਤਿੰਨ ਅਜਮੋਦ ਦੇ ਟੁਕੜੇ, ਇਕ ਵਲਾਇਤੀ ਪਿਆਜ (Leek) ਦੇ ਛੋਟੇ-ਛੋਟੇ ਟੁਕੜੇ ਪੱਤਿਆਂ ਸਮੇਤ, 6-7 ਕਾਲੀ ਮਿਰਚ, 5-6 ਲੌਂਗ, ਇਕ ਤੇਜ ਪੱਤਾ-ਸਾਰਿਆਂ ਨੂੰ ਇਕ ਡੂੰਘੀ ਕੜਾਹੀ ਵਿੱਚ ਰੱਖਕੇ ਦਸ ਕੱਪ ਪਾਣੀ ਦੇ ਮਿਲਾਵੋ। ਗਰਮ ਕਰੋ। ਇਸ ਮਿਸ਼ਰਣ ਨੂੰ ਉਬਾਲਾ ਆ ਜਾਣ ਦੇਵੋ, ਜਿਹੜੀ ਮੈਲ/ਝੱਗ ਇਸਦੇ ਉਪਰ ਆਵੇ ਬਾਹਰ ਕੱਢ ਦੇਵੋ, ਇਸ ਵਿੱਚ ਹੋਰ ਠੰਢਾ ਪਾਣੀ ਪਾ ਦੇਵੋ। ਇਸ ਸਟਾਕ ਨੂੰ ਇਕ ਘੰਟੇ ਲਈ ਘੱਟ ਸੇਕ ਤੇ ਉਬਾਲਦੇ ਰਹੋ। ਸੇਕ ਤੋਂ ਲਾਹ ਲਵੋ, ਪੁਣ ਲਵੋ, ਠੰਢਾ ਹੋਣ ਦੇਵੋ, ਲੋੜ ਤੱਕ ਫਰਿਜ਼ ਵਿੱਚ ਰੱਖੋ। ਇਹ ਸਟਾਕ ਬਣਾਉਣ ਲਈ ਚਿਕਨ ਦੇ ਪਿੰਜਰ ਦੀਆਂ ਨਾ-ਵਰਤੀਆਂ ਗਈਆਂ ਹੱਡੀਆਂ ਨੂੰ ਵਰਤਿਆ ਜਾ ਸਕਦਾ ਹੈ।

2. ਮੱਛੀ ਸਟਾਕ : 200 ਗ੍ਰਾਮ ਮੱਛੀ ਦੀਆਂ ਹੱਡੀਆਂ, ਸਿਰ, ਚਮੜੀ, ਮੱਛੀ ਦਾ ਨਾ ਵਰਤਿਆ ਗਿਆ ਕੋਈ ਵੀ ਹਿਸਾ ਇਕ ਪੈਨ ਵਿਚ ਪਾ ਕੇ ਪੰਜ ਕੱਪ ਪਾਣੀ ਦੇ ਮਿਲਾ ਦੇਵੋ। ਇਕ ਦਰਮਿਆਨੇ ਆਕਾਰ ਦੇ ਪਿਆਜ ਦੇ ਸਲਾਈਸ, ਇਕ ਗੋਲ ਮਸ਼ਰੂਮ ਦੇ ਸਲਾਈਸ, 2-3 ਇੰਚ ਸੀਲੇਰੀ (Celery) ਦੇ ਟੁਕੜੇ, ਇਕ ਤੇਜ ਪੱਤਾ ਅਤੇ 4-6 ਕਾਲੀਆਂ ਮਿਰਚਾਂ ਇਸ ਵਿੱਚ ਮਿਲਾ ਦੇਵੋ। ਇਸ ਉਪਰ ਆਈ ਝੱਗ/ਮੈਲ ਨੂੰ ਬਾਹਰ ਕੱਢਦੇ ਰਹੋ, 15 ਮਿੰਟ ਤੱਕ ਘੱਟ ਸੇਕ ਤੇ ਉਬਾਲੋ। ਸੇਕ ਤੋਂ ਉਤਾਰਕੇ ਪੁਣ ਲਵੋ।

ਹੱਡੀਆਂ ਆਦਿ ਸੁੱਧ ਦੇਵੋ। ਤੁਰੰਤ ਇਸਤੇਮਾਲ ਕਰੋ। ਜੇਕਰ ਫਰਿਜ਼ ਵਿਚ ਰੱਖਣਾ ਹੋਵੇ ਤਾਂ ਏਅਰ-ਟਾਈਟ ਬਰਤਨ ਵਿੱਚ ਪਾ ਕੇ ਰੱਖੋ ਤਾਂ ਕਿ ਹੋਰਨਾਂ ਪਦਾਰਥਾਂ ਵਿਚ ਮੱਛੀ ਦੀ ਗੰਧ ਨਾ ਮਿਲ ਸਕੇ।

3. **ਵੈਜ਼ੀਟੇਬਲ ਸਟਾਕ** : ਇਕ ਦਰਮਿਆਨੇ ਆਕਾਰ ਦੇ ਪਿਆਜ ਦੇ ਟੁਕੜੇ, ਅੱਧੀ ਗਾਜਰ ਦੇ ਬਾਰੀਕ ਟੁਕੜੇ, 2-3 ਇੰਚ ਸੀਲੇਰੀ ਦੇ ਟੁਕੜੇ, ਦੋ ਪੀਸੀਆਂ ਹੋਈਆਂ ਲਸਣ ਦੀਆਂ ਕਲੀਆਂ, ਇਕ ਤੇਜ ਪੱਤਾ, 5-6 ਕਾਲੀਆਂ ਮਿਰਚਾਂ, 2-3 ਲੌਂਗ ਇਕ ਡੂੰਘੇ ਪੈਨ ਵਿੱਚ ਪਾ ਕੇ ਪੰਜ ਕੱਪ ਪਾਣੀ ਦੇ ਮਿਲਾਵੋ। ਉਬਲਣ ਦੇਵੋ। ਪੰਦਰਾਂ ਮਿੰਟ ਤੱਕ ਘੱਟ ਸੇਕ ਤੇ ਉਬਲਣ ਦੇਵੋ, ਫੇਰ ਪੁਣ ਲਵੋ। ਵਰਤਣ ਤੱਕ ਫਰਿਜ਼ ਵਿਚ ਰੱਖੋ।

4. **ਮਟਨ (ਮੀਟ) ਸਟਾਕ** : 200 ਗ੍ਰਾਮ ਮਟਨ ਦੀਆਂ ਹੱਡੀਆਂ ਧੋ ਲਵੋ, ਵਾਧੂ ਚਰਬੀ ਲਾਹ ਦੇਵੋ, ਢੱਕਣ ਲਾ ਕੇ ਪੰਜ ਮਿੰਟ ਉਬਲਣ ਦੇਵੋ। ਤਰਲ ਪਦਾਰਥ ਨੂੰ ਸੁੱਟ ਦੇਵੋ। ਬਲਾਂਚਡ ਹੱਡੀਆਂ ਨੂੰ ਉਬਾਲੋ, ਇਹਨਾਂ ਵਿੱਚ ਪਿਆਜ ਦੇ ਟੁਕੜੇ, ਗਾਜਰ ਦੇ ਟੁਕੜੇ, ਸੀਲੇਰੀ ਦੇ ਟੁਕੜੇ, 2-3 ਅਜਮੋਦ ਦੇ ਟੁਕੜੇ, 6-7 ਕਾਲੀਆਂ ਮਿਰਚਾਂ ਅਤੇ ਇਕ ਤੇਜ ਪੱਤਾ ਡੂੰਘੇ ਪੈਨ ਵਿੱਚ ਦਸ ਕੱਪ ਪਾਣੀ ਪਾ ਕੇ ਇਕ ਘੰਟਾ ਉਬਾਲੋ, ਘੱਟ ਸੇਕ ਦੇ ਉਤੇ। ਇਸ ਉਪਰ ਆਈ ਝੱਗ/ਮੱਲ ਬਾਹਰ ਕੱਢਦੇ ਰਹੋ। ਪੁਣਕੇ ਰੱਖ ਲਵੋ, ਲੋੜ ਪੈਣ ਤੇ ਵਰਤ ਲਵੋ।

ਭੁੰਨੀ ਕਲੇਜੀ

ਸਮੱਗਰੀ

3-4 ਵਿਅਕਤੀਆਂ ਲਈ

450 ਗ੍ਰਾਮ ਕਲੇਜੀ ਦੇ ਟੁਕੜੇ

1 ਵੱਡਾ ਚਮਚਾ ਨਿੰਬੂ ਦਾ ਰਸ

1 ਵੱਡਾ ਪਿਆਜ ਕੱਟਿਆ ਹੋਇਆ

2 ਹਰੀਆਂ ਮਿਰਚਾਂ ਕੱਟੀਆਂ ਹੋਈਆਂ

ਅੱਧਾ ਚਮਚਾ ਹਲਦੀ ਪੀਸੀ ਹੋਈ

ਇਕ ਛੋਟਾ ਚਮਚਾ ਲਾਲ ਮਿਰਚ ਪੀਸੀ ਹੋਈ

ਅੱਧਾ ਛੋਟਾ ਚਮਚਾ ਲੂਣ

2 ਵੱਡੇ ਚਮਚੇ ਤੇਲ

1 ਛੋਟਾ ਚਮਚਾ ਗਰਮ ਮਸਾਲਾ

1 ਵੱਡਾ ਚਮਚਾ ਤਾਜੇ ਪੀਸੇ ਟਮਾਟਰ

2 ਵੱਡੇ ਚਮਚੇ ਕੱਟਿਆ ਹੋਇਆ ਹਰਾ ਧਨੀਆ

ਢੰਗ ਤਰੀਕਾ

* ਕਲੇਜੀ ਨੂੰ ਧੋ ਕੇ ਇਕ ਪਿਆਲੇ ਵਿੱਚ ਰੱਖੋ। ਉਪਰ ਨਿੰਬੂ ਦਾ ਰਸ ਛਿੜਕ ਦੇਵੋ।

* ਪਿਆਜ, ਹਰੀ ਮਿਰਚ, ਹਲਦੀ ਅਤੇ ਲੂਣ ਨੂੰ ਥੋੜੇ ਜਿਹੇ ਪਾਣੀ ਨਾਲ ਬਾਰੀਕ ਪੀਸ ਲਵੋ।

* ਪੀਸੀ ਹੋਈ ਸਮੱਗਰੀ ਨੂੰ ਕਲੇਜੀ ਉਪਰ ਚੰਗੀ ਤਰ੍ਹਾਂ ਲਪੇਟ ਕੇ ਰੱਖੋ।

* ਇਕ ਪੈਨ ਵਿਚ ਤੇਲ ਗਰਮ ਕਰਕੇ ਪਾਵੋ, ਹਿਲਾਉਂਦੇ ਹੋਏ 5-6 ਮਿੰਟ ਫਰਾਈ ਕਰੋ (ਭੁੰਨ ਲਵੋ)

ਕੜ੍ਹਾਹੀ ਚਿਕਨ

ਸਮੱਗਰੀ

5-6 ਵਿਅਕਤੀਆਂ ਲਈ
ਅੱਧਾ ਕਿਲੋ ਸਾਫ ਚਿਕਨ ਟੁਕੜੇ ਕੱਟੇ ਹੋਏ
ਪੰਜ ਵੱਡੇ ਚਮਚੇ ਤੇਲ
ਤਿੰਨ ਵੱਡੇ ਚਮਚੇ ਕੱਟੇ ਹੋਏ ਪਿਆਜ
ਅੱਧਾ ਕੱਪ ਕੱਟੇ ਹੋਏ ਟਮਾਟਰ
ਦੋ ਟੁਕੜੇ ਦਾਲਚੀਨੀ
ਦੋ ਵੱਡੀ ਇਲਾਇਚੀ
8-10 ਕਾਲੀ ਮਿਰਚ
ਅੱਧਾ ਛੋਟਾ ਚਮਚਾ ਕਾਲਾ ਜੀਰਾ
ਇਕ ਛੋਟਾ ਚਮਚਾ ਪੀਸਿਆ ਹੋਇਆ ਅਦਰਕ
ਇਕ ਛੋਟਾ ਚਮਚਾ ਗਰਮ ਮਸਾਲਾ
ਇਕ ਛੋਟਾ ਚਮਚਾ ਪੀਸੀ ਹੋਈ ਲਾਲ ਮਿਰਚ
ਅੱਧਾ ਛੋਟਾ ਚਮਚਾ ਲੂਣ
ਦੋ ਵੱਡੇ ਚਮਚੇ ਦਹੀਂ
ਦੋ ਵੱਡੇ ਚਮਚੇ ਨਿੰਬੂ ਦਾ ਰਸ
ਦੋ ਵੱਡੇ ਚਮਚੇ ਕੱਟਿਆ ਹੋਇਆ ਹਰਾ ਧਨੀਆ
ਦੋ ਹਰੀ ਮਿਰਚ ਕੱਟੀ ਹੋਈ

ਢੰਗ ਤਰੀਕਾ

* ਇਕ ਵੱਡੀ ਕੜ੍ਹਾਹੀ ਵਿਚ ਤੇਲ ਗਰਮ ਕਰਕੇ ਪਿਆਜ ਨੂੰ ਭੂਰਾ ਹੋ ਜਾਣ ਤੱਕ ਫਰਾਈ ਕਰੋ। ਟਮਾਟਰ ਪਾਕੇ ਮਿਲਾ ਦੇਵੋ।

* ਦਾਲ ਚੀਨੀ, ਇਲਾਇਚੀ, ਕਾਲੀ ਮਿਰਚ, ਜੀਰਾ, ਅਦਰਕ, ਲਸਣ, ਗਰਮ ਮਸਾਲਾ, ਲਾਲ ਮਿਰਚ ਅਤੇ ਲੂਣ ਪਾ ਕੇ ਘੱਟ ਸੇਕ ਤੇ 4-5 ਮਿੰਟ ਹਿਲਾਕੇ (ਸਟੱਰ) ਫਰਾਈ ਕਰੋ।

* ਚਿਕਨ ਪੀਸ ਪਾ ਦੇਵੋ ਅਤੇ ਪੂਰਾ ਮਸਾਲਾ ਚਿਕਨ ਤੇ ਚੜ੍ਹ ਜਾਣ ਤੱਕ ਫਰਾਈ ਕਰੋ।

* ਦਹੀਂ ਪਾ ਕੇ ਚੰਗੀ ਤਰ੍ਹਾਂ ਮਿਲਾਵੋ। ਸੇਕ ਘੱਟ ਕਰਕੇ ਕੜ੍ਹਾਹੀ ਨੂੰ ਢਕ ਦੇਵੋ। ਘੱਟ ਸੇਕ ਤੇ 15 ਮਿੰਟ ਪਕਾਵੋ। ਵਿਚ ਵਿਚ ਦੀ ਚਿਕਨ ਦੇ ਟੁਕੜਿਆਂ ਨੂੰ ਹਿਲਾਉਂਦੇ ਰਹੋ।

* ਨਿੰਬੂ ਰਸ, ਹਰਾ ਧਨੀਆ ਅਤੇ ਹਰੀ ਮਿਰਚ ਪਾ ਕੇ ਮਿਲਾਵੋ ਅਤੇ ਦੋ-ਤਿੰਨ ਮਿੰਟਾਂ ਬਾਦ ਉਤਾਰ ਲਵੋ।

ਖੜ੍ਹਾ ਮਸਾਲਾ ਮਟਨ

ਸਮੱਗਰੀ

4-5 ਵਿਅਕਤੀਆਂ ਲਈ
750 ਗ੍ਰਾਮ ਮਟਨ ਕੱਟਿਆ ਹੋਇਆ ਅਤੇ ਚੰਗੀ ਤਰ੍ਹਾਂ ਸਾਫ਼ ਕੀਤਾ ਹੋਇਆ
ਛੇ ਵੱਡੇ ਚਮਚੇ ਤੇਲ
ਦੋ ਵੱਡੇ ਪਿਆਜ ਬਾਰੀਕ ਕੱਟੇ ਹੋਏ
ਇਕ ਛੋਟਾ ਚਮਚਾ ਅਦਰਕ ਕੱਦੂਕਸ ਕੀਤਾ
ਇਕ ਛੋਟਾ ਚਮਚਾ ਲਸਣ ਕੱਟਿਆ ਹੋਇਆ
ਅੱਠ ਸਾਬਤ ਲਾਲ ਮਿਰਚ
ਚਾਰ ਵੱਡੀ ਇਲਾਇਚੀ
ਤਿੰਨ ਟੁਕੜੇ ਦਾਲਚੀਨੀ
ਦਸ-ਬਾਰਾਂ ਕਾਲੀ ਮਿਰਚ
ਪੰਜ ਲੌਂਗ
ਡੇਢ ਛੋਟਾ ਚਮਚਾ ਲੂਣ
ਤਿੰਨ ਹਰੀ ਮਿਰਚ ਕੱਟੀ ਹੋਈ
ਤਿੰਨ ਵੱਡੇ ਚਮਚੇ ਹਰਾ ਧਨੀਆ ਕੱਟਿਆ ਹੋਇਆ
ਤਿੰਨ ਕੱਪ ਪਾਣੀ

ਢੰਗ ਤਰੀਕਾ

* ਇਕ ਸੱਸਪੈਨ ਵਿਚ ਤੇਲ ਗਰਮ ਕਰਕੇ ਪਿਆਜ ਨੂੰ ਭੂਰਾ ਜਿਹਾ ਹੋਣ ਤੱਕ ਫਰਾਈ ਕਰੋ। ਅੱਧਾ ਅਦਰਕ ਤੇ ਅੱਧਾ ਲਸਣ ਪਾ ਕੇ ਚੰਗੀ ਤਰ੍ਹਾਂ ਮਿਲਾਵੋ।

* ਚਾਰ ਸਾਬਤ ਲਾਲ ਮਿਰਚ, ਇਲਾਇਚੀ, ਦਾਲਚੀਨੀ, ਕਾਲੀ ਮਿਰਚ, ਲੌਂਗ ਅਤੇ ਲੂਣ ਮਿਲਾ ਦੇਵੋ।

* ਮਟਨ (ਮੀਟ) ਪਾ ਦੇਵੋ ਅਤੇ ਪੰਜ ਮਿੰਟ ਹਿਲਾਉਂਦੇ ਹੋਏ ਫਰਾਈ ਕਰੋ (ਰਾੜ੍ਹ ਲਵੋ)

* ਪਾਣੀ ਪਾ ਦੇਵੋ ਅਤੇ ਢਕ ਕੇ 35-40 ਮਿੰਟ ਜਾਂ ਪਾਣੀ ਸੁੱਕਣ ਤੱਕ ਅਤੇ ਮਟਨ ਗਲ ਜਾਣ ਤੱਕ ਪਕਾਵੋ।

* ਬਾਕੀ ਅਦਰਕ, ਲਸਣ, ਲਾਲ ਮਿਰਚ ਪਾ ਦੇਵੋ, ਨਾਲ ਹਰੀ ਮਿਰਚ ਅਤੇ ਧਨੀਆ ਪਾ ਦੇਵੋ, ਚੰਗੀ ਤਰ੍ਹਾਂ ਮਿਲਾ ਲਵੋ।

* ਹਿਲਾਉਂਦੇ ਹੋਏ ਤੇਲ ਛੱਡਣ ਤੱਕ ਫਰਾਈ ਕਰੋ। ਫੇਰ ਡੋਂਗੇ ਜਾਂ ਸਰਵਿੰਗ ਡਿਸ਼ ਤੇ ਕੱਢ ਲਵੋ। ਨਾਨ, ਚਪਾਤੀ ਆਦਿ ਨਾਲ ਗਰਮ-ਗਰਮ ਪਰੋਸੋ।

ਤੰਦੂਰੀ ਚਿਕਨ

ਸਮੱਗਰੀ

3-4 ਵਿਅਕਤੀਆਂ ਲਈ

ਇਕ ਚਿਕਨ ਛਿੱਲਿਆ ਅਤੇ ਸਾਫ ਕੀਤਾ ਹੋਇਆ

ਇਕ ਵੱਡਾ ਚਮਚਾ ਕੱਟਿਆ ਹੋਇਆ ਅਦਰਕ

ਛੇ ਕਲੀ ਲਸਣ

ਦੋ ਵੱਡੇ ਚਮਚੇ ਦਹੀਂ

ਦੋ ਵੱਡੇ ਚਮਚੇ ਨਿੰਬੂ ਦਾ ਰਸ

ਦੋ ਵੱਡੇ ਚਮਚੇ ਸਫੈਦ ਸਿਰਕਾ

ਇਕ ਵੱਡਾ ਚਮਚਾ ਸਰ੍ਹੋਂ ਦਾ ਤੇਲ

ਇਕ ਵੱਡਾ ਚਮਚਾ ਸੁੱਕੀ ਮੇਥੀ ਦੇ ਪੱਤੇ

ਇਕ ਛੋਟਾ ਚਮਚਾ ਸੁੱਕਿਆ ਪੁਦੀਨਾ

ਇਕ ਛੋਟਾ ਚਮਚਾ ਜੀਰਾ

ਅੱਧਾ ਛੋਟਾ ਚਮਚਾ ਗਰਮ ਮਸਾਲਾ

ਅੱਧਾ ਛੋਟਾ ਚਮਚਾ ਪੀਸੀ ਲਾਲ ਮਿਰਚ

ਡੇਢ ਛੋਟਾ ਚਮਚਾ ਲੂਣ

4 ਬੂੰਦ ਖਾਣ ਵਾਲਾ ਸੰਤਰੀ ਰੰਗ

ਦੋ ਵੱਡੇ ਚਮਚੇ ਹਰਾ ਧਨੀਆ ਕੱਟਿਆ ਹੋਇਆ

ਢੰਗ ਤਰੀਕਾ

* ਚਿਕਨ ਤੇ ਚਾਕੂ ਨਾਲ ਚਾਰ-ਪੰਜ ਚੀਰੇ ਲਾ ਕੇ ਇਕ ਪਿਆਲੇ ਵਿੱਚ ਰੱਖ ਦੇਵੋ।

* ਅਦਰਕ, ਲਸਣ, ਦਹੀਂ, ਅੱਧਾ ਨਿੰਬੂ ਦਾ ਰਸ, ਸਿਰਕਾ, ਸਰ੍ਹੋਂ ਦਾ ਤੇਲ, ਮੇਥੀ, ਪੁਦੀਨਾ, ਜੀਰਾ, ਲਾਲ ਮਿਰਚ, ਗਰਮ ਮਸਾਲਾ, ਲੂਣ, ਸੰਤਰੀ ਰੰਗ, ਅਤੇ ਹਰੇ ਧਨੀਏ ਨੂੰ ਗਰਾਈਂਡ (ਪੀਸਕੇ) ਕਰ ਲਵੋ ਬਾਰੀਕ।

* ਪੀਸੇ ਮਸਾਲੇ ਨੂੰ ਚਿਕਨ ਉਪਰ ਪਾ ਦੇਵੋ ਅਤੇ ਚੰਗੀ ਤਰ੍ਹਾਂ ਮਸਲ ਦੇਵੋ। ਫਿਰ 7-8 ਘੰਟੇ ਢਕਕੇ ਫਰਿਜ਼ ਵਿਚ ਰੱਖ ਦੇਵੋ, ਵਿਚ-ਵਿਚ ਦੀ ਚਿਕਨ ਨੂੰ ਮਸਾਲੇ ਵਿਚ ਚਾਰ-ਪੰਜ ਵਾਰੀ ਉਲਟ-ਪੁਲਟ ਕਰਦੇ ਰਹੋ।

* ਹੁਣ ਚਿਕਨ ਨੂੰ ਤੰਦੂਰ ਜਾਂ ਓਵਨ ਵਿੱਚ ਨਰਮ ਹੋਣ ਤੱਕ ਬੇਕ ਕਰ ਲਵੋ। ਬਾਕੀ ਮਸਾਲਾ ਵੀ ਇਸ ਉਪਰ ਮਲਦੇ ਕਰੋ।

* ਬੇਕ ਹੋ ਜਾਣ ਦੇ ਬਾਦ ਬਾਕੀ ਨਿੰਬੂ ਦਾ ਰਸ ਮਲ ਦੇਵੋ ਅਤੇ 1-2 ਮਿੰਟ ਤੰਦੂਰ-ਓਵਨ ਵਿਚ ਰੱਖਣ ਬਾਦ ਕੱਢ ਲਵੋ।

* ਤੰਦੂਰੀ ਰੋਟੀ, ਸਿਰਕੇ ਵਾਲੇ ਪਿਆਜ ਅਤੇ ਹਰੀ ਚਟਣੀ ਨਾਲ ਪਰੋਸੋ (ਸਰਵ ਕਰੋ)

ਸਾਗ ਵਾਲਾ ਮੀਟ

ਸਮੱਗਰੀ

5-6 ਵਿਅਕਤੀਆਂ ਲਈ
700 ਗ੍ਰਾਮ ਮਟਨ (ਮੀਟ) ਦੇ ਹੱਡੀ ਤੋਂ ਬਿਨਾ ਟੁਕੜੇ
ਇਕ ਕੱਪ ਤੇਲ/ਘਿਉ
ਇਕ ਵੱਡਾ ਪਿਆਜ ਕੱਟਿਆ ਹੋਇਆ
ਇਕ ਵੱਡਾ ਚਮਚਾ ਅਦਰਕ ਕੱਟਿਆ ਹੋਇਆ
ਇਕ ਕੱਪ ਕੱਟੇ ਹੋਏ ਟਮਾਟਰ
ਦੋ ਹਰੀ ਮਿਰਚ ਕੱਟੀ ਹੋਈ
ਇਕ ਛੋਟਾ ਚਮਚਾ ਜੀਰਾ
ਇਕ ਟੁਕੜਾ ਦਾਲਚੀਨੀ
ਦੋ ਛੋਟੀ ਇਲਾਇਚੀ
ਅੱਧਾ ਛੋਟਾ ਚਮਚਾ ਹਲਦੀ
ਇਕ ਛੋਟਾ ਚਮਚਾ ਪੀਸੀ ਹੋਈ ਲਾਲ ਮਿਰਚ
ਲੂਣ ਸਵਾਦ ਅਨੁਸਾਰ
ਤਿੰਨ ਕੱਪ ਪਾਣੀ
400 ਗ੍ਰਾਮ ਪਾਲਕ ਸਾਫ਼ ਕੱਟਿਆ ਹੋਇਆ

ਢੰਗ ਤਰੀਕਾ

* ਪਾਲਕ ਨੂੰ ਇਕ ਚੁਟਕੀ ਲੂਣ ਨਾਲ ਇਕ ਪੈਨ ਵਿਚ ਪਾਵੋ ਅਤੇ ਢਕ ਕੇ 4-5 ਮਿੰਟ ਪਕਾਵੋ, ਫੇਰ ਪੀਸਕੇ ਰੱਖ ਲਵੋ।

* ਇਕ ਮੋਟੇ ਤਲੇ ਦੇ ਪੈਨ ਵਿਚ ਘਿਉ ਗਰਮ ਕਰਕੇ ਪਿਆਜ ਪਾਵੋ। ਭੂਰਾ ਫਰਾਈ ਹੋਣ ਤੇ ਅਦਰਕ, ਟਮਾਟਰ, ਹਰੀ ਮਿਰਚ ਪਾ ਕੇ 2-3 ਮਿੰਟ ਪਕਾਵੋ।

* ਜੀਰਾ, ਦਾਲਚੀਨੀ, ਇਲਾਇਚੀ, ਹਲਦੀ, ਲਾਲ਼ ਮਿਰਚ ਪਾ ਕੇ 3-4 ਮਿੰਟ ਫਰਾਈ ਕਰੋ, ਫੇਰ ਮਟਨ, ਲੂਣ ਅਤੇ ਪਾਣੀ ਪਾ ਦੇਵੋ।

* ਉਬਾਲਾ ਆ ਜਾਣ ਤੇ ਸੇਕ ਘੱਟ ਕਰ ਦੇਵੋ ਅਤੇ ਪਾਣੀ ਸੁੱਕਣ ਤੇ ਮੀਟ ਨਰਮ ਹੋਣ ਤੱਕ ਪਕਾਵੋ।

* ਪਾਲਕ ਪਾ ਕੇ ਘੱਟ ਸੇਕ ਤੇ ਪਕਾਵੋ। ਵਿਚ ਵਿਚ ਦੀ ਹਿਲਾਉਂਦੇ ਰਹੋ। ਸਾਰਾ ਪਾਣੀ ਸੁੱਕ ਜਾਣ ਤੇ ਉਤਾਰ ਲਵੋ।

* ਸਰਵਿੰਗ ਡਿਸ਼ ਵਿਚ ਕੱਢ ਲਵੋ। ਉਪਰ ਨਿੰਬੂ ਸਲਾਈਸ ਸਜਾ ਦੇਵੋ। ਨਾਨ/ ਤੰਦੂਰੀ ਰੋਟੀ ਨਾਲ ਗਰਮ-ਗਰਮ ਸਰਵ ਕਰੋ।

ਪਟਿਆਲਾ ਸ਼ਾਹੀ ਚਾਪ

ਸਮੱਗਰੀ

3-4 ਵਿਅਕਤੀਆਂ ਲਈ

500 ਗ੍ਰਾਮ ਮਟਨ ਚਾਪ

ਇਕ ਵੱਡਾ ਚਮਚਾ ਪੀਸਿਆ ਹੋਇਆ ਲਸਣ

ਇਕ ਕੱਪ ਦਹੀਂ

ਇਕ ਛੋਟਾ ਚਮਚਾ ਦਰੜਿਆ ਜੀਰਾ

ਇਕ ਛੋਟਾ ਚਮਚਾ ਪੀਸੀ ਹੋਈ ਲਾਲ ਮਿਰਚ

ਲੂਣ ਸਵਾਦ ਅਨੁਸਾਰ

ਦੋ ਵੱਡੇ ਚਮਚੇ ਘਿਉ/ਤੇਲ

ਅੱਧਾ ਕੱਪ ਬਾਰੀਕ ਕੱਟੇ ਹੋਏ ਟਮਾਟਰ

ਇਕ ਛੋਟਾ ਚਮਚਾ ਗਰਮ ਮਸਾਲਾ

ਇਕ ਛੋਟਾ ਚਮਚਾ ਨਿੰਬੂ ਦਾ ਰਸ

ਦੋ ਵੱਡੇ ਚਮਚੇ ਕੱਟਿਆ ਹੋਇਆ ਹਰਾ ਧਨੀਆ

ਢੰਗ-ਤਰੀਕਾ

* ਚਾਪਾਂ ਨੂੰ ਮੋਟੇ ਤਲੇ ਦੇ ਪੈਨ ਵਿਚ ਪਾ ਕੇ ਘੱਟ ਸੇਕ ਤੇ ਭੁੰਨੋ। ਲਸਣ ਦਹੀਂ, ਜੀਰਾ, ਲਾਲ ਮਿਰਚ, ਲੂਣ ਤੇ ਘਿਉ ਪਾ ਦੇਵੋ।

* ਢਕਕੇ ਘੱਟ ਸੇਕ ਤੇ ਚਾਪਾਂ ਨਰਮ ਹੋਣ ਤੱਕ ਅਤੇ ਪਾਣੀ ਸੁੱਕ ਜਾਣ ਤੱਕ ਪਕਾਵੋ।

* ਸੇਕ ਤੇਜ ਕਰਕੇ ਟਮਾਟਰ ਅਤੇ ਨਿੰਬੂ ਦਾ ਰਸ ਮਿਲਾ ਦੇਵੋ ਅਤੇ ਪਾਣੀ ਸੁੱਕਣ ਤੱਕ ਹਿਲਾਉਂਦੇ ਰਹੋ।

* ਗਰਮ ਮਸਾਲਾ ਪਾ ਕੇ 1-2 ਮਿੰਟ ਹਿਲਾਵੋ। ਫੇਰ ਹਰਾ ਧਨੀਆ ਪਾ ਕੇ ਉਤਾਰ ਲਵੋ।

* ਤੰਦੂਰੀ ਰੋਟੀ ਨਾਲ ਪਰੋਸੋ।

ਤੰਦੂਰੀ ਮੱਛੀ

ਸਮੱਗਰੀ

4 ਵਿਅਕਤੀਆਂ ਲਈ
4 ਸਫ਼ੈਦ ਮੱਛੀਆਂ (ਲਗਭਗ 350-350 ਗ੍ਰਾਮ ਦੀਆਂ)
25 ਗ੍ਰਾਮ ਅਦਰਕ
6 ਕਲੀ ਲਸਣ
ਦੋ ਵੱਡੇ ਚਮਚੇ ਦਹੀਂ
ਇਕ ਵੱਡਾ ਚਮਚਾ ਸਫ਼ੈਦ ਸਿਰਕਾ
ਇਕ ਵੱਡਾ ਚਮਚਾ ਨਿੰਬੂ ਦਾ ਰਸ
ਇਕ ਵੱਡਾ ਚਮਚਾ ਸਰ੍ਹੋਂ ਦਾ ਤੇਲ
ਇਕ ਛੋਟਾ ਚਮਚਾ ਸੁੱਕੀ ਮੇਥੀ ਦੇ ਪੱਤੇ
8-10 ਪੱਤੇ ਪੁਦੀਨਾ
ਅੱਧਾ ਛੋਟਾ ਚਮਚਾ ਜੀਰਾ
ਇਕ ਛੋਟਾ ਚਮਚਾ ਪੀਸੀ ਹੋਈ ਲਾਲ ਮਿਰਚ
ਅੱਧਾ ਛੋਟਾ ਚਮਚਾ ਗਰਮ ਮਸਾਲਾ
ਲੂਣ ਸਵਾਦ ਅਨੁਸਾਰ
4 ਬੂੰਦ ਖਾਣ ਵਾਲਾ ਸੰਤਰੀ ਰੰਗ
ਇਕ ਵੱਡਾ ਚਮਚਾ ਕੱਟਿਆ ਹੋਇਆ ਹਰਾ ਧਨੀਆ
ਇਕ ਨਿੰਬੂ ਦੇ ਸਲਾਈਸ

ਢੰਗ ਤਰੀਕਾ

* ਮੱਛੀਆਂ ਨੂੰ ਸਾਫ ਕਰਕੇ ਦੋਵੇਂ ਪਾਸੀ ਚਾਕੂ ਨਾਲ ਚੀਰੇ ਲਾ ਦੇਵੋ ਜਾਂ ਪੱਸ ਲਵੋ ਅਤੇ ਇਕ ਡੂੰਘੀ ਪਲੇਟ ਵਿਚ ਰੱਖ ਦੇਵੋ।

* ਅਦਰਕ, ਲਸਣ, ਦਹੀਂ, ਨਿੰਬੂ ਦਾ ਰਸ, ਸਿਰਕਾ, ਤੇਲ, ਮੇਥੀ ਦੇ ਪੱਤੇ, ਪੁਦੀਨਾ, ਜੀਰਾ, ਲਾਲ ਮਿਰਚ, ਗਰਮ ਮਸਾਲਾ, ਲੂਣ, ਰੰਗ ਅਤੇ ਧਨੀਆ ਗਰਾਈਂਡਰ ਵਿਚ ਪਾ ਕੇ ਬਾਰੀਕ ਪੀਸ ਲਵੋ ਅਤੇ ਇਸਨੂੰ ਮੱਛੀਆਂ ਉਪਰ ਮਲਕੇ 3-4 ਘੰਟੇ ਢਕ ਕੇ ਪਾਸੇ ਰੱਖ ਦੇਵੋ, ਵਿਚ-ਵਿਚ ਦੀ ਮੱਛੀਆਂ ਨੂੰ ਮਸਾਲੇ ਦੇ ਵਿਚ ਉਲਟ-ਪੁਲਟ ਕਰਦੇ ਰਹੋ।

* ਹੁਣ ਮੱਛੀਆਂ ਨੂੰ ਤੰਦੂਰ ਜਾਂ ਓਵਨ ਵਿਚ ਸੁਰਖ ਬੇਕ ਕਰ ਲਵੋ। ਬੇਕ ਕਰਨ ਦੌਰਾਨ ਬਚਿਆ ਮਸਾਲਾ ਮੱਛੀਆਂ ਉਪਰ ਲਾਉਂਦੇ ਰਹੋ ਤਾਂ ਕਿ ਮਸਾਲਾ ਉਹਨਾਂ ਵਿਚ ਰਚ ਜਾਵੇ।

* ਸਰਵਿੰਗ ਡਿਸ਼ ਵਿਚ ਕੱਢਕੇ ਨਿੰਬੂ ਦੇ ਸਲਾਈਸ ਉਪਰ ਸਜਾ ਦੇਵੋ, ਸਿਰਕੇ ਵਾਲੇ ਪਿਆਜ ਅਤੇ ਅਨਾਰ ਦਾਣੇ ਤੇ ਪੁਦੀਨੇ ਦੀ ਚਟਣੀ ਨਾਲ ਪਰੋਸੋ।

ਅੰਡਾ ਕਰੀ

ਸਮੱਗਰੀ

4 ਵਿਅਕਤੀਆਂ ਲਈ

ਛੇ ਅੰਡੇ ਠੋਸ	:	ਉਬਾਲੇ ਹੋਏ (ਹਾਰਡ ਬੋਇਲਡ)
1 ਵੱਡਾ ਚਮਚਾ	:	ਕੱਟੀ ਹੋਈ ਅਦਰਕ
1 ਛੋਟਾ ਚਮਚਾ	:	ਪੀਸਿਆ ਹੋਇਆ ਲਸਣ
1 ਵੱਡਾ ਪਿਆਜ	:	ਕੱਟਿਆ ਹੋਇਆ
1 ਛੋਟਾ ਚਮਚਾ	:	ਪੀਸੀ ਹੋਈ ਲਾਲ ਮਿਰਚ
ਅੱਧਾ ਛੋਟਾ ਚਮਚਾ	:	ਗਰਮ ਮਸਾਲਾ
ਅੱਧਾ ਛੋਟਾ ਚਮਚਾ	:	ਪੀਸੀ ਹਲਦੀ
2 ਹਰੀ ਮਿਰਚ	:	ਕੱਟੀ ਹੋਈ
ਅੱਧਾ ਕੱਪ ਟਮਾਟਰ	:	ਕੱਟੇ ਹੋਏ
ਇਕ ਵੱਡਾ ਚਮਚਾ	:	ਕੱਟਿਆ ਹੋਇਆ ਹਰਾ ਧਨੀਆ
2 ਸਾਬਤ	:	ਲਾਲ ਮਿਰਚ
2 ਵੱਡੇ ਚਮਚੇ	:	ਤੇਲ
1 ਛੋਟਾ ਚਮਚਾ	:	ਪੀਸਿਆ ਹੋਇਆ ਧਨੀਆ

ਢੰਗ ਤਰੀਕਾ

* ਇਕ ਪੈਨ ਵਿਚ ਤੇਲ ਗਰਮ ਕਰਕੇ ਪਿਆਜ ਤੇ ਲਸਣ ਪਾ ਦੇਵੋ। ਜਦੋਂ ਇਹ ਭੂਰਾ-ਲਾਲ ਹੋ ਜਾਵੇ ਤਾਂ ਸੁੱਕੀ ਲਾਲ ਮਿਰਚ ਪਾ ਕੇ 25-30 ਸਕਿੰਟ ਫਰਾਈ ਕਰੋ।

* ਥੋੜ੍ਹੇ ਜਿਹੇ ਪਾਣੀ ਵਿਚ ਲਾਲ ਮਿਰਚ, ਗਰਮ ਮਸਾਲਾ, ਹਲਦੀ, ਪੀਸਿਆ ਧਨੀਆ ਘੋਲਕੇ ਪਿਆਜ ਤੜਕ ਲਵੋ, ਤੇਲ ਛੱਡਣ ਤੱਕ ਫਰਾਈ ਕਰੋ।

* ਟਮਾਟਰ ਪਾ ਦੇਵੋ ਅਤੇ ਤੇਲ ਛੱਡਣ ਤੱਕ ਫਰਾਈ ਕਰੋ

* ਡੇਢ ਕੱਪ ਪਾਣੀ ਪਾਵੋ। ਪਾਣੀ ਉੱਬਲਣ ਲੱਗੇ ਤਾਂ ਚਾਰ ਉਬਲੇ ਅੰਡੇ ਸਾਬਤ ਅਤੇ ਦੋ ਕੱਟਕੇ ਪਾ ਦੇਵੋ। ਦੋ-ਤਿੰਨ ਮਿੰਟ ਉਬਾਲੋ।

* ਹਰਾ ਧਨੀਆ ਮਿਲਾਕੇ ਉਤਾਰ ਲਵੋ। ਗਰਮ-ਗਰਮ ਪਰੋਸੋ।

ਬਟਰ ਚਿਕਨ

ਸਮੱਗਰੀ

5-6 ਵਿਅਕਤੀਆਂ ਲਈ

1 ਕਿਲੋਗ੍ਰਾਮ ਚਿਕਨ ਕੱਟਿਆ ਹੋਇਆ

1 ਕੱਪ ਕੱਟੇ ਹੋਏ ਟਮਾਟਰ

1 ਵੱਡਾ ਚਮਚਾ ਕੱਟਿਆ ਹੋਇਆ ਅਦਰਕ

6 ਕਲੀ ਲਸਣ ਕੱਟਿਆ ਹੋਇਆ

3 ਕੱਪ ਡਬਲ ਕਰੀਮ

2 ਵੱਡੇ ਚਮਚੇ ਦਹੀਂ

ਅੱਧਾ ਛੋਟਾ ਚਮਚਾ ਹਲਦੀ

ਅੱਧਾ ਛੋਟਾ ਚਮਚਾ ਪੀਸੀ ਹੋਈ ਲਾਲ ਮਿਰਚ

ਲੂਣ ਸਵਾਦ ਅਨੁਸਾਰ

2 ਵੱਡੇ ਚਮਚੇ ਮੱਖਣ

2 ਵੱਡੇ ਚਮਚੇ ਪੀਸਿਆ ਹੋਇਆ ਧਨੀਆ

1 ਵੱਡਾ ਚਮਚਾ ਦਾਖਾਂ

ਢੰਗ ਤਰੀਕਾ

* ਟਮਾਟਰ, ਅਦਰਕ, ਲਸਣ, ਕਰੀਮ, ਦਹੀਂ, ਹਲਦੀ, ਲਾਲ ਮਿਰਚ ਅਤੇ ਲੂਣ ਨੂੰ ਗਰਾਈਂਡਰ ਵਿਚ ਫੈਂਟ ਲਵੋ। ਸੇਕ ਘੱਟ ਕਰ ਦੇਵੋ। ਢੱਕਣ ਲਾ ਕੇ ਪੱਕਣ ਦੇਵੋ। ਹਿਲਾਉਂਦੇ ਰਹੋ।

* ਚਿਕਨ ਨਰਮ ਹੋ ਜਾਵੇ ਅਤੇ ਮਸਾਲਾ ਗਾੜ੍ਹਾ ਹੋ ਜਾਵੇ ਤਾਂ ਦਾਖਾਂ ਅਤੇ ਪੀਸਿਆ ਹੋਇਆ ਧਨੀਆ ਪਾ ਕੇ ਘੱਟ ਸੇਕ ਤੇ 2-3 ਮਿੰਟ ਪਕਾਵੋ ਅਤੇ ਸਰਵਿੰਗ ਡਿਸ਼ ਵਿਚ ਕੱਢਕੇ ਨਾਨ ਦੇ ਨਾਲ ਗਰਮ ਗਰਮ ਪਰੋਸੋ।

* ਟਮਾਟਰ ਅਤੇ ਗਰਮ ਮਸਾਲਾ ਪਾ ਕੇ ਮਿਲਾਵੋ ਅਤੇ ਢਕ ਕੇ ਨਰਮ ਹੋਣ ਤੱਕ ਪਕਾਵੋ। ਹਿਲਾਉਂਦੇ ਰਹੋ ਤਾਂ ਕਿ ਜਲੇ ਨਹੀਂ। ਹਰਾ ਧਨੀਆ ਪਾ ਕੇ ਉਤਾਰ ਲਵੋ। ਗਰਮ-ਗਰਮ ਸਰਵ ਕਰੋ।

ਅੰਮ੍ਰਿਤਸਰੀ ਫਿਸ਼ ਕਰੀ

ਸਮੱਗਰੀ

400 ਗ੍ਰਾਮ ਫਿਸ਼ ਬੋਨਲੈਸ, ਦਰਮਿਆਨੇ ਆਕਾਰ ਦੇ ਟੁਕੜੇ
ਤਿੰਨ ਵੱਡੇ ਚਮਚੇ ਤੇਲ
ਅੱਧਾ ਛੋਟਾ ਚਮਚਾ ਜੀਰਾ
ਦੋ ਸੁੱਕੀਆ ਲਾਲ ਮਿਰਚਾਂ ਦਰੜੀਆਂ ਹੋਈਆਂ
ਅੱਧਾ ਛੋਟਾ ਚਮਚਾ ਸਰ੍ਹੋਂ ਦੇ ਦਾਣੇ
ਇਕ ਛੋਟਾ ਚਮਚਾ ਅਦਰਕ ਕੱਦੂਕਸ਼ ਕੀਤਾ ਹੋਇਆ
ਇਕ ਛੋਟਾ ਚਮਚਾ ਲਸਣ ਕੱਦੂਕਸ਼ ਕੀਤਾ ਹੋਇਆ
ਇਕ ਕੱਪ ਪਿਆਜ ਕੱਦੂਕਸ਼ ਕੀਤਾ ਹੋਇਆ
ਇਕ ਕੱਪ ਟਮਾਟਰ ਕੱਦੂਕਸ਼ ਕੀਤਾ ਹੋਇਆ
ਲੂਣ ਸਵਾਦ ਅਨੁਸਾਰ
ਇਕ ਚੌਥਾਈ ਚਮਚਾ ਛੋਟਾ ਪੀਸੀ ਹੋਈ ਹਲਦੀ
ਅੱਧਾ ਛੋਟਾ ਚਮਚਾ ਗਰਮ ਮਸਾਲਾ
ਥੋੜ੍ਹੇ ਜਿਹੇ ਕਰੀ ਪੱਤੇ
ਦੋ ਵੱਡੇ ਚਮਚੇ ਨਿੰਬੂ ਦਾ ਰਸ
ਦੋ ਵੱਡੇ ਚਮਚੇ ਗਾੜ੍ਹਾ ਦਹੀਂ
ਸਜਾਵਟ : ਹਰਾ ਧਨੀਏ ਦੇ ਬਾਰੀਕ ਕੱਟੇ ਹੋਏ ਪੱਤੇ
ਕਿਸ ਨਾਲ ਪਰੋਸੀਏ : ਭਰਵੇਂ ਕੁਲਚੇ ਜਾਂ ਚਾਵਲ

ਢੰਗ ਤਰੀਕਾ

1. ਇਕ ਕੜਾਹੀ ਵਿਚ ਤੇਲ ਗਰਮ ਕਰੋ। ਜੀਰਾ, ਸੁੱਕੀ ਲਾਲ ਮਿਰਚ, ਸਰ੍ਹੋਂ ਦੇ ਦਾਣ ਪਾਵੋ। ਦਾਣੇ ਤਿੜਕਣ ਤੱਕ ਭੁੰਨੋ, ਫੇਰ ਅਦਰਕ, ਲਸਣ ਮਿਲਾਕੇ ਭੂਰਾ ਹੋਣ ਤੱਕ ਭੁੰਨੋ। ਫੇਰ ਹਰੀ ਮਿਰਚ ਤੇ ਪਿਆਜ ਪਾ ਕੇ ਭੂਰਾ ਹੋਣ ਤੱਕ ਭੁੰਨੋ।

2. ਹੁਣ ਟਮਾਟਰ, ਲੂਣ, ਪੀਸੀ ਹੋਈ ਹਲਦੀ, ਗਰਮ ਮਸਾਲਾ ਅਤੇ ਕਰੀ ਪੱਤੇ ਮਿਲਾ ਦੇਵੋ। ਦੋ-ਤਿੰਨ ਮਿੰਟ ਭੁੰਨਣ ਦੇ ਬਾਦ ਪਾਣੀ ਪਾ ਦੇਵੋ ਅਤੇ 4-5 ਮਿੰਟ ਪਕਾਵੋ। ਲਗਾਤਾਰ ਹਿਲਾਉਂਦੇ ਰਹੋ ਅਤੇ ਫਿਸ਼ ਅਤੇ ਨਿੰਬੂ ਦਾ ਰਸ ਮਿਲਾ ਦੇਵੋ। ਘੱਟ ਸੇਕ ਤੇ ਢਕ ਕੇ 3-4 ਮਿੰਟ ਪਕਾਵੋ ਤਾਂ ਕਿ ਫਿਸ਼ ਨਰਮ ਹੋ ਜਾਵੇ। ਹੌਲ਼ੀ-ਹੌਲ਼ੀ ਸਾਵਧਾਨੀ ਨਾਲ ਹਿਲਾਵੋ ਤਾਂ ਕਿ ਮੱਛੀ ਟੁੱਟੇ ਨਾ।

3. ਲਗਾਤਾਰ ਹਿਲਾਉਂਦੇ ਹੋਏ ਕਰੀਮ ਅਤੇ ਦਹੀਂ ਦਾ ਮਿਸ਼ਰਣ ਮਿਲਾਵੋ। ਸਾਰੇ ਮਸਾਲੇ ਮਿਲਾਕੇ ਇਕ ਡੋਂਗੇ ਵਿੱਚ ਕੱਢ ਲਵੋ। ਧਨੀਏ ਦੇ ਪੱਤਿਆਂ ਨਾਲ ਸਜਾਕੇ ਭਰਵਾਂ ਕੁਲਚੇ ਜਾਂ ਚਾਵਲਾਂ ਨਾਲ ਸਰਵ ਕਰੋ।

ਇਹ ਚਾਰ ਵਿਅਕਤੀਆਂ ਲਈ ਕਾਫੀ ਹੁੰਦੀ ਹੈ। ਇਸਨੂੰ ਬਣਾਉਣ ਵਿੱਚ 45 ਮਿੰਟ ਲੱਗ ਜਾਂਦੇ ਹਨ।

ਤੰਦੂਰੀ ਕੇਸਰੀ ਚਿਕਨ ਟਿੱਕਾ

ਸਮੱਗਰੀ

400 ਗ੍ਰਾਮ ਚਿਕਨ ਬ੍ਰੈਸਟ (ਸੀਨਾ) ਅਤੇ ਟੰਗਾਂ
ਘਿਉ/ਤੇਲ ਚੋਪੜਨ ਲਈ
ਪਹਿਲੇ ਮੈਰੀਨੇਡ ਲਈ :
ਦੋ ਵੱਡੇ ਚਮਚੇ ਨਿੰਬੂ ਦਾ ਰਸ
ਇਕ ਵੱਡਾ ਚਮਚਾ ਪੀਸਿਆ ਹੋਇਆ ਅਦਰਕ-ਲਸਣ
ਇਕ ਚੌਥਾਈ ਛੋਟਾ ਚਮਚਾ ਪੀਸੀ ਹੋਈ ਲਾਲ ਮਿਰਚ
ਲੂਣ ਸਵਾਦ ਅਨੁਸਾਰ
ਦੂਜੇ ਮੈਰੀਨੇਡ ਲਈ :
ਅੱਧਾ ਕੱਪ ਗਾੜ੍ਹਾ ਦਹੀਂ
ਇਕ ਵੱਡਾ ਚਮਚਾ ਕਰੀਮ
ਇਕ ਛੋਟਾ ਚਮਚਾ ਤੰਦੂਰੀ ਚਿਕਨ ਮਸਾਲਾ
ਅੱਧਾ ਛੋਟਾ ਚਮਚਾ ਪੀਸਿਆ ਹੋਇਆ ਜੀਰਾ
ਅੱਧਾ ਛੋਟਾ ਚਮਚਾ ਗਰਮ ਮਸਾਲਾ
ਇਕ ਛੋਟਾ ਚਮਚਾ ਕੇਸਰ ਦੇ ਲੱਛੇ
ਲੂਣ ਸਵਾਦ ਅਨੁਸਾਰ
ਸਜਾਵਟ : ਗਾਰਡਨ ਫਰੈਸ਼ ਸਲਾਦ
ਕਿਸ ਨਾਲ ਪਰੋਸੀਏ : ਧਨੀਆਂ/ਪੁਦੀਨੇ ਦੀ ਚਟਣੀ

ਢੰਗ ਤਰੀਕਾ

1. ਚਿਕਨ ਦੀਆਂ ਟੰਗਾਂ (ਲੈਗਜ) ਤੇ ਬ੍ਰੈਸਟ (ਸੀਨਾ) ਧੋਕੇ ਸੁਕਾ ਲਵੋ। ਇਸਨੂੰ ਚੀਰਾ ਦੇ ਕੇ ਪਹਿਲਾ ਮੈਰੀਨੇਡ ਮਲ ਦੇਵੋ ਅਤੇ ਤੀਹ ਮਿੰਟ ਪਿਆ ਰਹਿਣ ਦੇਵੋ।

2. ਦਹੀਂ ਤੇ ਕਰੀਮ ਵਿੱਚ ਸਾਰੇ ਮਸਾਲੇ ਮਿਲਾਵੋ। ਲੂਣ ਤੇ ਕੇਸਰ ਮਿਲਾਉਂਦੇ ਹੋਏ ਚਿਕਨ ਤੇ ਮਲੋ। ਅੱਧੇ ਘੰਟੇ ਲਈ ਠੰਢੀ ਥਾਂ ਤੇ ਰੱਖੋ।

3. ਚਿਕਨ ਨੂੰ ਸਕੀਵਰਸ ਤੇ ਲਾ ਕੇ ਦਰਮਿਆਨੇ ਗਰਮ ਓਵਨ ਗਰਿੱਲ ਤੇ 10-15 ਮਿੰਟ ਗਰਿੱਲ/ਰੋਸਟ ਕਰੋ। ਵਿਚ ਵਿਚ ਦੀ ਮੱਖਣ ਨਾਲ ਚੋਪੜਦੇ ਰਹੋ।

4. ਸਕੀਵਰਜ ਤੋਂ ਲਾਹ ਕੇ ਇਕ ਟਰੇਅ ਵਿਚ ਰੱਖੋ। ਗਾਰਡਨ ਫਰੈਸ਼ ਸਲਾਦ ਨਾਲ ਸਜਾਕੇ ਧਨੀਆ ਪੁਦੀਨੇ ਦੀ ਚਟਣੀ ਨਾਲ ਪਰੋਸੋ।

ਇਹ ਚਾਰ ਵਿਅਕਤੀਆਂ ਲਈ ਕਾਫੀ ਹੁੰਦਾ ਹੈ। ਇਸਨੂੰ ਬਣਾਉਣ ਵਿਚ ਪੰਜਾਹ ਮਿੰਟ ਲੱਗ ਜਾਂਦੇ ਹਨ।

ਮੇਥੀ ਮਲਾਈ ਚਿਕਨ ਟਿੱਕਾ

ਸਮੱਗਰੀ

400 ਗ੍ਰਾਮ ਬੋਨਲੈਸ ਚਿਕਨ, ਦਰਮਿਆਨੇ ਆਕਾਰ ਦੇ ਟੁਕੜੇ ਤੇਲ/ਘਿਓ ਚੋਪੜਨ ਦੇ ਲਈ

ਪਹਿਲੇ ਮੈਰੀਨੇਡ ਦੇ ਲਈ :

ਇਕ ਵੱਡਾ ਚਮਚਾ ਨਿੰਬੂ ਦਾ ਰਸ

ਇਕ ਵੱਡਾ ਚਮਚਾ ਅਦਰਕ-ਲਸਣ ਪੇਸਟ

ਇਕ ਚੌਥਾਈ ਛੋਟਾ ਚਮਚਾ ਪੀਸੀ ਹੋਈ ਲਾਲ ਮਿਰਚ

ਲੂਣ ਸਵਾਦ ਅਨੁਸਾਰ

ਦੂਜੇ ਮੈਰੀਨੇਡ ਦੇ ਲਈ (ਘੋਲ ਬਣਾਵੋ)

ਦੋ ਵੱਡੇ ਚਮਚੇ ਹਰਾ ਧਨੀਆ ਕੱਟਿਆ ਹੋਇਆ

ਦੋ ਵੱਡੇ ਚਮਚੇ ਸੁੱਕੀ ਕਸੂਰੀ ਮੇਥੀ

ਇਕ ਵੱਡਾ ਚਮਚਾ ਪੁਦੀਨਾ ਦੇ ਪੱਤੇ ਕੱਟੇ ਹੋਏ

ਦੋ ਹਰੀ ਮਿਰਚ ਕੱਟੀ ਹੋਈ

ਅੱਧਾ ਕੱਪ ਗਾੜ੍ਹਾ ਦਹੀਂ

ਅੱਧਾ ਕੱਪ ਕਰੀਮ

ਲੂਣ ਅਤੇ ਚਾਟ ਮਸਾਲਾ ਸਵਾਦ ਅਨੁਸਾਰ

ਇਕ ਛੋਟਾ ਚਮਚਾ ਮੱਕੀ ਦਾ ਆਟਾ

ਸਜਾਵਟ : ਨਿੰਬੂ ਦੇ ਟੁਕੜੇ

ਕਿਸ ਨਾਲ ਪਰੋਸੀਏ : ਦਹੀਂ ਪੁਦੀਨਾ ਚਟਣੀ

ਢੰਗ ਤਰੀਕਾ

1. ਇਕ ਵੱਡੇ ਪੈਨ ਵਿਚ ਤੇਲ ਗਰਮ ਕਰੋ। ਲਸਣ, ਮਿਰਚ, ਹਰਾ ਪਿਆਜ ਪਾ ਕੇ ਭੁੰਨੋ। ਫੇਰ ਸ਼ਿਮਲਾ ਮਿਰਚ, ਟਮਾਟਰ, ਚਿਕਨ ਤੇ ਪਾਸਤਾ ਮਿਲਾਵੋ। ਪਹਿਲਾਂ ਮੈਰੀਨੇਡ ਮਲੋ।

2. ਦੂਜਾ ਮੈਰੀਨੇਡ ਤਿਆਰ ਕਰਕੇ ਚੰਗੀ ਤਰ੍ਹਾਂ ਮਲੋ। ਹੌਲ਼ੀ ਹੌਲ਼ੀ ਹੱਥ ਨਾਲ ਮਲੋ। ਸੇਕ ਲਗਾਕੇ ਉਤਾਰ ਲਵੋ। ਪਹਿਲੇ ਮੈਰੀਨੇਡ ਦੇ ਬਾਦ ਵੀਹ-ਤੀਹ ਮਿੰਟ ਅਲੱਗ ਰੱਖੋ।

3. ਦੂਜਾ ਮੈਰੀਨੇਡ ਲਾ ਕੇ ਇਕ ਘੰਟਾ ਪਿਆ ਰਹਿਣ ਦੇਵੋ। ਫੇਰ ਧੀਮੇ ਸੇਕ ਤੇ ਭੁੰਨੋ। ਦਹੀਂ-ਪੁਦੀਨੇ ਦੀ ਚਟਣੀ ਨਾਲ ਪਰੋਸੋ।

ਇਹ ਟਿੱਕਾ ਚਾਰ ਵਿਅਕਤੀਆਂ ਲਈ ਕਾਫ਼ੀ ਹੁੰਦਾ ਹੈ। ਬਣਾਉਣ ਵਿਚ ਦੋ ਘੰਟੇ ਲੱਗ ਜਾਂਦੇ ਹਨ।

ਆਚਾਰੀ ਚਿਕਨ ਟਿੱਕਾ

ਸਮੱਗਰੀ

400 ਗ੍ਰਾਮ ਬੋਨਲੈਸ ਚਿਕਨ, ਦਰਮਿਆਨੇ ਆਕਾਰ ਦੇ ਟੁਕੜਿਆਂ ਵਿਚ
ਤੇਲ/ਘਿਓ ਚੋਪੜਨ ਦੇ ਲਈ

ਪਹਿਲੇ ਮੈਰੀਨੇਡ ਦੇ ਲਈ :
ਇਕ ਵੱਡਾ ਚਮਚਾ ਨਿੰਬੂ ਦਾ ਰਸ
ਇਕ ਵੱਡਾ ਚਮਚਾ ਅਦਰਕ-ਲਸਣ ਪੇਸਟ
ਇਕ ਚੌਥਾਈ ਛੋਟਾ ਚਮਚਾ ਪੀਸੀ ਹੋਈ ਲਾਲ ਮਿਰਚ
ਲੂਣ ਸਵਾਦ ਅਨੁਸਾਰ

ਦੂਜੇ ਮੈਰੀਨੇਡ ਦੇ ਲਈ :
ਇਕ ਛੋਟਾ ਚਮਚਾ ਤੇਲ
ਇਕ ਚੌਥਾਈ ਚਮਚਾ ਮੇਥੀ ਦਾਣਾ
ਇਕ ਚੌਥਾਈ ਚਮਚਾ ਕਲੌਂਜੀ
ਅੱਧਾ ਛੋਟਾ ਚਮਚਾ ਸਰੋਂ
ਅੱਧਾ ਛੋਟਾ ਚਮਚਾ ਸੌਂਫ
ਚਾਰ ਵੱਡੇ ਚਮਚੇ ਦਹੀਂ
ਇਕ ਵੱਡਾ ਚਮਚਾ ਕਰੀਮ
ਇਕ ਚੁਟਕੀ ਖਾਣ ਵਾਲਾ ਲਾਲ ਰੰਗ
ਇਕ ਛੋਟਾ ਚਮਚਾ ਤੰਦੂਰੀ ਚਿਕਨ ਮਸਾਲਾ
ਲੂਣ ਸਵਾਦ ਅਨੁਸਾਰ

ਸਜਾਵਟ : ਪਿਆਜ ਦੇ ਲੱਛੇ
ਕਿਸ ਨਾਲ ਪਰੋਸੀਏ : ਪੁਦੀਨੇ ਦੀ ਚਟਣੀ

ਢੰਗ ਤਰੀਕਾ

1. ਚਿਕਨ ਦੇ ਟੁਕੜੇ ਪਾਣੀ ਵਿਚ ਧੋ ਕੇ ਸੁਕਾ ਲਵੋ। ਫੇਰ ਪਹਿਲਾ ਮੈਰੀਨੇਡ ਲਾ ਕੇ ਵੀਹ ਮਿੰਟ ਲਈ ਪਾਸੇ ਰੱਖ ਦੇਵੋ।

2. ਇਕ ਨਾਨ-ਸਟਿਕ ਪੈਨ ਵਿਚ ਤੇਲ ਗਰਮ ਕਰੋ। ਪਿਆਜ, ਮੇਥੀਦਾਣਾ, ਕਲੌਂਜੀ, ਸੌਂਫ, ਸਰੋਂ ਮਿਲਾਵੋ, ਉਹਨਾਂ ਨੂੰ ਲਗਾਤਾਰ ਭੁੰਨੋ, ਰੰਗ ਬਦਲ ਜਾਵੇ ਤਾਂ ਸੇਕ ਤੋਂ ਲਾਹ ਲਵੋ, ਠੰਢਾ ਕਰੋ। ਲਗਾਤਾਰ ਹਿਲਾਉਂਦੇ ਹੋਏ ਦਹੀਂ, ਕਰੀਮ, ਖਾਣ ਵਾਲਾ ਰੰਗ, ਤੰਦੂਰੀ ਚਿਕਨ ਮਸਾਲਾ ਤੇ ਲੂਣ ਮਿਲਾ ਦੇਵੋ।

3. ਇਸਨੂੰ ਮਿਲਾਕੇ ਚਿਕਨ ਉਪਰ ਪਾ ਦੇਵੋ, ਫੇਰ ਦੂਜਾ ਮੈਰੀਨੇਡ ਲਾ ਦੇਵੋ। ਇਕ ਘੰਟੇ ਤੱਕ ਪਿਆ ਰਹਿਣ ਦੇਵੋ। ਚਿਕਨ ਦੇ ਟੁਕੜੇ ਬਾਂਸ ਜਾਂ ਲੋਹੇ ਦੀ ਸਕੀਵਰਜ ਵਿਚ ਪਰੋ ਲਵੋ। ਫੇਰ 10-15 ਮਿੰਟ ਤੱਕ ਗਰਿੱਲ ਕਰੋ। ਦੋਵੇਂ ਪਾਸੇ ਤੇਲ/ਘਿਉ ਲਾ ਕੇ ਭੂਰੇ ਰੰਗ ਦਾ ਕਰ ਲਵੋ।

4. ਸਕੀਵਰਜ ਤੋਂ ਉਤਾਰ ਲਵੋ। ਟਿੱਕਾ ਪਲੇਟਰ ਵਿਚ ਰੱਖੋ। ਪਿਆਜ ਦੇ ਲੱਛਿਆਂ ਨਾਲ ਸਜਾਕੇ ਪੁਦੀਨੇ ਦੀ ਚਟਣੀ ਨਾਲ ਪਰੋਸੋ।

ਇਹ ਟਿੱਕਾ ਚਾਰ ਵਿਅਕਤੀਆਂ ਲਈ ਕਾਫ਼ੀ ਹੁੰਦਾ ਹੈ। ਬਣਾਉਣ ਵਿੱਚ ਦੋ ਘੰਟੇ ਲੱਗ ਜਾਂਦੇ ਹਨ।

ਲੈਮਨ ਚਿਕਨ ਟਿੱਕਾ

ਸਮੱਗਰੀ

500 ਗ੍ਰਾਮ ਚਿਕਨ ਟੁਕੜੇ
ਤੇਲ/ਘਿਉ ਚੋਪੜਨ ਦੇ ਲਈ
ਮੈਰੀਨੇਡ ਦੇ ਲਈ :
ਅੱਧਾ ਕੱਪ ਗਾੜ੍ਹਾ ਦਹੀਂ
ਇਕ ਛੋਟਾ ਚਮਚਾ ਕਰੀਮ
ਦੋ ਵੱਡੇ ਚਮਚੇ ਨਿੰਬੂ ਦਾ ਰਸ
ਦੋ ਛੋਟੇ ਚਮਚੇ ਪੀਸਿਆ ਅਦਰਕ-ਲਸਣ
ਅੱਧਾ ਛੋਟਾ ਚਮਚਾ ਪੀਸੀ ਲਾਲ ਮਿਰਚ
ਅੱਧਾ ਛੋਟਾ ਚਮਚਾ ਚਿਕਨ ਤੰਦੂਰੀ ਮਸਾਲਾ
ਲੂਣ ਤੇ ਕਾਲੀ ਮਿਰਚ ਸਵਾਦ ਅਨੁਸਾਰ
ਅੱਧਾ ਛੋਟਾ ਚਮਚਾ ਚਾਟ ਮਸਾਲਾ
ਇਕ ਚੁਟਕੀ ਖਾਣ ਵਾਲਾ ਲਾਲ ਰੰਗ
ਇਕ ਛੋਟਾ ਚਮਚਾ ਸੁੱਕੀ ਕਸੂਰੀ ਮੇਥੀ
ਸਜਾਵਟ : ਸ਼ਿਮਲਾ ਮਿਰਚ, ਹਰਾ ਪਿਆਜ, ਟਮਾਟਰ ਕੱਟਿਆ ਹੋਇਆ
ਕਿਸ ਨਾਲ ਪਰੋਸੀਏ : ਸਵੀਟ ਚਿੱਲੀ ਸਾਸ, ਧਨੀਏ ਦੀ ਚਟਣੀ

ਢੰਗ ਤਰੀਕਾ

1. ਚਿਕਨ ਨੂੰ ਧੋ ਕੇ ਸੁਕਾ ਲਵੋ ਅਤੇ ਡੌਂਗੇ ਵਿੱਚ ਰੱਖ ਲਵੋ।

2. ਮੈਰੀਨੇਡ ਦੀ ਸਮੱਗਰੀ ਇਕ ਕੱਪ ਵਿਚ ਮਿਲਾਵੋ ਅਤੇ ਚਿਕਨ ਉਪਰ ਮਲ ਦੇਵੋ। ਅੱਧਾ ਘੰਟਾ ਠੰਢੀ ਥਾਂ ਤੇ ਪਈ ਰਹਿਣ ਦੇਵੋ।

3. ਪਹਿਲਾਂ ਤੋਂ ਹੀ ਗਰਮ ਓਵਨ/ਗਰਿਲ ਵਿਚ ਚਿਕਨ ਨੂੰ ਟਰੇਅ ਦੀ ਫੋਇਲ ਤੇ ਰੱਖੋ। ਦੋਵੇਂ ਪਾਸੇ ਤੇਲ/ਘਿਉ ਚੋਪੜਕੇ ਭੂਰਾ ਹੋਣ ਤੱਕ ਤੇ ਨਰਮ ਹੋਣ ਤੱਕ ਭੁੰਨੋ। ਸ਼ਿਮਲਾ ਮਿਰਚ, ਹਰੇ ਪਿਆਜ, ਟਮਾਟਰ ਨਾਲ ਸਜਾਕੇ ਸਵੀਟ ਚਿੱਲੀ ਸਾਸ ਜਾਂ ਧਨੀਏ ਦੀ ਚਟਣੀ ਨਾਲ ਪਰੋਸੋ।

ਸਰਸ ਕਬਾਬ

ਸਮੱਗਰੀ

250 ਗ੍ਰਾਮ ਚਿਕਨ ਕੀਮਾ ਪੱਕਿਆ ਤੇ ਮਸਲਿਆ ਹੋਇਆ
ਇਕ ਕੱਪ ਆਲੂ ਉਬਲੇ ਅਤੇ ਮਸਲੇ ਹੋਏ
ਇਕ ਵੱਡਾ ਚਮਚਾ ਹਰੇ ਧਨੀਏ ਦੇ ਪੱਤੇ ਬਾਰੀਕ ਕੱਟੇ ਹੋਏ
ਦੋ ਵੱਡੇ ਚਮਚੇ ਪਨੀਰ (ਚੀਜ਼) ਕੱਦੂਕਸ਼ ਕੀਤਾ ਹੋਇਆ
ਅੱਧਾ ਛੋਟਾ ਚਮਚਾ ਮੋਟੀ ਕੁੱਟੀ ਹੋਈ ਲਾਲ ਮਿਰਚ
ਅੱਧਾ ਛੋਟਾ ਚਮਚਾ ਚਾਟ ਮਸਾਲਾ
ਇਕ ਬ੍ਰੈਡ ਸਲਾਈਸ ਕੁਚਲਿਆ ਹੋਇਆ
ਇਕ ਛੋਟਾ ਚਮਚਾ ਮੱਕੀ ਦਾ ਆਟਾ
ਲੂਣ ਤੇ ਕਾਲੀ ਮਿਰਚ ਸਵਾਦ ਅਨੁਸਾਰ
ਤੇਲ/ਘਿਉ ਤਲਣ ਦੇ ਲਈ
ਸਜਾਵਟ : ਆਲੂ ਦੇ ਚਿਪਸ/ਵੈਫਰਜ
ਕਿਸ ਨਾਲ ਪਰੋਸੀਏ : ਟੋਮੈਟੋ ਕੈਚਅੱਪ

ਢੰਗ ਤਰੀਕਾ

1. ਸਾਰੀ ਸਮੱਗਰੀ ਇਕ ਡੋਂਗੇ ਵਿਚ ਪਾ ਕੇ ਮਿਸ਼ਰਣ ਬਣਾ ਲਵੋ।

2. ਇਸ ਮਿਸ਼ਰਣ ਦੇ ਗੋਲੇ ਬਣਾਵੋ ਅਤੇ ਫੇਰ ਕਾਕਟੇਲ ਆਕਾਰ ਦੇ ਕਬਾਬ ਬਣਾ ਲਵੋ। ਦਸ ਮਿੰਟ ਲਈ ਕਿਸੇ ਠੰਢੀ ਜਗਾਹ ਵਿਚ ਰੱਖ ਦੇਵੋ।

3. ਇਕ ਵੱਡੇ ਪੈਨ ਵਿਚ ਤੇਲ ਗਰਮ ਕਰੋ ਅਤੇ ਚਿਕਨ-ਆਲੂ ਕਬਾਬ ਭੂਰੇ ਹੋ ਜਾਣ ਤੱਕ ਤਲੋ। ਕਿਚਨ ਪੇਪਰ ਨਾਲ ਵਾਧੂ ਤੇਲ ਸੋਖ ਲਵੋ।

4. ਸਾਰੇ ਕਬਾਬ ਸਨੈਕ ਪਲੇਟ ਵਿਚ ਰੱਖੋ। ਆਲੂ ਦੇ ਚਿਪਸ/ਵੈਫਰਜ ਨਾਲ ਸਜਾਕੇ ਟੋਮੈਟੋ ਕੈਚਅਪ ਨਾਲ ਪਰੋਸੋ।

ਇਹ ਚਾਰ ਵਿਅਕਤੀਆਂ ਲਈ ਕਾਫ਼ੀ ਹੁੰਦਾ ਹੈ। ਬਣਾਉਣ ਨੂੰ ਪੰਜਾਹ ਮਿੰਟ ਲੱਗ ਜਾਂਦੇ ਹਨ।

ਤੰਦੂਰੀ ਗੁਰਦਾ ਕਲੇਜੀ

ਸਮੱਗਰੀ

500 ਗ੍ਰਾਮ ਗੁਰਦਾ-ਕਲੇਜੀ ਟੁਕੜੇ
ਘਿਉ/ਤੇਲ ਚੋਪੜਨ ਦੇ ਲਈ
ਪਹਿਲਾ ਮੈਰੀਨੇਡ : ਇਕ ਵੱਡਾ ਚਮਚਾ ਅਦਰਕ-ਲਸਣ ਪੀਸਿਆ ਹੋਇਆ
ਇਕ ਚੌਥਾਈ ਛੋਟਾ ਚਮਚਾ ਪੀਸੀ ਹੋਈ ਲਾਲ ਮਿਰਚ
ਲੂਣ ਸਵਾਦ ਅਨੁਸਾਰ
ਦੂਜਾ ਮੈਰੀਨੇਡ : ਇਕ ਛੋਟਾ ਚਮਚਾ ਤੇਲ
ਇਕ ਚੌਥਾਈ ਛੋਟਾ ਚਮਚਾ ਮੇਥੀ ਦਾਨਾ (ਮੇਥੇ ਦੇ ਬੀਜ)
ਇਕ ਚੌਥਾਈ ਛੋਟਾ ਚਮਚਾ ਕਲੌਂਜੀ
ਅੱਧਾ ਛੋਟਾ ਚਮਚਾ ਸੌਂਫ
ਅੱਧਾ ਛੋਟਾ ਚਮਚਾ ਸਰ੍ਹੋਂ
ਚਾਰ ਵੱਡੇ ਚਮਚੇ ਗਾੜ੍ਹਾ ਦਹੀਂ
ਇਕ ਵੱਡਾ ਚਮਚਾ ਕਰੀਮ
ਇਕ ਚੁਟਕੀ ਖਾਣ ਵਾਲਾ ਲਾਲ ਰੰਗ
ਇਕ ਛੋਟਾ ਚਮਚਾ ਤੰਦੂਰੀ ਚਿਕਨ ਮਸਾਲਾ
ਅੱਧਾ ਛੋਟਾ ਚਮਚਾ ਮਟਨ (ਮੀਟ) ਮਸਾਲਾ
ਲੂਣ ਸਵਾਦ ਅਨੁਸਾਰ
ਸਜਾਵਟ : ਪਿਆਜ ਦੇ ਲੱਛੇ
ਕਿਸਦੇ ਨਾਲ ਪਰੋਸੀਏ : ਦਹੀਂ ਦੇ ਨਾਲ ਹਰੀ ਚਟਣੀ

ਢੰਗ ਤਰੀਕਾ

1. ਗੁਰਦਾ-ਕਲੇਜੀ ਦੇ ਟੁਕੜੇ (ਪੀਸ) ਧੋ ਕੇ ਸੁਕਾ ਲਵੋ, ਇਕ ਡੋਂਗੇ ਵਿਚ ਪਾ ਲਵੋ। ਪਹਿਲਾ ਮੈਰੀਨੇਡ ਮਲਕੇ 10-15 ਮਿੰਟ ਪਾਸੇ ਰੱਖੋ।

2. ਇਕ ਨਾਨ-ਸਟਿਕ ਪੈਨ ਵਿਚ ਤੇਲ ਗਰਮ ਕਰੋ, ਪਿਆਜ, ਸੌਂਫ ਤੇ ਸਰ੍ਹੋਂ ਪਾ ਦੇਵੋ, ਰੰਗ ਬਦਲਣ ਤੱਕ ਭੁੰਨੋ, ਸੇਕ ਤੋਂ ਉਤਾਰਕੇ ਠੰਢਾ ਹੋਣ ਦੇਵੋ। ਫੇਰ ਲਗਾਤਾਰ ਹਿਲਾਉਂਦੇ ਹੋਏ ਦਹੀਂ, ਕਰੀਮ, ਰੰਗ, ਤੰਦੂਰੀ ਚਿਕਨ ਮਸਾਲਾ, ਮੀਟ ਮਸਾਲਾ ਅਤੇ ਲੂਣ ਮਿਲਾਵੋ।

3. ਚੰਗੀ ਤਰ੍ਹਾਂ ਮਿਲਾਕੇ ਗੁਰਦਾ ਕਲੇਜੀ ਦੇ ਟੁਕੜਿਆਂ ਤੇ ਪਾ ਦੇਵੋ। ਦੂਜੇ ਮੈਰੀਨੇਡ ਨੂੰ ਮਲਕੇ ਅੱਧਾ ਘੰਟਾ ਪਾਸੇ ਰੱਖੋ। ਫੇਰ ਤੇਲ ਘਿਉ ਨਾਲ ਚੋਪੜਕੇ ਭੂਰਾ ਅਤੇ ਨਰਮ ਹੋਣ ਤੱਕ ਪਕਾਵੋ। ਇਹਨਾਂ ਟੁਕੜਿਆਂ ਨੂੰ ਬੰਬੂ (ਬਾਂਸ) ਜਾਂ ਲੋਹੇ ਦੇ ਸਕੀਵਰਜ ਵਿਚ ਪਰੋਕੇ ਗਰਮ ਗਰਿੱਲ ਵਿਚ 10-15 ਮਿੰਟ ਤੱਕ ਹੀ ਗਰਿੱਲ ਕਰਨਾ ਹੈ।

4. ਸਕੀਵਰਜ ਵਿਚੋਂ ਲਾਹ ਕੇ ਪਲੇਟ ਵਿਚ ਰੱਖੋ, ਪਿਆਜ ਦੇ ਲੱਛਿਆਂ ਨਾਲ ਸਜਾਕੇ ਹਰੀ ਚਟਣੀ ਦੇ ਨਾਲ ਪਰੋਸੋ। ਇਹ ਗੁਰਦਾ-ਕਲੇਜੀ ਚਾਰ ਵਿਅਕਤੀਆਂ ਲਈ ਕਾਫੀ ਹੁੰਦਾ ਹੈ। ਇਸਨੂੰ ਬਣਾਉਣ ਵਿਚ ਡੇਢ ਘੰਟਾ ਲੱਗ ਜਾਂਦਾ ਹੈ।

ਹਰਿਆਲੀ ਬੋਟੀ ਕਬਾਬ

ਸਮੱਗਰੀ

400 ਗ੍ਰਾਮ ਬੋਨਲੈਸ ਮਟਨ ਦਰਮਿਆਨੇ ਆਕਾਰ ਦੇ ਟੁਕੜੇ
ਘਿਉ/ਤੇਲ ਲਗਾਉਣ ਦੇ ਲਈ

ਪਹਿਲਾ ਮੈਰੀਨੇਡ :
ਇਕ ਵੱਡਾ ਚਮਚਾ ਨਿੰਬੂ ਦਾ ਰਸ
ਇਕ ਵੱਡਾ ਚਮਚਾ ਪੀਸਿਆ ਹੋਇਆ ਅਦਰਕ-ਲਸਣ
ਦੋ ਵੱਡੇ ਚਮਚੇ ਪੀਸਿਆ ਹੋਇਆ ਪਪੀਤਾ
ਇਕ ਚੌਥਾਈ ਛੋਟਾ ਚਮਚਾ ਪੀਸੀ ਹੋਈ ਲਾਲ ਮਿਰਚ
ਲੂਣ ਸਵਾਦ ਅਨੁਸਾਰ

ਦੂਜਾ ਮੈਰੀਨੇਡ (ਪੇਸਟ ਦੇ ਲਈ) :
ਦੋ ਵੱਡੇ ਚਮਚੇ ਕੱਟਿਆ ਹੋਇਆ ਹਰਾ ਧਨੀਆ
ਦੋ ਵੱਡੇ ਚਮਚੇ ਮੇਥੀ
ਇਕ ਵੱਡਾ ਚਮਚਾ ਤਾਜਾ ਪੁਦੀਨਾ ਕੱਟਿਆ ਹੋਇਆ
ਦੋ ਹਰੀ ਮਿਰਚ ਕੱਟੀ ਹੋਈ
ਅੱਧਾ ਕੱਪ ਗਾੜ੍ਹਾ ਦਹੀਂ
ਇਕ ਚੌਥਾਈ ਕੱਪ ਕਰੀਮ
ਲੂਣ ਤੇ ਚਾਟ ਮਸਾਲਾ ਸਵਾਦ ਅਨੁਸਾਰ
ਇਕ ਛੋਟਾ ਚਮਚਾ ਮੱਕੀ ਦਾ ਆਟਾ

ਸਜਾਵਟ : ਸਿਰਕਾ ਪਿਆਜ

ਕਿਸ ਨਾਲ ਪਰੋਸੀਏ : ਧਨੀਆ-ਪੁਦੀਨਾ ਚਟਣੀ

ਢੰਗ ਤਰੀਕਾ

1. ਮਟਨ (ਮੀਟ) ਦੇ ਟੁਕੜੇ ਧੋਵੋ ਤੇ ਕੱਪੜੇ ਨਾਲ ਸੁਕਾ ਕੇ ਡੋਂਗੇ ਵਿਚ ਰੱਖ ਲਵੋ। ਪਹਿਲਾ ਮੈਰੀਨੇਡ ਲਾ ਕੇ 25-30 ਮਿੰਟ ਪਾਸੇ ਰੱਖ ਦੇਵੋ।

2. ਦੂਜੇ ਮੈਰੀਨੇਡ ਦੀ ਸਮੱਗਰੀ ਪੀਸ ਲਵੋ, ਮਟਨ ਤੇ ਲਗਾਕੇ, ਇਕ ਘੰਟੇ ਤੱਕ ਕਿਸੇ ਠੰਢੀ ਥਾ ਤੇ ਰੱਖੋ।

3. ਮਟਨ ਦੇ ਟੁਕੜੇ ਕਿਸੇ ਆਇਤਾਕਾਰ ਪਲੇਟ ਵਿਚ ਰੱਖੋ ਜਾਂ ਸਕੀਵਰਜ ਵਿਚ ਪਰੋ ਲਵੋ। ਉਹਨਾਂ ਤੇ ਘਿਉ ਜਾਂ ਤੇਲ ਲਾ ਕੇ ਭੂਰਾ ਜਿਹਾ ਹੋਣ ਤੱਕ ਭੁੰਨ ਲਵੋ।

4. ਇਕ ਟਰੇਅ ਵਿਚ ਕੱਢ ਲਵੋ, ਸਿਰਕੇ ਵਾਲੇ ਪਿਆਜ ਨਾਲ ਸਜਾਕੇ, ਧਨੀਆ-ਪੁਦੀਨਾ ਦੀ ਚਟਣੀ ਨਾਲ ਪਰੋਸੋ।

ਇਹ ਬੋਟੀ ਕਬਾਬ ਚਾਰ ਵਿਅਕਤੀਆਂ ਲਈ ਕਾਫ਼ੀ ਹੁੰਦਾ ਹੈ। ਇਸਨੂੰ ਬਣਾਉਣ ਵਿਚ ਦੋ ਘੰਟੇ ਦਾ ਸਮਾਂ ਲੱਗ ਜਾਂਦਾ ਹੈ।

ਪ੍ਰੌਨ ਕਬਾਬ

ਸਮੱਗਰੀ

250 ਗ੍ਰਾਮ ਪ੍ਰੌਨ, ਡੀ-ਵੈਂਡ ਅਤੇ ਪੂਛ ਤੋਂ ਬਿਨਾਂ
ਇਕ ਵੱਡਾ ਚਮਚਾ ਸਿਰਕਾ
ਛਿੜਕਣ/ਭੁੱਕਣ ਦੇ ਲਈ ਲੂਣ ਤੇ ਕਾਲੀ ਮਿਰਚ ਸਵਾਦ ਅਨੁਸਾਰ
ਅੱਧਾ ਕੱਪ ਪਿਆਜ ਬਾਰੀਕ ਕੱਟੇ ਹੋਏ
ਅੱਧਾ ਕੱਪ ਮੱਕੀ ਦੇ ਦਾਣੇ ਉਬਾਲੇ ਤੇ ਦਰੜੇ ਹੋਏ
ਦੋ ਵੱਡੇ ਚਮਚੇ ਹਰੇ ਧਨੀਏ ਦੇ ਪੱਤੇ ਬਾਰੀਕ ਕੱਟੇ ਹੋਏ
ਦੋ ਹਰੀ ਮਿਰਚ ਬਾਰੀਕ ਕੱਟੀ ਹੋਈ
ਅੱਧਾ ਛੋਟਾ ਚਮਚਾ ਕਾਲੀ ਮਿਰਚ ਦਰੜੀ ਹੋਈ
ਦੋ ਵੱਡੇ ਚਮਚੇ ਮੱਕੀ ਦਾ ਆਟਾ
ਅੱਧਾ ਛੋਟਾ ਚਮਚਾ ਮੋਟੀ ਕੁੱਟੀ ਹੋਈ ਲਾਲ ਮਿਰਚ
ਅੱਧਾ ਛੋਟਾ ਚਮਚਾ ਸੁੱਕੇ ਮਿਕਸ ਹਰਬ
ਲੂਣ ਸਵਾਦ ਅਨੁਸਾਰ
ਸਜਾਵਟ : ਪਿਆਜ ਤੇ ਟਮਾਟਰ ਦੇ ਲੱਛੇ
ਕਿਸ ਨਾਲ ਪਰੋਸੀਏ : ਦਹੀਂ ਤੇ ਧਨੀਏ ਦੀ ਚਟਣੀ

ਢੰਗ ਤਰੀਕਾ

1. ਸਾਰੇ ਪ੍ਰੌਨ ਧੋ ਲਵੋ। ਸਿਰਕਾ, ਕਾਲੀ ਮਿਰਚ ਅਤੇ ਲੂਣ ਭੁੱਕ ਦੇਵੋ ਅਤੇ ਭਾਫ਼ ਵਿਚ ਪਕਾ ਕੇ ਕੀਮਾ ਬਣਾ ਲਵੋ ਜਾਂ ਬਰੀਕ ਕਤਰਕੇ ਡੋਂਗੇ ਵਿਚ ਪਾ ਲਵੋ।

2. ਡੋਂਗੇ ਵਿਚ ਮੱਕੀ ਦੇ ਆਟੇ ਅਤੇ ਪਿਆਜ ਦੇ ਨਾਲ ਬਾਕੀ ਸਮੱਗਰੀ ਵੀ ਪਾ ਦੇਵੋ। ਸਾਰਾ ਕੁਝ ਮਿਲਾਕੇ ਥੋੜ੍ਹਾ ਸਖਤ ਮਿਸ਼ਰਣ ਬਣਾ ਲਵੋ।

3. ਛੋਟੇ ਗੋਲ ਕਬਾਬ ਬਣਾਉ। ਇਕ ਨਾਨ-ਸਟਿਕ ਪੈਨ ਵਿਚ ਭੂਰੇ ਹੋਣ ਤੱਕ ਤਲੋ। ਫੇਰ ਕਿਚਨ ਪੇਪਰ ਤੇ ਰੱਖਕੇ ਵਾਧੂ ਤੇਲ ਸੋਖ ਲਵੋ।

4. ਸਾਰੇ ਪ੍ਰੌਨ ਕਬਾਬ ਸਨੈਕਸ ਟਰੇ ਵਿਚ ਰੱਖੋ। ਪਿਆਜ ਤੇ ਟਮਾਟਰ ਦੇ ਲੱਛਿਆਂ ਨਾਲ ਸਜਾਕੇ ਦਹੀਂ-ਧਨੀਏ ਦੀ ਚਟਣੀ ਨਾਲ ਸਰਵ ਕਰੋ।

ਇਹ ਪ੍ਰੌਨ ਕਬਾਬ ਚਾਰ ਵਿਅਕਤੀਆਂ ਲਈ ਕਾਫ਼ੀ ਹੁੰਦਾ ਹੈ। ਇਸਨੂੰ ਬਣਾਉਣ ਵਿਚ ਪੰਜਾਹ ਮਿੰਟ ਦਾ ਸਮਾਂ ਲੱਗਦਾ ਹੈ।

ਕਸ਼ਮੀਰੀ ਚਿਕਨ ਕਬਾਬ

ਸਮੱਗਰੀ

350 ਗ੍ਰਾਮ ਚਿਕਨ ਕੀਮਾ
ਇਕ ਛੋਟਾ ਚਮਚਾ ਅਦਰਕ ਕੱਦੂਕਸ ਕੀਤਾ ਹੋਇਆ
ਇਕ ਛੋਟਾ ਚਮਚਾ ਲਸਣ ਕੱਦੂਕਸ ਕੀਤਾ ਹੋਇਆ
ਇਕ ਚੁਟਕੀ ਪੀਸੀ ਹੋਈ ਦਾਲਚੀਨੀ
ਅੱਧਾ ਛੋਟਾ ਚਮਚਾ ਬਰਿਆਣੀ ਮਸਾਲਾ
ਦੋ ਹਰੀਆਂ ਮਿਰਚਾਂ ਬਾਰੀਕ ਕੱਟੀਆਂ ਹੋਈਆਂ
ਇਕ ਚੌਥਾਈ ਕੱਪ ਪਿਆਜ ਬਾਰੀਕ ਕੱਟਿਆ ਹੋਇਆ
ਇਕ ਵੱਡਾ ਚਮਚਾ ਹਰਾ ਧਨੀਆ ਬਾਰੀਕ ਕੱਟਿਆ ਹੋਇਆ
ਇਕ ਚੌਥਾਈ ਕੱਪ ਦੁੱਧ
ਮਸਾਲੇ : ਲੂਣ ਤੇ ਕਾਲੀ ਮਿਰਚ ਸਵਾਦ ਅਨੁਸਾਰ
ਇਕ ਚੌਥਾਈ ਛੋਟਾ ਚਮਚਾ ਲਾਲ ਮਿਰਚ ਪੀਸੀ ਹੋਈ
ਇਕ ਚੌਥਾਈ ਛੋਟਾ ਚਮਚਾ ਪੀਸਿਆ ਹੋਇਆ ਜੀਰਾ
ਅੱਧਾ ਵੱਡਾ ਚਮਚਾ ਗਰਮ ਮਸਾਲਾ
ਦੋ ਵੱਡੇ ਚਮਚੇ ਭੁੰਨੇ ਪੀਸੇ ਹੋਏ ਛੋਲੇ
ਇਕ ਅੰਡੇ ਦੀ ਸਫ਼ੈਦੀ ਫੈਂਟੀ ਹੋਈ
ਮੱਕੀ ਦਾ ਆਟਾ
ਤੇਲ ਡੀਪ ਫਰਾਈ ਦੇ ਲਈ
ਸਜਾਵਟ : ਨਿੰਬੂ ਦੇ ਟੁਕੜੇ ਤੇ ਟਮਾਟਰਾਂ ਦੇ ਛੱਲੇ
ਕਿਸ ਨਾਲ ਪਰੋਸੀਏ : ਧਨੀਏ ਦੀ ਚਟਣੀ

ਢੰਗ ਤਰੀਕਾ

1. ਚਿਕਨ ਕੀਮਾ ਤੇ ਬਾਕੀ ਸਮੱਗਰੀ ਇਕ ਸਾਸਪੈਨ ਵਿਚ ਪਾ ਕੇ ਦਰਮਿਆਨੇ ਸੇਕ ਤੇ ਪਕਾਵੋ ਤਾਂ ਕਿ ਚਿਕਨ ਨਰਮ ਹੋ ਜਾਵੇ। ਮਿਸ਼ਰਣ ਸੁੱਕ ਜਾਵੇ ਤਾਂ ਮਸਾਲੇ ਪਾ ਦੇਵੋ।

2. ਚੰਗੀ ਤਰ੍ਹਾਂ ਮਿਲਾਕੇ ਠੰਢਾ ਹੋਣ ਦੇਵੋ, ਇਸਨੂੰ ਬਾਰੀਕ ਪੀਸ ਲਵੋ। ਮਿਸ਼ਰਣ ਦੇ ਅੰਡੇ ਵਰਗੇ ਕਬਾਬ ਬਣਾਵੋ। ਅੰਡੇ ਦੇ ਘੋਲ ਵਿਚ ਲਪੇਟਕੇ ਉਪਰ ਦੀ ਮੱਕੀ ਦਾ ਆਟਾ ਲਪੇਟ ਕੇ ਕਿਸੇ ਠੰਢੀ ਥਾਂ ਤੇ ਰੱਖੋ।

3. ਇਕ ਕੜਾਹੀ ਵਿਚ ਤੇਲ ਗਰਮ ਕਰੋ ਤੇ ਕਸ਼ਮੀਰੀ ਚਿਕਨ ਕਬਾਬਾਂ ਨੂੰ ਭੂਰਾ ਜਿਹਾ ਹੋਣ ਤੱਕ ਡੀਪ ਫਰਾਈ ਕਰੋ। ਕਿਚਨ ਪੇਪਰ ਨਾਲ ਵਾਧੂ ਤੇਲ ਸੋਖ ਲਵੋ।

4. ਕਬਾਬ ਇਕ ਟਰੇਅ ਵਿਚ ਰੱਖੋ। ਨਿੰਬੂ ਦੇ ਟੁਕੜਿਆਂ ਅਤੇ ਟਮਾਟਰ ਦੇ ਛੱਲਿਆਂ ਨਾਲ ਸਜਾਕੇ ਧਨੀਏ ਦੀ ਚਟਣੀ ਨਾਲ ਪਰੋਸੋ।

ਇਹ ਚਾਰ ਵਿਅਕਤੀਆਂ ਲਈ ਕਾਫ਼ੀ ਹੁੰਦਾ ਹੈ। ਬਣਾਉਣ ਵਿਚ ਪੰਜਾਹ ਮਿੰਟ ਲੱਗਦੇ ਹਨ।

ਫਿਸ਼ ਸੀਖ ਕਬਾਬ

ਸਮੱਗਰੀ

350 ਗ੍ਰਾਮ ਬੋਨਲੈਸ ਫਿਸ਼ (ਮੱਛੀ) ਕੀਮਾ ਭਾਫ ਵਿਚ ਪਕਾ ਕੇ ਕੁਚਲਿਆ ਹੋਇਆ

ਪੌਣਾ ਕੱਪ ਆਲੂ, ਉਬਲੇ ਤੇ ਮਸਲੇ ਹੋਏ

ਅੱਧਾ ਕੱਪ ਪਿਆਜ ਬਾਰੀਕ ਕੱਟਿਆ ਹੋਇਆ

ਇਕ ਚੌਥਾਈ ਕੱਪ ਗਾਜਰ ਬਾਰੀਕ ਕੱਦੂਕਸ ਕੀਤੀ ਹੋਈ

ਦੋ-ਤਿੰਨ ਹਰੀ ਮਿਰਚ ਬਾਰੀਕ ਕੱਟੀ ਹੋਈ

ਦੋ ਵੱਡੇ ਚਮਚੇ ਹਰਾ ਧਨੀਆ ਦੇ ਪੱਤੇ ਬਾਰੀਕ ਕੱਟੇ ਹੋਏ

ਇਕ ਚੌਥਾਈ ਕੱਪ ਸੁੱਕੀ ਬ੍ਰੈਡ ਦਾ ਚੂਰਾ

ਇਕ ਚੌਥਾਈ ਕੱਪ ਭੁੰਨੇ ਪੀਸੇ ਹੋਏ ਛੋਲੇ

ਇਕ ਛੋਟਾ ਚਮਚਾ ਲਸਣ ਕੱਦੂਕਸ ਕੀਤਾ ਹੋਇਆ

ਇਕ ਅੰਡੇ ਦੀ ਜਰਦੀ

ਮਸਾਲੇ : ਅੱਧਾ ਛੋਟਾ ਚਮਚਾ ਪੀਸੀ ਹੋਈ ਲਾਲ ਮਿਰਚ

ਅੱਧਾ ਛੋਟਾ ਚਮਚਾ ਪੀਸਿਆ ਹੋਇਆ ਜੀਰਾ

ਅੱਧਾ ਛੋਟਾ ਚਮਚਾ ਗਰਮ ਮਸਾਲਾ, ਲੂਣ ਤੇ ਕਾਲੀ ਮਿਰਚ ਸਵਾਦ ਅਨੁਸਾਰ

ਤੇਲ/ਘਿਓ ਚੋਪੜਨ ਲਈ

ਸਜਾਵਟ : ਕਤਰੀ ਪੱਤ ਗੋਭੀ ਅਤੇ ਪਿਆਜ ਦੇ ਲੱਛੇ

ਕਿਸ ਨਾਲ ਪਰੋਸੀਏ : ਚਟਣੀ ਜਾਂ ਸਾਸ

ਢੰਗ ਤਰੀਕਾ

1. ਫਿਸ਼ ਕੀਮਾ ਇਕ ਡੋਂਗੇ ਵਿਚ ਕੱਢ ਲਵੋ। ਇਸ ਵਿਚ ਆਲੂ, ਪਿਆਜ, ਗਾਜਰ, ਹਰੀ ਮਿਰਚ, ਧਨੀਆ ਦੇ ਪੱਤੇ, ਸੁੱਕੀ ਬ੍ਰੈਡ ਦਾ ਚੂਰਾ, ਭੁੰਨੇ ਪੀਸੇ ਹੋਏ ਛੋਲੇ, ਲਸਣ ਤੇ ਅੰਡੇ ਦੀ ਜਰਦੀ ਪਾ ਕੇ ਚੰਗੀ ਤਰ੍ਹਾਂ ਮਿਲਾਵੋ। ਫੇਰ ਸਾਰੇ ਮਸਾਲੇ ਪਾ ਕੇ ਮਿਸ਼ਰਣ ਨੂੰ ਗੁੰਨ੍ਹ ਲਵੋ।

2. ਮਿਸ਼ਰਣ ਦੇ ਗੋਲੇ ਬਣਾਵੋ ਅਤੇ ਤੇਲ ਯੁਕਤ ਸਕੀਵ ਰਜ ਵਿਚ ਲਾਕੇ 3 ਇੰਚ ਦੇ ਸੀਖ ਕਬਾਬ ਬਣਾਵੋ। 15 ਮਿੰਟ ਫਰਿਜ਼ ਵਿਚ ਰੱਖੋ।

3. ਗਰਿੱਲ ਗਰਮ ਕਰੋ ਅਤੇ ਸਕੀਵਰਜ ਉਸ ਵਿਚ ਰੱਖੋ। ਦੋਵੇਂ ਪਾਸੀਂ ਭੂਰਾ ਜਿਹਾ ਹੋ ਜਾਣ ਤੱਕ ਗਰਿੱਲ ਕਰੋ। ਘਿਓ ਤੇਲ ਲਾਉਂਦੇ ਰਹੋ।

4. ਸੀਖ ਕਬਾਬ ਸਕੀਵਰਜ ਤੋਂ ਲਾਹਕੇ ਅੱਧੇ-ਅੱਧੇ ਕੱਟ ਲਵੋ। ਇਕ ਟਰੇਅ ਵਿਚ ਰੱਖੋ। ਕਤਰੀ ਪੱਤ ਗੋਭੀ ਤੇ ਪਿਆਜ ਦੇ ਲੱਛਿਆਂ ਨਾਲ ਸਜਾ ਕੇ ਚਟਣੀ ਜਾਂ ਸੱਸ ਨਾਲ ਪਰੋਸੋ।

ਇਹ ਚਾਰ ਵਿਅਕਤੀਆਂ ਲਈ ਕਾਫ਼ੀ ਹੁੰਦਾ ਹੈ। ਇਸਨੂੰ ਬਣਾਉਣ ਵਿਚ ਇਕ ਘੰਟਾ ਦਸ ਮਿੰਟ ਦਾ ਸਮਾਂ ਲੱਗਦਾ ਹੈ।

ਚਿਕਨ ਸਿਆਮੀ ਕਬਾਬ

ਸਮੱਗਰੀ

250 ਗ੍ਰਾਮ ਚਿਕਨ ਕੀਮਾ
ਇਕ ਤਿਹਾਈ ਕੱਪ ਦਾਲ ਚਨਾ, ਪਾਣੀ ਵਿੱਚ ਭਿਉਂਤੀ ਹੋਈ
ਦੋ ਵੱਡੇ ਚਮਚੇ ਪਿਆਜ ਬਾਰੀਕ ਕੱਟਿਆ ਹੋਇਆ
ਇਕ ਇੰਚ ਅਦਰਕ ਦਾ ਟੁਕੜਾ ਕੱਦੂਕਸ਼ ਕੀਤਾ ਹੋਇਆ
ਇਕ ਛੋਟਾ ਚਮਚਾ ਲਸਣ ਕੱਦੂਕਸ਼ ਕੀਤਾ ਹੋਇਆ
ਦੋ ਹਰੀ ਮਿਰਚ ਕੱਟੀ ਹੋਈ ਬਾਰੀਕ
ਅੱਧਾ ਛੋਟਾ ਚਮਚਾ ਕਾਲੀ ਮਿਰਚ ਦਰੜੀ ਹੋਈ
3-4 ਕਲੀਆਂ ਲਸਣ ਕੁੱਟਿਆ ਹੋਇਆ
ਇਕ ਸੁੱਕੀ ਲਾਲ ਮਿਰਚ ਕੁੱਟੀ ਹੋਈ
1-2 ਹਰੀ ਛੋਟੀ ਇਲਾਇਚੀ ਕੁੱਟੀ ਹੋਈ
1 ਛੋਟਾ ਟੁਕੜਾ ਦਾਲਚੀਨੀ ਦਰੜੀ ਹੋਈ
ਲੂਣ ਸਵਾਦ ਅਨੁਸਾਰ
ਅੱਧਾ ਕੱਪ ਪਾਣੀ
ਇਕ ਵੱਡਾ ਚਮਚਾ ਨਿੰਬੂ ਦਾ ਰਸ
ਇਕ ਅੰਡੇ ਦੀ ਜਰਦੀ
ਇਕ ਚੌਥਾਈ ਕੱਪ ਸੁੱਕੀ ਬ੍ਰੈਡ ਦਾ ਚੂਰਾ

ਇਕ ਵੱਡਾ ਚਮਚਾ ਹਰਾ ਧਨੀਆ ਕੱਟਿਆ ਹੋਇਆ

ਲੂਣ ਤੇ ਚਾਟ ਮਸਾਲਾ ਸਵਾਦ ਅਨੁਸਾਰ

ਅੱਧਾ ਛੋਟਾ ਚਮਚਾ ਚਿਕਨ ਮਸਾਲਾ

ਇਕ ਚੌਥਾਈ ਛੋਟਾ ਚਮਚਾ ਕਿਚਨ ਕਿੰਗ ਮਸਾਲਾ

ਇਕ ਵੱਡਾ ਚਮਚਾ ਮੱਕੀ ਦਾ ਆਟਾ

ਡੀਪ ਫਰਾਈ ਦੇ ਲਈ ਤੇਲ

ਸਜਾਵਟ : ਪਿਆਜ ਦੇ ਛੱਲੇ

ਕਿਸ ਨਾਲ ਪਰੋਸੀਏ : ਟੋਮੈਟੋ ਸਾਸ ਤੇ ਸਿਰਕਾ ਪਿਆਜ

ਢੰਗ ਤਰੀਕਾ

1. ਚਿਕਨ ਕੀਮਾ ਨੂੰ, ਦਾਲ ਚਨਾ, ਪਿਆਜ, ਅਦਰਕ, ਲਸਣ, ਹਰੀ ਮਿਰਚ, ਲੌਂਗ, ਲਾਲ ਮਿਰਚ, ਇਲਾਇਚੀ, ਦਾਲਚੀਨੀ, ਲੂਣ, ਨਿੰਬੂ ਦਾ ਰਸ, ਪਾਣੀ ਦੇ ਨਾਲ ਪਕਾ ਲਵੋ। ਫਾਲਤੂ ਨਮੀ ਸੁੱਕ ਜਾਣ ਤੇ ਸੇਕ ਤੋਂ ਲਾਹ ਕੇ ਠੰਢਾ ਕਰੋ।

2. ਇਸ ਵਿਚ ਅੰਡੇ ਦੀ ਜਰਦੀ, ਬ੍ਰੈਡ ਦਾ ਚੂਰਾ, ਧਨੀਆ ਦੇ ਪੱਤੇ, ਲੂਣ, ਚਾਟ ਮਸਾਲਾ, ਚਿਕਨ ਮਸਾਲਾ, ਕਿਚਨ ਕਿੰਗ ਮਸਾਲਾ, ਮੱਕੀ ਦਾ ਆਟਾ ਮਿਲਾਕੇ ਮਿਸ਼ਰਣ ਨੂੰ ਗੁੰਨ੍ਹ ਲਵੋ।

3. ਇਸਦੇ ਛੋਟੇ ਛੋਟੇ ਬਾਲ (ਗੋਲੇ) ਬਣਾਵੋ, ਤੇਲ ਵਿਚ ਡੀਪ ਫਰਾਈ ਕਰੋ। ਭੂਰੇ ਹੋ ਜਾਣ ਤੇ ਕੱਢ ਲਵੋ। ਕਿਚਨ ਪੇਪਰ ਤੇ ਫਾਲਤੂ ਤੇਲ ਸੋਖ ਦੇਵੋ।

4. ਸਿਆਮੀ ਕਬਾਬ ਇਕ ਪਲੇਟ ਵਿਚ ਰੱਖੋ, ਪਿਆਜ ਦੇ ਛੱਲਿਆਂ ਨਾਲ ਸਜਾਕੇ ਟੋਮੈਟੋ ਸੱਸ ਅਤੇ ਸਿਰਕਾ ਪਿਆਜ ਨਾਲ ਗਰਮ ਹੀ ਪਰੋਸੋ।

ਇਹ ਚਾਰ ਵਿਅਕਤੀਆਂ ਲਈ ਕਾਫ਼ੀ ਹੁੰਦਾ ਹੈ। ਬਣਾਉਣ ਵਿਚ ਪੰਜਾਹ ਮਿੰਟ ਲੱਗ ਜਾਂਦੇ ਹਨ।

ਸ਼ੀਕਮਪੁਰੀ ਚਿਕਨ ਕਬਾਬ

ਸਮੱਗਰੀ

350 ਗ੍ਰਾਮ ਚਿਕਨ ਕੀਮਾ
ਇਕ ਪਿਆਜ ਬਾਰੀਕ ਕੱਟਿਆ ਹੋਇਆ
4-5 ਕਲੀਆਂ ਲਸਣ ਕੁੱਟੀਆਂ ਹੋਈਆਂ
ਇਕ ਇੰਚ ਅਦਰਕ ਕੱਦੂਕਸ ਕੀਤਾ ਹੋਇਆ
ਦੋ ਹਰੀ ਮਿਰਚ ਕੱਟੀ ਹੋਈ ਬਾਰੀਕ
ਇਕ ਵੱਡਾ ਚਮਚਾ ਹਰੇ ਧਨੀਏ ਦੇ ਪੱਤੇ ਕੱਟੇ ਹੋਏ
4-5 ਬਾਦਾਮ ਦਰੜੇ ਹੋਏ
ਇਕ ਛੋਟਾ ਚਮਚਾ ਪੀਸੇ ਹੋਏ ਮਗਜ਼
ਅੱਧਾ ਛੋਟਾ ਚਮਚਾ ਬਰਿਆਣੀ ਮਸਾਲਾ
ਅੱਧਾ ਛੋਟਾ ਚਮਚਾ ਪੀਸਿਆ ਹੋਇਆ ਜੀਰਾ
ਦੋ ਛੋਟੇ ਚਮਚੇ ਬੇਸਣ
ਦੋ ਵੱਡੇ ਚਮਚੇ ਤਾਜਾ ਨਾਰੀਅਲ ਕੱਦੂਕਸ਼ ਕੀਤਾ ਹੋਇਆ
ਪੁਦੀਨੇ ਦੇ ਪੱਤੇ ਕੁੱਟੇ ਹੋਏ ਥੋੜੇ ਜਿਹੇ
ਲੂਣ ਤੇ ਕਾਲੀ ਮਿਰਚ ਸਵਾਦ ਅਨੁਸਾਰ
ਇਕ ਕੱਪ ਸੁੱਕੀ ਬ੍ਰੈਡ ਦਾ ਚੂਰਾ
ਤੇਲ/ਘਿਉ ਡੀਪ ਫਰਾਈ ਦੇ ਲਈ
ਸਜਾਵਟ : ਕੱਦੂਕਸ਼ ਕੀਤੀ ਹੋਈ ਮੂਲੀ
ਕਿਸ ਨਾਲ ਪਰੋਸੀਏ : ਧਨੀਆ ਜਾਂ ਟਮਾਟਰ ਚਟਣੀ

ਢੰਗ ਤਰੀਕਾ

1. ਸੱਸਪੈਨ ਵਿਚ ਇਕ ਚਮਚਾ ਤੇਲ ਗਰਮ ਕਰੋ। ਲਗਾਤਾਰ ਹਿਲਾਉਂਦੇ ਹੋਏ ਪਿਆਜ, ਲਸਣ ਤੇ ਅਦਰਕ ਭੁੰਨੋ। ਫੇਰ ਚਿਕਨ ਕੀਮਾ, ਹਰੀ ਮਿਰਚ, ਧਨੀਆ ਦੇ ਪੱਤੇ ਅਤੇ ਬਾਕੀ ਸਮੱਗਰੀ ਮਿਲਾ ਦੇਵੋ।

2. ਦਰਮਿਆਨੇ ਸੇਕ ਤੇ ਚਿਕਨ ਨੂੰ ਨਰਮ ਹੋਣ ਅਤੇ ਫਾਲਤੂ ਨਮੀ ਸੁੱਕਣ ਤੱਕ ਪਕਾਵੋ। ਸੇਕ ਤੋਂ ਲਾਹਕੇ ਡੋਂਗੇ ਵਿਚ ਪਾ ਲਵੋ, ਠੰਢਾ ਹੋਣ ਦੇਵੋ।

3. ਮਿਸ਼ਰਣ ਤੋਂ ਚਪਟੇ ਕਟਲੇਟ ਬਣਾਕੇ, ਬ੍ਰੈਡ ਦੇ ਚੂਰੇ ਵਿਚ ਲਪੇਟੋ। ਪਹਿਲਾਂ ਹੀ ਗਰਮ ਤੇਲ ਵਿਚ ਦੋਵਾਂ ਪਾਸਿਆਂ ਤੋਂ ਭੂਰੇ ਜਿਹੇ ਹੋਣ ਤੱਕ ਡੀਪ ਫਰਾਈ ਕਰੋ। ਕਿਚਨ ਪੇਪਰ ਤੇ ਫਾਲਤੂ ਤੇਲ ਸੋਕ ਲਵੋ।

4. ਕਬਾਬ ਨੂੰ ਇਕ ਸਰਵਿੰਗ ਪਲੇਟ/ਡਿਸ਼ ਵਿਚ ਰੱਖੋ, ਕੱਦੂਕਸ਼ ਕੀਤੀ ਹੋਈ ਮੂਲੀ ਨਾਲ ਸਜਾਕੇ ਧਨੀਏ ਜਾਂ ਟਮਾਟਰ ਦੀ ਚਟਣੀ ਨਾਲ ਸਰਵ ਕਰੋ।

ਇਹ ਚਾਰ ਵਿਅਕਤੀਆਂ ਲਈ ਕਾਫ਼ੀ ਹੁੰਦਾ ਹੈ। ਬਣਾਉਣ ਵਿਚ ਇਕ ਘੰਟਾ ਲੱਗ ਜਾਂਦਾ ਹੈ।

ਕੋਕੋਨਟ ਮਸਾਲਾ ਕਰੈਬ

ਸਮੱਗਰੀ

ਦੋ ਕੱਪ ਕਰੈਬ (ਕੇਕੜੇ) ਮੀਟ ਟੁਕੜਿਆਂ ਵਿਚ ਕੱਟਿਆ ਹੋਇਆ

ਮਲਣ ਲਈ :

ਇਕ ਵੱਡਾ ਚਮਚਾ ਨਿੰਬੂ ਦਾ ਰਸ

ਇਕ ਛੋਟਾ ਚਮਚਾ ਪੀਸਿਆ ਹੋਇਆ ਲਸਣ

ਲੂਣ ਤੇ ਕਾਲੀ ਮਿਰਚ ਸਵਾਦ ਅਨੁਸਾਰ

ਭੁੰਨੇ ਹੋਏ ਮਿਰਚ ਮਸਾਲੇ ਲਈ :

ਇਕ ਵੱਡਾ ਚਮਚਾ ਤੇਲ

ਇਕ ਕੱਪ ਨਾਰੀਅਲ (ਕੋਕੋਨਟ) ਕੱਦੂਕਸ਼ ਕੀਤਾ ਹੋਇਆ

7-8 ਸੁੱਕੀਆਂ ਕਸ਼ਮੀਰੀ ਮਿਰਚਾਂ

ਇਕ ਵੱਡਾ ਚਮਚਾ ਧਨੀਆ

ਇਕ ਵੱਡਾ ਚਮਚਾ ਕਾਲੀ ਮਿਰਚ ਦੇ ਦਾਣੇ

3-4 ਲੌਂਗ

ਥੋੜ੍ਹਾ ਪਾਣੀ

ਦੋ ਛੋਟੇ ਚਮਚੇ ਤੇਲ

ਇਕ ਕੱਪ ਪਿਆਜ ਬਾਰੀਕ ਕੱਟੇ ਹੋਏ

ਇਕ ਛੋਟਾ ਚਮਚਾ ਪੀਸਿਆ ਹੋਇਆ ਅਦਰਕ-ਲਸਣ

ਅੱਧਾ ਛੋਟਾ ਚਮਚਾ ਪੀਸੀ ਹੋਈ ਹਲਦੀ
ਚਾਰ ਵੱਡੇ ਚਮਚੇ ਇਮਲੀ ਦਾ ਗੁੱਦਾ
ਪੌਣਾ ਕੱਪ ਪਾਣੀ
ਲੂਣ ਸਵਾਦ ਅਨੁਸਾਰ
ਦੋ ਹਰੀ ਮਿਰਚ ਕੱਟੀ ਹੋਈ ਬਾਰੀਕ
ਸਜਾਵਟ : ਲੰਬੀ ਕੱਟੀ ਹੋਈ ਹਰੀ ਮਿਰਚ
ਕਿਸ ਨਾਲ ਪਰੋਸੀਏ : ਕੋਕੋਨਟ ਫਰਾਈਡ ਰਾਈਸ

ਢੰਗ ਤਰੀਕਾ

1. ਕਰੈਬ (ਕੇਕੜਾ ਮੱਛੀ) ਨੂੰ ਧੋ ਕੇ ਉਹਨਾਂ ਦਾ ਮੀਟ ਕੱਢ ਲਵੋ, ਨਿੰਬੂ ਦਾ ਰਸ, ਪੀਸਿਆ ਅਦਰਕ-ਲਸਣ, ਲੂਣ ਕਾਲੀ ਮਿਰਚ ਲਾ ਕੇ 10-15 ਮਿੰਟ ਪਾਸੇ ਰੱਖ ਦੇਵੋ।

2. ਇਕ ਪੈਨ ਵਿਚ ਤੇਲ ਗਰਮ ਕਰੋ। ਨਾਰੀਅਲ ਨੂੰ ਹਲਕਾ ਭੁੰਨਣ ਦੇ ਬਾਦ ਲਾਲ ਮਿਰਚ ਤੇ ਬਾਕੀ ਮਸਾਲੇ ਪਾ ਦੇਵੋ। ਫਿਰ ਇਸਨੂੰ ਥੋੜ੍ਹਾ ਜਿਹਾ ਪਾਣੀ ਪਾ ਕੇ ਪੀਹ ਲਵੋ।

3. ਇਕ ਕੜਾਹੀ ਵਿਚ ਤੇਲ ਗਰਮ ਕਰਕੇ ਪਿਆਜ ਭੁੰਨੋ, ਫੇਰ ਇਮਲੀ ਦਾ ਗੁੱਦਾ ਅਤੇ ਕਰੈਬ ਦੇ ਟੁਕੜੇ ਮਿਲਾ ਦੇਵੋ।

4. ਚੰਗੀ ਤਰ੍ਹਾਂ ਮਿਲਾਕੇ ਪੌਣਾ ਕੱਪ ਪਾਣੀ ਪਾਵੋ, ਢੱਕਣ ਲਾ ਕੇ ਹਲਕੇ ਸੇਕ ਤੇ 5 ਮਿੰਟ ਪੱਕਣ ਦੇਵੋ। ਫੇਰ ਭੁੰਨੇ ਮਸਾਲੇ ਦਾ ਘੋਲ, ਹਰੀ ਮਿਰਚ ਅਤੇ ਲੂਣ ਮਿਲਾ ਦੇਵੋ। ਪਾਣੀ ਸੁੱਕ ਜਾਣ ਤੇ ਮਸਾਲਾ ਪੱਕ ਜਾਣ ਤੱਕ ਪਕਾਵੋ।

5. ਸੇਕ ਤੋਂ ਲਾਹ ਕੇ ਕਟੋਰੇ ਵਿਚ ਪਾ ਲਵੋ। ਲੰਬੀਆਂ ਕੱਟੀਆਂ ਮਿਰਚਾਂ ਨਾਲ ਸਜਾਕੇ ਕੋਕੋਨਟ ਫਰਾਈਡ ਰਾਈਸ ਨਾਲ ਪਰੋਸੋ।

ਇਹ ਚਾਰ ਵਿਅਕਤੀਆਂ ਲਈ ਕਾਫ਼ੀ ਹੁੰਦਾ ਹੈ। ਇਸਨੂੰ ਬਣਾਉਣ ਵਿਚ 45 ਮਿੰਟ ਲੱਗਦੇ ਹਨ।

ਲੈਮਨੀ ਗਾਰਲਿਕ ਪ੍ਰੌਨ ਫਿਸ਼ (ਝੀਂਗਾ ਮੱਛੀ)

ਸਮੱਗਰੀ

350 ਗ੍ਰਾਮ ਵੱਡੇ ਪ੍ਰੌਨ ਡੀ. ਵੈਂਡ ਅਤੇ ਪੂਛ ਤੋਂ ਬਿਨਾਂ
ਲੂਣ ਤੇ ਕਾਲੀ ਮਿਰਚ ਸਵਾਦ ਅਨੁਸਾਰ
ਇਕ ਵੱਡਾ ਚਮਚਾ ਸਿਰਕਾ
ਮੈਰੀਨੇਡ ਦੇ ਲਈ :
ਇਕ ਵੱਡਾ ਚਮਚਾ ਤੇਲ
ਦੋ ਹਰੀ ਮਿਰਚ ਬਾਰੀਕ ਕੱਟੀ ਹੋਈ
ਦੋ ਵੱਡੇ ਚਮਚੇ ਨਿੰਬੂ ਦਾ ਰਸ
ਅੱਧਾ ਛੋਟਾ ਚਮਚਾ ਲਾਲ ਚਿੱਲੀ (ਮਿਰਚ) ਫਲੈਕ
ਇਕ ਵੱਡਾ ਚਮਚਾ ਧਨੀਆ ਕੱਟਿਆ ਹੋਇਆ
ਅੱਧਾ ਛੋਟਾ ਚਮਚਾ ਕਾਲੀ ਮਿਰਚ ਦਰੜੀ ਹੋਈ
ਲੂਣ ਸਵਾਦ ਅਨੁਸਾਰ
ਤੇਲ/ਘਿਉ ਚੋਪੜਨ ਦੇ ਲਈ
ਸਜਾਵਟ : ਬੈਂਬੂ (ਬਾਂਸ) ਸਕੀਵਰਜ਼
ਕਿਸ ਨਾਲ ਪਰੋਸੀਏ : ਸਵੀਟ ਚਿੱਲੀ ਸੱਸ

ਢੰਗ ਤਰੀਕਾ

1. ਪ੍ਰੌਨ (Prown) ਧੋ ਕੇ ਸੁਕਾ ਲਵੋ, ਲੂਣ, ਕਾਲੀ ਮਿਰਚ ਤੇ ਸਿਰਕਾ ਲਾ ਕੇ ਇਕ ਪਾਸੇ ਰੱਖ ਦੇਵੋ।
2. ਮੈਰੀਨੇਡ ਦੇ ਲਈ ਇਕ ਪੈਨ ਵਿਚ ਤੇਲ ਗਰਮ ਕਰੋ, ਹਰੀ ਮਿਰਚ, ਲਸਣ ਪਾ ਕੇ ਲਸਣ ਦਾ ਰੰਗ ਭੂਰਾ ਹੋਣ ਤੱਕ ਭੁੰਨੋ। ਫੇਰ ਨਿੰਬੂ ਦਾ ਰਸ, ਮੋਟੀ ਕੁੱਟੀ ਲਾਲ ਮਿਰਚ, ਧਨੀਆ ਦੇ ਪੱਤੇ, ਕਾਲੀ ਮਿਰਚ ਤੇ ਲੂਣ ਮਿਲਾਕੇ ਸੇਕ ਤੋਂ ਉਤਾਰ ਲਵੋ।
3. ਪ੍ਰੌਨ ਮੱਛੀ ਤੇ ਮੈਰੀਨੇਡ ਲਾ ਕੇ 20 ਮਿੰਟ ਲਈ ਕਿਸੇ ਠੰਢੀ ਥਾਂ ਤੇ ਰੱਖ ਦੇਵੋ। ਗਰਿੱਲ ਗਰਮ ਕਰੋ। ਗਰਿੱਲ ਟਰੇਅ ਵਿਚ ਫੋਇਲ (Foil) ਲਾ ਕੇ ਪ੍ਰੌਨ ਨੂੰ ਦੋਵਾਂ ਪਾਸਿਆਂ ਤੋਂ ਗਰਿੱਲ ਕਰੋ। ਵਿਚ-ਵਿਚ ਦੀ ਤੇਲ ਲਗਾਉਂਦੇ ਰਹੋ।
4. ਤੁਸੀਂ ਪ੍ਰੌਨ ਨੂੰ ਬਾਂਸ ਸਕੀਵਰਜ਼ ਵਿਚ ਪਰੋ ਸਕਦੇ ਹੋ। ਇਹਨਾਂ ਨੂੰ ਟਰੇਅ ਵਿਚ ਰੱਖਕੇ, ਸਵੀਟ ਚਿੱਲੀ ਸੱਸ ਦੇ ਨਾਲ ਗਰਮ-ਗਰਮ ਪਰੋਸੋ।

ਇਹ ਚਾਰ ਵਿਅਕਤੀਆਂ ਲਈ ਕਾਫ਼ੀ ਹੁੰਦਾ ਹੈ। ਇਸਨੂੰ ਬਣਾਉਣ ਵਿਚ ਇਕ ਘੰਟਾ ਲੱਗ ਜਾਂਦਾ ਹੈ।

ਮਟਨ ਕੀਮਾ ਭਰਵੇਂ ਆਲੂ ਟਿੱਕੀ

ਸਮੱਗਰੀ

500 ਗ੍ਰਾਮ ਆਲੂ ਉਬਲੇ ਹੋਏ ਅਤੇ ਮਸਲੇ ਹੋਏ
ਦੋ ਵੱਡੇ ਚਮਚੇ ਚੀਜ਼ (Cheese) ਪਾਊਡਰ
ਲੂਣ ਤੇ ਚਾਟ ਮਸਾਲਾ ਸਵਾਦ ਅਨੁਸਾਰ
ਦੋ ਵੱਡੇ ਚਮਚੇ ਧਨੀਆ ਬਾਰੀਕ ਕੱਟਿਆ ਹੋਇਆ
ਭਰਨ ਦੇ ਲਈ : ਇਕ ਕੱਪ ਮਟਨ ਕੀਮਾ ਉਬਲਿਆ ਹੋਇਆ ਤੇ ਮਸਾਲੇ ਯੁਕਤ
ਅੱਧਾ ਕੱਪ ਹਰੇ ਮਟਰ ਉਬਲੇ ਅਤੇ ਅਰਧ ਮਸਲੇ ਹੋਏ
ਅੱਧਾ ਛੋਟਾ ਚਮਚਾ ਪੀਸਿਆ ਹੋਇਆ ਅਨਾਰ ਦਾਣਾ
ਇਕ ਚੌਥਾਈ ਛੋਟਾ ਚਮਚਾ ਪੀਸੀ ਹੋਈ ਲਾਲ ਮਿਰਚ
ਇਕ ਚੌਥਾਈ ਛੋਟਾ ਚਮਚਾ ਸੁੱਕੀ ਔਰਗੇਨੋ
ਇਕ ਚੌਥਾਈ ਛੋਟਾ ਚਮਚਾ ਗਰਮ ਮਸਾਲਾ
ਕਿਚਨ ਕਿੰਗ ਮਸਾਲਾ
ਇਕ ਚੁਟਕੀ ਚਾਟ ਮਸਾਲਾ
ਤਲਣ ਦੇ ਲਈ ਤੇਲ
ਸਜਾਵਟ : ਪਿਆਜ - ਟਮਾਟਰ ਦੇ ਛੱਲੇ (ਗੋਲ ਕੱਟੇ ਹੋਏ)
ਕਿਸ ਨਾਲ ਪਰੋਸੀਏ : ਹਰੀ ਚਟਣੀ/ਇਮਲੀ ਦੀ ਚਟਣੀ

ਢੰਗ ਤਰੀਕਾ

1. ਆਲੂ, ਪਨੀਰ ਪਾਊਡਰ ਤੇ ਬਾਕੀ ਸਮੱਗਰੀ ਇਕ ਡੋਂਗੇ ਵਿਚ ਮਿਲਾਕੇ ਮਿਸ਼ਰਣ ਨੂੰ ਗੁੰਨ੍ਹ ਲਵੋ।
2. ਇਸਦੇ ਛੋਟੇ ਛੋਟੇ ਗੋਲੇ ਬਣਾਕੇ ਰੱਖੋ।
3. ਗੋਲਿਆਂ ਨੂੰ ਚਪਟਾ ਕਰੋ ਤੇ ਇਕ ਵੱਡਾ ਚਮਚਾ ਭਰਾਵਨ (ਭਰਨ ਵਾਲੀ ਸਮੱਗਰੀ) ਪਾ ਕੇ ਟਿੱਕੀ ਵਰਗਾ ਅਕਾਰ ਦੇ ਦੇਵੋ।
4. ਗਰਮ ਤਵੇ ਤੇ, ਤੇਲ ਵਿਚ ਦੋਵੇਂ ਪਾਸਿਆਂ ਤੋਂ ਸੁਨਹਿਰੀ ਭੂਰੀਆਂ ਟਿੱਕੀਆਂ ਤਿਆਰ ਕਰੋ।
5. ਸਾਰੀਆ ਟਿੱਕੀਆਂ ਇਕ ਸਨੈਕ (Snacks) ਟਰੇਅ ਵਿਚ ਰੱਖਕੇ ਪਿਆਜ-ਟਮਾਟਰ ਦੇ ਛੱਲਿਆਂ ਨਾਲ ਸਜਾਕੇ ਹਰੀ ਚਟਣੀ ਜਾਂ ਇਮਲੀ ਨਾਲ ਪਰੋਸੋ।

ਇਹ ਚਾਰ ਵਿਅਕਤੀਆਂ ਲਈ ਕਾਫ਼ੀ ਹੁੰਦਾ ਹੈ। ਇਸਨੂੰ ਬਣਾਉਣ ਵਿਚ 50 ਮਿੰਟ ਦਾ ਸਮਾਂ ਲੱਗ ਜਾਂਦਾ ਹੈ।

ਸਲਾਈਸਡ ਮਟਨ ਸੈਂਡਵਿਚ

ਸਮੱਗਰੀ

ਭੂਰੇ ਜਾਂ ਸਫ਼ੈਦ ਬ੍ਰੈਡ ਸਲਾਈਸ
ਚਾਰ ਛੋਟੇ ਚਮਚੇ ਸੈਂਡਵਿਚ ਸਪ੍ਰੈਡ
ਚਾਰ ਛੋਟੇ ਚਮਚੇ ਪਨੀਰ ਚਿੱਲੀ ਸਪ੍ਰੈਡ
ਚਾਰ ਪਨੀਰ ਸਿੰਗਲਾ ਸਲਾਈਸ
ਔਰਗੇਨੋ, ਕਾਲੀ ਮਿਰਚ, ਲਾਲ ਮਿਰਚ ਸਵਾਦ ਅਨੁਸਾਰ
ਮੱਖਣ ਲਗਾਉਣ ਦੇ ਲਈ
ਭਰਨ ਦੇ ਲਈ :
ਦੋ ਵੱਡੇ ਚਮਚੇ ਤੇਲ/ਮੱਖਣ
ਅੱਧਾ ਛੋਟਾ ਚਮਚਾ ਕਾਲੀ ਮਿਰਚ ਦਰੜੀ ਹੋਈ।
ਪੌਣਾ ਕੱਪ ਹਰਾ ਪਿਆਜ ਕੱਟਿਆ ਹੋਇਆ ਬਾਰੀਕ
ਦੋ ਕੱਪ ਬੋਨ ਲੈਸ (Boneless) ਮਟਨ, ਉਬਲਿਆ ਤੇ ਕਤਰਿਆ ਹੋਇਆ
ਇਕ ਵੱਡਾ ਚਮਚਾ ਨਿੰਬੂ ਦਾ ਰਸ
ਲੂਣ, ਕਾਲੀ ਮਿਰਚ, ਲਾਲ ਮਿਰਚ ਸਵਾਦ ਅਨੁਸਾਰ
ਪੌਣਾ ਛੋਟਾ ਚਮਚਾ ਸੁੱਕੇ ਮਿਕਸ ਹਰਬ (ਜੜ੍ਹੀ ਬੂਟੀਆਂ)
ਸਜਾਵਟ : ਕੱਟੀ ਹੋਈ ਪੱਤ ਗੋਭੀ, ਫਰੈਂਚ ਫਰਾਈ/ਵੇਫਰਜ਼
ਕਿਸ ਨਾਲ ਪਰੋਸੀਏ : ਟੋਮੈਟੋ ਸੱਸ ਜਾਂ ਬ੍ਰੈਡ ਬੀਨਜ (Beans)

ਢੰਗ-ਤਰੀਕਾ

1. ਬ੍ਰੈਡ ਸਲਾਈਸ ਚਾਰ ਦੇ ਸੈਟ ਵਿਚ ਰੱਖੋ। ਭਰਨ ਦੇ ਲਈ-ਇਕ ਪੈਨ ਵਿਚ ਤੇਲ ਗਰਮ ਕਰਕੇ ਕਾਲੀ ਮਿਰਚ ਅਤੇ ਹਰਾ ਪਿਆਜ ਦੋ ਮਿੰਟ ਤੱਕ ਭੁੰਨੋ। ਫੇਰ ਮਟਨ ਨਿੰਬੂ ਦਾ ਰਸ, ਕਾਲੀ ਤੇ ਲਾਲ ਮਿਰਚ, ਸੁੱਕੇ ਮਿਕਸ ਹਰਬ ਮਿਲਾ ਦੇਵੋ। ਦੋ-ਤਿੰਨ ਮਿੰਟ ਪਕਾਉਣ ਦੇ ਬਾਦ ਸੇਕ ਤੋਂ ਉਤਾਰ ਲਵੋ।

2. ਚਾਰ ਸਲਾਈਸਾਂ ਤੇ ਇਕ ਛੋਟਾ ਚਮਚਾ ਸੈਂਡਵਿਚ ਸਪ੍ਰੈਡ ਦੀ ਪਰਤ ਵਿਛਾਵੋ, ਬਾਕੀ ਚਾਰ ਸਲਾਈਸਾਂ ਤੇ ਪਨੀਰ ਸਪ੍ਰੈਡ ਦੀ ਪਰਤ ਵਿਛਾਵੋ।

3. ਸੈਂਡਵਿਚ ਸਪ੍ਰੈਡ ਸਲਾਈਸ ਉਪਰ ਪਨੀਰ ਸਿੰਗਲ ਰੱਖੋ। ਔਰੀਗੇਨੋ, ਲੂਣ, ਕਾਲੀ ਮਿਰਚ ਭੁੱਕ ਕੇ ਦੋ ਵੱਡੇ ਚਮਚੇ ਮਟਨ ਦੀ ਭਰਵਨ ਰੱਖੋ ਅਤੇ ਚੀਜ਼ ਸਪ੍ਰੈਡ ਸਲਾਈਸ ਨਾਲ ਢਕ ਕੇ ਸੀਲਬੰਦ ਕਰ ਦੇਵੋ।

4. ਇਕ ਤਵੇ ਤੇ ਮੱਖਣ ਪਿਘਲਾ ਕੇ ਚੀਜ਼ (ਪਨੀਰ) ਸੈਂਡਵਿਚ ਰੱਖੋ। ਦੋਵੇਂ ਪਾਸਿਆਂ ਤੋਂ ਭੂਰਾ ਪਕਾਵੋ। ਗਰਿਲ ਵੀ ਕਰ ਸਕਦੇ ਹੋ।

5. ਚੀਜ਼ ਸੈਂਡਵਿਚ ਸਨੈਕ ਟਰੇਅ ਵਿਚ ਰੱਖੋ। ਕੱਟੀ ਹੋਈ ਪੱਤ ਗੋਭੀ ਤੇ ਫਰੈਂਚ ਫਰਾਈ ਨਾਲ ਸਜਾਕੇ ਟੋਮੈਟੋ ਸੱਸ ਜਾਂ ਬੇਕਡ ਬੀਨਜ਼ (Baked Beans) ਦੇ ਨਾਲ ਗਰਮ ਪਰੋਸੋ।

ਇਹ ਚਾਰ ਵਿਅਕਤੀਆਂ ਲਈ ਕਾਫ਼ੀ ਹੁੰਦਾ ਹੈ। ਇਸਨੂੰ ਬਣਾਉਣ ਵਿਚ 45 ਮਿੰਟ ਦਾ ਸਮਾਂ ਲਗਦਾ ਹੈ।

ਸੀਖ ਅੰਡਾ ਪਰੌਂਠਾ ਰੈਪ

ਸਮੱਗਰੀ

ਚਾਰ ਤਿਆਰ ਰੁਮਾਲੀ ਰੋਟੀ ਜਾਂ ਕਣਕ ਦੇ ਆਟੇ ਦੀ ਰੋਟੀ
ਚਾਰ ਪਤਲੀਆਂ ਚਪਾਤੀਆਂ
ਚਾਰ ਅੰਡੇ ਫੈਂਟੇ ਹੋਏ
ਲੂਣ
ਕਾਲੀ ਮਿਰਚ
ਮੋਟੀ ਕੁੱਟੀ ਲਾਲ ਮਿਰਚ ਯੁਕਤ,
ਭਰਨ ਦੇ ਲਈ :
ਦੋ ਵੱਡੇ ਚਮਚੇ ਤੇਲ
ਦੋ ਹਰੀ ਮਿਰਚ ਕੱਟੀ ਹੋਈ
ਇਕ ਛੋਟਾ ਚਮਚਾ ਲਸਣ ਕੱਦੂਕਸ਼ ਕੀਤਾ ਹੋਇਆ
ਪੌਣਾ ਕੱਪ ਪਿਆਜ ਸਲਾਈਸ
ਪੌਣਾ ਕੱਪ ਹਰੀ ਸ਼ਿਮਲਾ ਮਿਰਚ ਸਲਾਈਸ
ਪੌਣਾ ਕੱਪ ਟਮਾਟਰ ਸਲਾਈਸ
ਦੋ ਕੱਪ ਚਿਕਨ ਸੀਖ ਕਬਾਬ ਸਲਾਈਸ ਤੇ ਪੱਕੇ ਹੋਏ
ਮਸਾਲੇ : ਇਕ ਵੱਡਾ ਚਮਚਾ ਨਿੰਬੂ ਦਾ ਰਸ
ਅੱਧਾ ਛੋਟਾ ਚਮਚਾ ਚਾਟ ਮਸਾਲਾ

ਅੱਧਾ ਛੋਟਾ ਚਮਚਾ ਕਾਲੀ ਮਿਰਚ ਦਰੜੀ ਹੋਈ
ਇਕ ਚੌਥਾਈ ਛੋਟਾ ਚਮਚਾ ਪੀਸੀ ਹੋਈ ਲਾਲ ਮਿਰਚ
ਲੂਣ ਸਵਾਦ ਅਨੁਸਾਰ
ਇਕ ਵੱਡਾ ਚਮਚਾ ਟੋਮੈਟੋ ਕੈਚਅਪ
ਛਿੜਕਣ ਦੇ ਲਈ : ਅੰਬ-ਪੁਦੀਨਾ ਚਟਣੀ
ਸਿਰਕੇ ਵਾਲੇ ਪਿਆਜ
ਸਜਾਵਟ : ਕੱਦੂਕਸ਼ ਕੀਤੀ ਹੋਈ ਮੂਲੀ
ਕਿਸ ਨਾਲ ਪਰੋਸੀਏ : ਟੋਮੈਟੋ ਕੈਚਅਪ

ਢੰਗ ਤਰੀਕਾ

1. ਇਕ ਕੜਾਹੀ ਵਿਚ ਤੇਲ ਗਰਮ ਕਰੋ। ਲਗਾਤਾਰ ਹਿਲਾਉਂਦੇ ਹੋਏ ਹਰੀ ਮਿਰਚ ਤੇ ਲਸਣ ਇਕ ਮਿੰਟ ਤੱਕ ਭੁੰਨੋ। ਫੇਰ ਪਿਆਜ ਪਾ ਕੇ ਭੂਰੇ ਹੋਣ ਤੱਕ ਭੁੰਨ। ਸ਼ਿਮਲਾ ਮਿਰਚ ਤੇ ਟਮਾਟਰ ਇਕ ਮਿੰਟ ਸੇਕ ਲਵੋ। ਇਸ ਵਿਚ ਸੱਸੇਜ ਤੇ ਮਸਾਲੇ ਮਿਲਾ ਦੇਵੋ। ਤਿੰਨ-ਪੰਜ ਮਿੰਟ ਪੱਕਣ ਦੇਵੋ, ਫਾਲਤੂ ਪਾਣੀ ਸੁਕਾ ਲਵੋ।

2. ਰੁਮਾਲੀ ਰੋਟੀਆਂ ਜਾਂ ਚਪਾਤੀਆਂ ਤੇ ਥੋੜ੍ਹਾ ਜਿਹਾ ਘਿਉ ਲਾ ਕੇ ਤਵੇ ਤੇ ਗਰਮ ਕਰ ਲਵੋ। ਫੇਰ ਰੋਟੀਆਂ ਤੇ ਫੈਂਟੇ ਅੰਡੇ ਦਾ ਇਕ ਚੌਥਾਈ ਮਿਸ਼ਰਣ ਲਾ ਕੇ ਇਕ ਸਾਰ ਕਰੋ। ਇਸਦੇ ਕਿਨਾਰਿਆਂ ਤੇ ਘਿਉ ਲਾ ਕੇ ਪਲਟੋ ਅਤੇ ਅੰਡੇ ਦਾ ਪਰੌਂਠਾ ਬਣਾਕੇ ਸੇਕ ਤੋਂ ਲਾਹ ਲਵੋ। ਸਾਰੇ ਅੰਡੇ ਪਰੌਂਠੇ ਇਸ ਤਰ੍ਹਾਂ ਹੀ ਬਣਾਵੋ।

3. ਇਹਨਾਂ ਨੂੰ ਪਰੋਸਣ ਵਾਲੀ ਟਰੇਅ ਵਿਚ ਰੱਖੋ, ਹਰ ਰੋਟੀ ਉਪਰ ਇਕ-ਚੌਥਾਈ ਮਿਸ਼ਰਣ ਫ਼ੈਲਾ ਲਵੋ। ਅੰਬ-ਪੁਦੀਨਾ ਚਟਣੀ ਛਿੜਕੋ ਅਤੇ ਮਿਸ਼ਰਣ ਉਪਰ ਸਿਰਕੇ ਵਾਲਾ ਪਿਆਜ ਵੀ ਰੱਖੋ।

4. ਇਕ ਤੋਂ ਦੂਜੇ ਕੋਨੇ ਤੱਕ ਕਸਕੇ ਲਪੇਟਦੇ ਹੋਏ, ਦੋ ਟੁਕੜਿਆਂ ਵਿਚ ਕੱਟੋ। ਕੱਦੂਕਸ਼ ਮੂਲੀ ਨਾਲ ਸਜਾਕੇ ਟੋਮੈਟੋ ਕੈਚਅਪ ਨਾਲ ਪਰੋਸੋ।

ਇਹ ਚਾਰ ਵਿਅਕਤੀਆਂ ਲਈ ਕਾਫ਼ੀ ਹੁੰਦਾ ਹੈ। ਇਸਨੂੰ ਬਣਾਉਣ ਵਿਚ ਵੀਹ ਮਿੰਟ ਲੱਗ ਜਾਂਦੇ ਹਨ।

ਸਪੇਨੀ ਆਮਲੇਟ

ਸਮੱਗਰੀ

ਤਿੰਨ-ਚਾਰ ਵੱਡੇ ਚਮਚੇ ਤੇਲ/ਮੱਖਣ
ਪੌਣਾ ਕੱਪ ਹਰਾ ਪਿਆਜ ਬਾਰੀਕ ਕੱਟਿਆ ਹੋਇਆ
ਅੱਧਾ ਕੱਪ ਲਾਲ ਸ਼ਿਮਲਾ ਮਿਰਚ ਕੱਟੀ ਹੋਈ
ਇਕ ਕੱਪ ਆਲੂ ਅੱਧ ਉਬਲੇ ਕੱਦੂਕਸ਼ ਕੀਤੇ ਹੋਏ
ਅੱਧਾ ਕੱਪ ਹਰੇ ਮਟਰ ਅੱਧ ਉਬਲੇ ਹੋਏ
ਅੱਧਾ ਕੱਪ ਮੱਕੀ ਦੇ ਦਾਣੇ ਉਬਾਲੇ ਹੋਏ
ਮਸਾਲੇ : ਅੱਧਾ ਛੋਟਾ ਚਮਚਾ ਸੁੱਕੇ ਮਿਕਸ ਹਰਬ
ਅੱਧਾ ਛੋਟਾ ਚਮਚਾ ਮੋਟੀ ਕੁੱਟੀ ਹੋਈ ਲਾਲ ਮਿਰਚ
ਅੱਧਾ ਛੋਟਾ ਚਮਚਾ ਕਾਲੀ ਮਿਰਚ ਦਰੜੀ ਹੋਈ
ਲੂਣ ਤੇ ਕਾਲੀ ਮਿਰਚ ਸਵਾਦ ਅਨੁਸਾਰ
ਚਾਰ ਅੰਡੇ ਫੈਂਟੇ ਹੋਏ
ਦੋ ਵੱਡੇ ਚਮਚੇ ਦੁੱਧ
ਦੋ ਵੱਡੇ ਚਮਚੇ ਪਨੀਰ ਕੱਦੂਕਸ਼ ਕੀਤਾ ਹੋਇਆ
ਸਜਾਵਟ : ਹਰੇ ਧਨੀਏ ਦੇ ਬਾਰੀਕ ਕੱਟੇ ਹੋਏ ਪੱਤੇ
ਕਿਸ ਨਾਲ ਪਰੋਸੀਏ : ਸਲਾਦ ਅਤੇ ਪਨੀਰ ਟੋਸਟ

ਢੰਗ ਤਰੀਕਾ

1. ਇਕ ਫਰਾਇੰਗ ਪੈਨ ਵਿਚ ਤੇਲ ਜਾਂ ਮੱਖਣ ਪਿਘਲਾਵੋ, ਹਰਾ ਪਿਆਜ ਤੇ ਲਾਲ ਸ਼ਿਮਲਾ ਮਿਰਚ ਇਕ ਮਿੰਟ ਭੁੰਨਣ ਦੇ ਬਾਦ ਆਲੂ, ਮਟਰ ਤੇ ਮੱਕੀ ਦੇ ਦਾਣੇ ਪਾ ਦੇਵੋ।

2. ਚੰਗੀ ਤਰ੍ਹਾਂ ਹਿਲਾਉਣ ਤੇ ਮਿਲਾਉਣ ਦੇ ਬਾਦ ਇਸ ਵਿਚ ਮਸਾਲੇ ਪਾ ਦੇਵੋ ਅਤੇ ਢੱਕਣ ਲਾ ਕੇ ਸਬਜੀਆਂ ਪੱਕਣ ਤੱਕ ਪਕਾਵੋ।

3. ਅੰਡੇ ਅਤੇ ਦੁੱਧ ਮਿਲਾਕੇ ਇਕ ਸਾਥ ਫੈਂਟੋ ਅਤੇ ਲਗਾਤਾਰ ਹਿਲਾਉਂਦੇ ਹੋਏ ਪਨੀਰ ਮਿਲਾਵੋ। ਫੇਰ ਅੰਡੇ ਦੇ ਮਿਸ਼ਰਣ ਨੂੰ ਸਬਜੀਆਂ ਉਪਰ ਪਾ ਕੇ ਘੱਟ ਸੇਕ ਤੇ ਪਕਾਵੋ, ਪੈਨ ਨੂੰ ਹਿਲਾਉਂਦੇ ਰਹੋ ਤਾਂ ਕਿ ਮਿਸ਼ਰਣ ਚਿਪਕੇ ਨਹੀਂ ਅਤੇ ਭੂਰਾ ਜਿਹਾ ਹੋ ਜਾਵੇ।

4. ਕਿਸੇ ਪਲਟੇ ਨਾਲ ਆਮਲੇਟ ਨੂੰ ਪਲਟੋ ਜਾਂ ਗਰਿਲ ਵਿਚ ਰੱਖਕੇ ਉਪਰਲੀ ਪਰਤ ਨੂੰ ਸੇਕ ਲੱਗਣ ਦੇਵੋ।

5. ਜਦੋਂ ਬਣਕੇ ਤਿਆਰ ਹੋ ਜਾਵੇ ਸੇਕ ਤੋਂ ਉਤਾਰ ਲਵੋ, ਕੱਟੇ ਧਨੀਏ ਨਾਲ ਸਜਾਕੇ ਸਲਾਦ ਅਤੇ ਪਨੀਰ ਟੋਸਟ ਨਾਲ ਸਰਵ ਕਰੋ।

ਇਹ ਚਾਰ ਵਿਅਕਤੀਆਂ ਲਈ ਕਾਫ਼ੀ ਹੁੰਦਾ ਹੈ। ਇਸਨੂੰ ਬਣਾਉਣ ਵਿਚ 40 ਮਿੰਟ ਲੱਗ ਜਾਂਦੇ ਹਨ।

ਐਗ ਬ੍ਰੈਡ ਪਕੌੜਾ

ਸਮੱਗਰੀ

ਇਕ ਕੱਪ ਆਲੂ ਉਬਲੇ ਤੇ ਮਸਲੇ ਹੋਏ
ਚਾਰ ਅੰਡੇ ਸਖਤ ਉਬਲੇ ਹੋਏ
ਦੋ ਵੱਡੇ ਚਮਚੇ ਧਨੀਆ ਦੇ ਪੱਤੇ ਬਾਰੀਕ ਕੱਟੇ ਹੋਏ
ਅੱਧਾ ਛੋਟਾ ਚਮਚਾ ਪੀਸਿਆ ਹੋਇਆ ਧਨੀਆ
ਇਕ ਛੋਟਾ ਚਮਚਾ ਪੀਸੀ ਹੋਈ ਲਾਲ ਮਿਰਚ
ਅੱਧਾ ਛੋਟਾ ਚਮਚਾ ਸੁੱਕੀ ਅਜਮੋਦ
ਲੂਣ ਅਤੇ ਕਾਲੀ ਮਿਰਚ ਸਵਾਦ ਅਨੁਸਾਰ
ਅੱਠ ਬ੍ਰੈਡ ਸਲਾਈਸ

ਘੋਲ ਦੇ ਲਈ :

ਦੋ ਕੱਪ ਬੇਸਣ
ਅੱਧਾ ਛੋਟਾ ਚਮਚਾ ਜਵੈਣ
ਇਕ ਚੌਥਾਈ ਚਮਚਾ ਪੀਸਿਆ ਹੋਇਆ ਜੀਰਾ
ਇਕ ਛੋਟਾ ਚਮਚਾ ਸਾਬਤ ਧਨੀਆ ਦਰੜਿਆ ਹੋਇਆ
ਲੂਣ ਸਵਾਦ ਅਨੁਸਾਰ
ਇਕ ਚੁਟਕੀ ਬੇਕਿੰਗ ਪਾਊਡਰ
ਪਾਣੀ ਲੋੜ ਅਨੁਸਾਰ
ਤਲਣ ਦੇ ਲਈ ਤੇਲ

ਸਜਾਵਟ : ਕੱਦੂਕਸ਼ ਕੀਤੀ ਹੋਈ ਮੂਲੀ

ਕਿਸ ਨਾਲ ਪਰੋਸੀਏ : ਧਨੀਏ ਦੀ ਚਟਣੀ

ਢੰਗ ਤਰੀਕਾ

1. ਇਕ ਡੋਂਗੇ ਵਿਚ ਆਲੂ ਪਾਵੋ, ਇਸ ਵਿਚ ਮਸਲੇ ਅੰਡੇ, ਧਨੀਆ ਪੱਤੇ ਅਤੇ ਬਾਕੀ ਸਮੱਗਰੀ ਮਿਲਾਵੋ। ਚੰਗੀ ਤਰ੍ਹਾਂ ਮਿਲਾਕੇ ਹਲਕਾ ਸਖਤ ਮਿਸ਼ਰਣ ਬਣਾ ਲਵੋ।

2. ਦੋ-ਦੋ ਬ੍ਰੈਡ ਸਲਾਈਸ ਲਵੋ, ਉਹਨਾਂ ਵਿਚ 2-2 ਵੱਡੇ ਚਮਚੇ ਮਿਸ਼ਰਣ ਭਰ-ਭਰਕੇ ਤਿਰਛਾ ਕੱਟ ਲਵੋ।

3. ਇਕ ਕੜਾਹੀ ਵਿਚ ਤੇਲ ਗਰਮ ਕਰੋ। ਆਲੂ ਅਤੇ ਅੰਡਾ ਬ੍ਰੈਡ ਸਲਾਈਸ ਨੂੰ ਘੋਲ ਵਿਚ ਡੁਬੋ ਲਵੋ, ਵਾਧੂ ਘੋਲ ਝਾੜ ਦੇਵੋ। ਤੇਲ ਵਿਚ ਭੂਰਾ ਜਿਹਾ ਹੋਣ ਤੱਕ ਤਲੋ। ਫੇਰ ਕਿਚਨ ਪੇਪਰ ਤੇ ਵਾਧੂ ਤੇਲ ਸੋਖ ਲਵੋ।

4. ਸਾਰੇ ਬ੍ਰੈਡ ਪਕੌੜੇ ਇਕ ਟਰੇਅ ਵਿਚ ਰੱਖੋ, ਕੱਦੂਕਸ਼ ਕੀਤੀ ਹੋਈ ਮੂਲੀ ਨਾਲ ਸਜਾਕੇ ਧਨੀਏ ਦੀ ਚਟਣੀ ਦੇ ਨਾਲ ਗਰਮ ਗਰਮ ਸਰਵ ਕਰੋ।

ਇਹ ਚਾਰ ਵਿਅਕਤੀਆਂ ਲਈ ਕਾਫ਼ੀ ਹੁੰਦਾ ਹੈ। ਇਸਨੂੰ ਬਣਾਉਣ ਵਿਚ ਪੰਜਾਹ ਮਿੰਟ ਲੱਗ ਜਾਂਦੇ ਹਨ।

ਐਗ ਕੋਰਨ ਪੀਜ਼ਾ

ਸਮੱਗਰੀ

ਚਾਰ ਦਰਮਿਆਨੇ ਆਕਾਰ ਦੇ ਪੀਜ਼ਾ ਬੇਕ (ਬਾਜ਼ਾਰ ਵਿਚ ਮਿਲ ਜਾਂਦੇ ਹਨ)

ਹੇਠਲੀ ਪਰਤ ਦੇ ਲਈ

ਚਾਰ ਵੱਡੇ ਚਮਚੇ ਪੀਜਾ ਪਾਸਤਾ ਸੱਸ

ਚਾਰ ਵੱਡੇ ਚਮਚੇ ਟੋਮੈਟੋ ਸੱਸ

ਇਕ ਸਾਥ ਮਿਲਾਕੇ ਰੱਖੋ

ਪਨੀਰ ਦੀ ਪਰਤ ਲਈ : ਚਾਰ ਕੱਪ ਮੱਜਰੇਲਾ ਪਨੀਰ ਕੱਦੂਕਸ ਕੀਤਾ ਹੋਇਆ

ਟੌਪਿੰਗ ਦੇ ਲਈ : ਇਕ ਵੱਡਾ ਚਮਚਾ ਤੇਲ

ਇਕ ਵੱਡਾ ਚਮਚਾ ਮੱਖਣ

ਇਕ ਕੱਪ ਸ਼ਿਮਲਾ ਮਿਰਚ ਦੇ ਟੁਕੜੇ

ਇਕ ਕੱਪ ਪਿਆਜ ਬਾਰੀਕ ਕੱਟਿਆ ਹੋਇਆ

ਇਕ ਕੱਪ ਮੱਕੀ ਦੇ ਦਾਣੇ ਉਬਲੇ ਹੋਏ

ਚਾਰ ਅੰਡੇ ਸਖਤ ਉਬਲੇ ਅਤੇ ਕੱਟੇ ਹੋਏ

ਮਸਾਲੇ : ਇਕ ਛੋਟਾ ਚਮਚਾ ਸੁੱਕੇ ਮਿਕਸ ਹਰਬਲ

ਇਕ ਛੋਟਾ ਚਮਚਾ ਨਿੰਬੂ ਦਾ ਰਸ

ਅੱਧਾ ਛੋਟਾ ਚਮਚਾ ਨਿੰਬੂ ਦਾ ਰਸ

ਅੱਧਾ ਛੋਟਾ ਚਮਚਾ ਪੀਸੀ ਹੋਈ ਕਾਲੀ ਮਿਰਚ

ਲੂਣ ਸਵਾਦ ਅਨੁਸਾਰ

ਸਜਾਵਟ : ਮੋਟੀ ਕੁੱਟੀ ਹੋਈ ਲਾਲ ਮਿਰਚ

ਔਰੀਗੇਨੋ ਅਤੇ ਬੇਬੀ ਟਮਾਟਰ ਦੇ ਸਲਾਈਸ

ਕਿਸ ਨਾਲ ਪਰੋਸੀਏ : ਮਸਟਰਡ ਸੱਸ ਜਾਂ ਟੋਮੈਟੋ ਸਾਸ

ਢੰਗ ਤਰੀਕਾ

ਟੌਪਿੰਗ ਦੇ ਲਈ :

1. ਇਕ ਨਾਨ ਸਟਿਕ ਪੈਨ ਵਿਚ ਤੇਲ ਅਤੇ ਮੱਖਣ ਗਰਮ ਕਰੋ। ਫੇਰ ਸ਼ਿਮਲਾ ਮਿਰਚ, ਪਿਆਜ ਪਾ ਕੇ 2 ਮਿੰਟ ਤੱਕ ਲਗਾਤਾਰ ਹਿਲਾਉਂਦੇ ਰਹੋ। ਮੱਕੀ ਦੇ ਦਾਣੇ ਪਾ ਕੇ ਉਬਲਾ ਅੰਡਾ ਵੀ ਮਿਲਾ ਦੇਵੋ।

2. ਘੱਟ ਸੇਕ ਤੇ 2-3 ਮਿੰਟ ਭੁੰਨਣ ਤੋਂ ਬਾਦ ਮਸਾਲੇ ਮਿਲਾ ਦੇਵੋ। ਚੰਗੀ ਤਰ੍ਹਾਂ ਮਿਲਾਕੇ ਇਕ ਮਿੰਟ ਤੱਕ ਪਕਾਵੋ ਅਤੇ ਸੇਕ ਤੋਂ ਹੇਠਾਂ ਲਾਹ ਲਵੋ।

ਅਰੇਂਜ (Arrange) ਕਰਨ ਦੇ ਲਈ

1. ਪੀਜ਼ਾ ਬੇਸ ਉਪਰ ਬੇਸ ਮਿਕਸ ਦੀ ਪਰਤ ਬਣਾਵੋ, ਫੇਰ ਇਕ ਸਾਰ ਇਕ ਕੱਪ ਪਨੀਰ ਭੁੰਨੋ। ਫੇਰ ਇਕ ਕੱਪ ਟੌਪਿੰਗ ਦਾ ਮਿਸ਼ਰਣ ਇਕਸਾਰ ਪਾਵੋ ਅਤੇ ਬੇਬੀ ਟਮਾਟਰ ਸਲਾਈਸ ਨਾਲ ਸਜਾਵਟ ਕਰੋ।

2. ਪੀਜ਼ਾ ਨੂੰ ਨਾਨ ਸਟਿਕ ਤਵੇ ਤੇ ਟੋਸਟ ਕਰੋ ਅਤੇ ਫੇਰ 3-5 ਮਿੰਟ ਗਰਿੱਲ ਕਰੋ ਤਾਂ ਕਿ ਪਨੀਰ ਪਿਘਲਕੇ ਭੂਰਾ ਜਿਹਾ ਹੋ ਜਾਵੇ।

3. ਸੇਕ ਤੋਂ ਉਤਾਰ ਲਵੋ, ਮੋਟੀ ਕੁੱਟੀ ਲਾਲ ਮਿਰਚ ਅਤੇ ਔਰੀਗੇਨੋ ਭੁੱਕੋ।

4. ਪੀਜ਼ਾ ਕਟਰ ਨਾਲ ਤਿਕੋਨੇ ਵੈਜਿਸ ਕੱਟੋ। ਮਸਟਰਡ ਸੱਸ ਅਤੇ ਟੋਮੈਟੋ ਸੱਸ ਦੇ ਨਾਲ ਗਰਮ-ਗਰਮ ਸਰਵ ਕਰੋ। ਇਹ ਪੀਜ਼ਾ ਚਾਰ ਵਿਅਕਤੀਆਂ ਲਈ ਕਾਫ਼ੀ ਹੁੰਦਾ ਹੈ। ਇਸਨੂੰ ਬਣਾਉਣ ਵਿਚ 25 ਮਿੰਟ ਲੱਗ ਜਾਂਦੇ ਹਨ।

ਮਸਟਰਡ ਐਗ ਚੀਜ਼ ਸੈਂਡਵਿਚ

ਸਮੱਗਰੀ

ਚਾਰ ਵੱਡੇ ਚਮਚੇ ਪਿਘਲਿਆ ਹੋਇਆ ਮੱਖਣ
ਚਾਰ ਵੱਡੇ ਚਮਚੇ ਮਸਟਰਡ (ਸਰ੍ਹੋਂ) ਸਾਸ
ਸੋਲਾਂ ਬ੍ਰੈਡ ਸਲਾਈਸ (ਸਫ਼ੈਦ/ਭੂਰੇ)
ਤਿੰਨ ਕੱਪ ਸਲਾਦ ਪੱਤਾ ਕੱਟਿਆ ਹੋਇਆ
ਡੇਢ ਕੱਪ ਖੀਰੇ ਦੇ ਟੁਕੜੇ
ਡੇਢ ਕੱਪ ਪਨੀਰ ਕੱਦੂਕਸ਼ ਕੀਤਾ ਹੋਇਆ
ਅੱਠ ਅੰਡੇ ਸਖ਼ਤ ਉਬਲੇ ਹੋਏ ਗੋਲ ਟੁਕੜਿਆਂ ਵਿਚ ਕੱਟੇ ਹੋਏ
ਇਕ ਛੋਟਾ ਚਮਚਾ ਸੁੱਕੀ ਔਰੀਗੇਨ
ਇਕ ਛੋਟਾ ਚਮਚਾ ਕਾਲੀ ਮਿਰਚ ਦਰੜੀ ਹੋਈ
ਇਕ ਛੋਟਾ ਚਮਚਾ ਮੋਟੀ ਕੁੱਟੀ ਹੋਈ ਲਾਲ ਮਿਰਚ
ਲੂਣ ਸਵਾਦ ਅਨੁਸਾਰ
ਸਜਾਵਟ : ਵੇਫਰਜ/ਚਿਪਸ
ਕਿਸ ਨਾਲ ਪਰੋਸੀਏ : ਸਵੀਟ ਚਿੱਲੀ ਸੱਸ

ਢੰਗ ਤਰੀਕਾ

1. ਪਿਘਲੇ ਮੱਖਣ ਵਿੱਚ ਮਸਟਰਡ ਸੱਸ ਮਿਲਾਕੇ ਫੈਂਟੋ ਤਾਂ ਕਿ ਦੋਵੇਂ ਇਕ ਸਾਰ ਹੋ ਜਾਣ।

2. ਬ੍ਰੈਡ ਸਲਾਈਸ ਦੇ ਕਿਨਾਰੇ ਕੱਟ ਕੇ ਵੱਖ ਕਰ ਲਵੋ ਅੱਠ ਬ੍ਰੈਡ ਸਲਾਈਸ ਤੇ ਮਸਟਰਡ ਡਰੈਸਿੰਗ ਦੀ ਇਕਸਾਰ ਪਰਤ ਲਾਵੋ। ਫੇਰ ਉਹਨਾਂ ਤੇ ਕੱਦੂਕਸ਼ ਸਲਾਦ ਪੱਤਾ, ਖੀਰੇ ਅਤੇ ਟਮਾਟਰ ਦੇ ਸਲਾਈਸ ਰੱਖੋ।

3. ਪਨੀਰ ਭੁੱਕਣ ਦੇ ਬਾਦ ਉਹਨਾਂ ਤੇ ਅੰਡੇ ਦੇ ਸਲਾਈਸ ਰੱਖੋ ਅਤੇ ਔਰੀਗੇਨੋ, ਕਾਲੀ ਮਿਰਚ, ਮੋਟੀ ਕੁੱਟੀ ਲਾਲ ਮਿਰਚ ਅਤੇ ਲੂਣ ਭੁੱਕ ਦੇਵੋ।

4. ਬਾਕੀ ਬਚੇ ਅੱਠ ਸਲਾਈਸਾਂ ਤੇ ਵੀ ਡਰੈਸਿੰਗ ਦੀ ਪਰਤ ਲਾ ਕੇ, ਮੋਟੀ ਪਰਤ ਵਾਲੇ ਸਲਾਈਸਾਂ ਉਪਰ ਰੱਖੋ। ਫੇਰ ਹੌਲ਼ੀ ਜਿਹੇ ਹੱਥਾਂ ਨਾਲ ਦਬਾਕੇ ਤਿਰਛਾ ਕੱਟ ਲਵੋ।

5. ਇਕ ਟਰੇਅ ਵਿਚ ਪਾਕੇ, ਵੇਫਰ/ਚਿਪਸ ਨਾਲ ਸਜਾਕੇ ਸਵੀਟ ਚਿੱਲੀ ਸੱਸ ਨਾਲ ਪਰੋਸੋ।

ਇਹ ਚਾਰ ਵਿਅਕਤੀਆਂ ਲਈ ਕਾਫ਼ੀ ਹੈ। ਇਸਨੂੰ ਬਣਾਉਣ ਵਿਚ ਪੰਜਾਹ ਮਿੰਟ ਲੱਗ ਜਾਂਦੇ ਹਨ।

ਅੰਡਾ ਭੁਰਜੀ ਪੈਟੀਜ

ਸਮੱਗਰੀ

ਬਾਰਾਂ ਬ੍ਰੈਡ ਸਲਾਈਸ

ਚੋਪੜਨ ਦੇ ਲਈ ਤੇਲ

ਭਰਨ ਦੇ ਲਈ : ਦੋ-ਤਿੰਨ ਵੱਡੇ ਚਮਚੇ ਮੂੰਗਫਲੀ ਦਾ ਤੇਲ

ਪੌਣਾ ਛੋਟਾ ਚਮਚਾ ਜੀਰਾ

ਦੋ ਹਰੀ ਮਿਰਚ ਬਾਰੀਕ ਕੱਟੀ ਹੋਈ

ਇਕ ਕੱਪ ਪਿਆਜ ਬਾਰੀਕ ਕੱਟਿਆ ਹੋਇਆ

ਅੱਧਾ ਕੱਪ ਖੁੰਭਾਂ (ਮਸ਼ਰੂਮ) ਕੱਟੀਆਂ ਹੋਈਆਂ ਬਾਰੀਕ

ਅੱਧਾ ਕੱਪ ਸ਼ਿਮਲਾ ਮਿਰਚ ਬਾਰੀਕ ਕੱਟੀ ਹੋਈ

ਅੱਧਾ ਕੱਪ ਹਰੇ ਮਟਰ ਉਬਲੇ ਹੋਏ

ਅੱਧਾ ਕੱਪ ਟਮਾਟਰ ਬਾਰੀਕ ਕੱਟੇ ਹੋਏ

ਛੇ ਅੰਡੇ ਫ਼ੈਂਟੇ ਹੋਏ

ਇਕ-ਚੌਥਾਈ ਕੱਪ ਦੁੱਧ

ਮਸਾਲੇ : ਅੱਧਾ ਛੋਟਾ ਚਮਚਾ ਪੀਸੀ ਹੋਈ ਲਾਲ ਮਿਰਚ

ਅੱਧਾ ਛੋਟਾ ਚਮਚਾ ਸੁੱਕੀ ਔਰੀਗੇਨੋ

ਅੱਧਾ ਛੋਟਾ ਚਮਚਾ ਚਾਟ ਮਸਾਲਾ

ਅੱਧਾ ਛੋਟਾ ਚਮਚਾ ਪੀਸਿਆ ਹੋਇਆ ਜੀਰਾ

ਇਕ ਚੌਥਾਈ ਛੋਟਾ ਚਮਚਾ ਪੀਸੀ ਹੋਈ ਹਲਦੀ
ਲੂਣ ਅਤੇ ਕਾਲੀ ਮਿਰਚ ਸਵਾਦ ਅਨੁਸਾਰ
ਸਜਾਵਟ : ਬੇਕਡ ਬੀਨਜ਼ ਅਤੇ ਫਰੈਂਚ ਫਰਾਈ
ਕਿਸ ਨਾਲ ਪਰੋਸੀਏ : ਟੋਮੈਟੋ ਕੈਚਅੱਪ

ਢੰਗ ਤਰੀਕਾ

1. ਇਕ ਨਾਨ ਸਟਿਕ ਪੈਨ ਵਿਚ ਤੇਲ ਗਰਮ ਕਰੋ, ਜੀਰਾ ਤੇ ਹਰੀ ਮਿਰਚ ਪਾ ਕੇ ਲਗਾਤਾਰ ਹਿਲਾਉਂਦੇ ਹੋਏ ਪਿਆਜ ਪਾ ਦੋਵੇ ਅਤੇ ਹਲਕਾ ਭੂਰਾ ਹੋਣ ਤੱਕ ਭੁੰਨੋ।

2. ਫੇਰ ਮਸ਼ਰੂਮ, ਸ਼ਿਮਲਾ ਮਿਰਚ, ਹਰੇ ਮਟਰ, ਟਮਾਟਰ ਪਾ ਕੇ ਘੱਟ ਸੇਕ ਤੇ ਦੋ-ਤਿੰਨ ਮਿੰਟ ਭੁੰਨੋ।

3. ਹੁਣ ਫੈਂਟੇ ਅੰਡੇ ਅਤੇ ਦੁੱਧ ਦਾ ਮਿਸ਼ਰਣ ਮਿਲਾਕੇ ਲਗਾਤਾਰ ਹਿਲਾਉਂਦੇ ਰਹੋ, ਭੁਰਜੀ ਨੂੰ ਵਿਚ ਵਿਚ ਦੀ ਹਿਲਾਉਂਦੇ ਰਹੋ। ਮਿਸ਼ਰਣ ਨੂੰ ਥੋੜ੍ਹਾ ਜਿਹਾ ਸੁਕਾ ਲਵੋ।

4. ਪੈਟੀ ਮੇਕਰ ਨੂੰ ਗਰਮ ਕਰੋ। ਸਲਾਈਸ ਦੀਆਂ ਬਾਹਰਲੀਆਂ ਪਰਤਾਂ ਤੇ ਥੋੜ੍ਹਾ ਥੋੜ੍ਹਾ ਘਿਉ ਲਾਵੋ।

5. ਅੰਡੇ ਦੇ ਮਿਸ਼ਰਣ ਜਾਂ ਭਰਨ ਵਾਲੀ ਸਮੱਗਰੀ ਨੂੰ ਬਿਨਾਂ ਘਿਉ ਵਾਲੀ ਪਰਤ ਤੇ ਰੱਖੋ ਅਤੇ ਸਲਾਈਸ ਨੂੰ ਪੈਟੀ ਮੇਕਰ ਵਿਚ ਰੱਖਕੇ ਭੂਰਾ ਜਿਹਾ ਹੋਣ ਤੱਕ ਸੇਕ ਲਵੋ।

6. ਬੇਕਡ ਬੀਨਜ ਅਤੇ ਫਰੈਂਚ ਫਰਾਈ ਨਾਲ ਸਜਾਕੇ, ਟੋਮੈਟੋ ਕੈਚਅਪ ਨਾਲ ਪਰੋਸੋ।

ਇਕ ਚਾਰ ਵਿਅਕਤੀਆਂ ਲਈ ਕਾਫ਼ੀ ਹੁੰਦੀ ਹੈ। ਇਸਨੂੰ ਬਣਾਉਣ ਵਿਚ ਇਕ ਘੰਟਾ ਲੱਗ ਜਾਂਦਾ ਹੈ।

ਹਰਬਡ ਕੀਮਾ ਕਟਲੇਟ

ਸਮੱਗਰੀ

250 ਗ੍ਰਾਮ ਮਟਨ ਸੀਖ ਕਬਾਬ, ਬਾਰੀਕ ਕੱਟਿਆ ਹੋਇਆ
ਇਕ ਕੱਪ ਆਲੂ ਉਬਲੇ ਤੇ ਕੱਦੂਕਸ਼ ਕੀਤੇ ਹੋਏ
ਅੱਧਾ ਕੱਪ ਗਾਜਰ ਕੱਦੂਕਸ਼ ਕੀਤੀ ਹੋਈ
ਅੱਧਾ ਕੱਪ ਫਰੈਂਚ ਬੀਨ (ਸੇਮ ਫਲੀ) ਬਾਰੀਕ ਕੱਟੀ ਹੋਈ
ਅੱਧਾ ਕੱਪ ਮਟਰ ਉਬਲੇ ਤੇ ਅਧ ਮਸਲੇ ਹੋਏ
ਅੱਧਾ ਕੱਪ ਪੱਤ ਗੋਭੀ ਕੱਦੂਕਸ਼ ਕੀਤੀ ਹੋਈ
ਦੋ ਹਰੀ ਮਿਰਚ ਬਾਰੀਕ ਕੱਟੀ ਹੋਈ
ਇਕ ਵੱਡਾ ਚਮਚਾ ਹਰਾ ਧਨੀਆ ਦੇ ਪੱਤੇ ਕੱਟੇ ਹੋਏ ਬਾਰੀਕ
ਅੱਧਾ ਸਲਾਈਸ ਬ੍ਰੈਡ ਚੂਰਾ ਕੀਤਾ ਹੋਇਆ
ਮਸਾਲੇ : ਅੱਧਾ ਛੋਟਾ ਚਮਚਾ ਕਾਲੀ ਮਿਰਚ ਦਰੜੀ ਹੋਈ
ਪੌਣਾ ਛੋਟਾ ਚਮਚਾ ਮੀਟ ਮਸਾਲਾ
ਇਕ-ਚੌਥਾਈ ਛੋਟਾ ਚਮਚਾ ਪੀਸੀ ਹੋਈ ਲਾਲ ਮਿਰਚ
ਇਕ ਚੌਥਾਈ ਛੋਟਾ ਚਮਚਾ ਪੀਸਿਆ ਹੋਇਆ ਜੀਰਾ
ਅੱਧਾ ਛੋਟਾ ਚਮਚਾ ਚਾਟ ਮਸਾਲਾ
ਲੂਣ ਸਵਾਦ ਅਨੁਸਾਰ
ਤੇਲ ਤਲਣ ਦੇ ਲਈ
ਸਜਾਵਟ : ਸਲਾਦ ਪੱਤਾ
ਕਿਸ ਨਾਲ ਪਰੋਸੀਏ : ਹਰੀ ਚਟਣੀ ਜਾਂ ਟੋਮੈਟੋ ਕੈਚਅਪ

ਢੰਗ ਤਰੀਕਾ

1. ਮਟਨ ਸੀਖ ਕਬਾਬ ਨੂੰ ਇਕ ਡੋਂਗੇ ਵਿਚ ਆਲੂ, ਗਾਜਰ, ਫਰੈਂਚ ਬੀਨਜ, ਮਟਰ, ਪੱਤ ਗੋਭੀ, ਹਰੀ ਮਿਰਚ, ਧਨੀਆ ਅਤੇ ਚੂਰਾ ਸਲਾਈਸ ਇਕ ਸਾਥ ਮਿਲਾਵੋ। ਫੇਰ ਮਸਾਲੇ ਮਿਲਾਕੇ ਸਖਤ ਗੁੰਨ੍ਹ ਲਵੋ।

2. ਇਸ ਮਿਸ਼ਰਣ ਤੋਂ ਗੋਲ ਜਾਂ ਅੰਡਾਕਾਰ ਕਟਲੇਟ ਬਣਾਕੇ 10-12 ਮਿੰਟ ਫਰਿਜ ਵਿਚ ਰੱਖੋ।

3. ਇਕ ਕੜਾਹੀ ਵਿਚ ਤੇਲ ਗਰਮ ਕਰੋ, ਕਟਲੇਟ ਨੂੰ ਭੂਰਾ ਹੋਣ ਤੱਕ ਡੀਪ ਫਰਾਈ ਕਰੋ। ਕਿਚਨ ਪੇਪਰ ਤੇ ਰੱਖਕੇ ਫਾਲਤੂ ਤੇਲ ਸੋਖ ਲੈਣ ਦੇਵੋ।

4. ਕਟਲੇਟਸ ਨੂੰ ਸਨੈਕਸ ਰੱਖਣ ਵਾਲੀ ਪਲੇਟ ਵਿਚ ਸਲਾਦ ਪੱਤੇ ਨਾਲ ਸਜਾਕੇ ਹਰੀ ਚਟਣੀ ਜਾਂ ਟੋਮੈਟੋ ਕੈਚਅਪ ਨਾਲ ਪਰੋਸੋ।

ਇਹ ਚਾਰ ਵਿਅਕਤੀਆਂ ਲਈ ਕਾਫ਼ੀ ਹੁੰਦਾ ਹੈ। ਇਸਨੂੰ ਬਣਾਉਣ ਵਿਚ ਪੰਜਾਹ ਮਿੰਟ ਲੱਗ ਜਾਂਦੇ ਹਨ।

ਸੀਸਮ (ਤਿਲ) ਮਟਨ ਰੋਲਜ਼

ਸਮੱਗਰੀ

250 ਗ੍ਰਾਮ ਮਟਨ ਕੀਮਾ ਉਬਲਿਆ ਅਤੇ ਮਸਲਿਆ ਹੋਇਆ
ਪੌਣਾ ਕੱਪ ਉਬਲੇ ਆਲੂ ਮਸਲੇ ਹੋਏ
ਇਕ ਚੌਥਾਈ ਕੱਪ ਪਨੀਰ ਕੱਦੂਕਸ਼ ਕੀਤਾ ਹੋਇਆ
ਇਕ ਵੱਡਾ ਚਮਚਾ ਮੱਕੀ ਦਾ ਆਟਾ
ਦੋ ਵੱਡੇ ਚਮਚੇ ਸੁੱਕੀ ਬ੍ਰੈਡ ਦਾ ਚੂਰਾ
ਇਕ ਵੱਡਾ ਚਮਚਾ ਹਰੇ ਧਨੀਏ ਦੇ ਪੱਤੇ ਬਾਰੀਕ ਕੱਟੇ ਹੋਏ
ਅੱਧਾ ਛੋਟਾ ਚਮਚਾ ਸੁੱਕੀ ਔਰੀਗੇਨੋ
ਅੱਧਾ ਛੋਟਾ ਚਮਚਾ ਮੋਟੀ ਕੁੱਟੀ ਹੋਈ ਲਾਲ ਮਿਰਚ
ਇਕ ਚੌਥਾਈ ਛੋਟਾ ਚਮਚਾ ਪੀਸੀ ਹੋਈ ਭੂਰੀ (ਕਾਲੀ) ਮਿਰਚ
ਲੂਣ ਸਵਾਦ ਅਨੁਸਾਰ
ਇਕ ਅੰਡੇ ਦੀ ਸਫ਼ੈਦੀ ਲਪੇਟਣ ਦੇ ਲਈ
ਦੋ ਵੱਡੇ ਚਮਚੇ ਤਿਲ ਲਪੇਟਣ ਦੇ ਲਈ
ਡੀਪ ਫਰਾਈ ਦੇ ਲਈ ਤੇਲ
ਸਜਾਵਟ : ਸ਼ਿਮਲਾ ਮਿਰਚ ਤੇ ਪੱਤ ਗੋਭੀ ਦੇ ਜੂਲੀਅਨਜ
ਕਿਸ ਨਾ ਪਰੋਸੀਏ : ਟੋਮੈਟੋ ਕੈਚਅਪ

ਢੰਗ ਤਰੀਕਾ

1. ਮਟਨ, ਆਲੂ, ਪਨੀਰ ਅਤੇ ਬਾਕੀ ਸਾਰੀ ਸਮੱਗਰੀ ਇਕ ਡੋਂਗੇ ਵਿਚ ਪਾ ਲਵੋ, ਚੰਗੀ ਤਰ੍ਹਾਂ ਮਿਲਾਕੇ ਮਿਸ਼ਰਣ ਨੂੰ ਗੁੰਨ੍ਹ ਲਵੋ।

2. ਲੰਬਾਕਾਰ ਜਾਂ ਸਿਗਾਰਨੁਮਾ ਰੋਲ ਬਣਾਉ, ਅੰਡੇ ਦੀ ਸਫੈਦੀ ਵਿਚ ਲਪੇਟ ਕੇ, ਤਿਲ ਲਪੇਟੋ, ਫੇਰ ਪਹਿਲਾਂ ਹੀ ਗਰਮ ਕੀਤੇ ਤੇਲ ਵਿਚ ਭੂਰੇ ਹੋਣ ਤੱਕ ਤਲ ਲਵੋ।

3. ਕਿਚਨ ਪੇਪਰ ਜਾਂ ਅਖਬਾਰ ਤੇ ਫਾਲਤੂ ਤੇਲ ਸੋਖ ਲਵੋ। ਸਨੈਕ ਪਲੇਟ ਵਿਚ ਰੱਖੋ, ਸ਼ਿਮਲਾ ਮਿਰਚ ਤੇ ਪੱਤਗੋਭੀ ਜੁਲੀਅਨਜ ਨਾਲ ਸਜਾਕੇ ਟੋਮੈਟੋ ਕੈਚਅੱਪ ਨਾਲ ਸਰਵ ਕਰੋ।

ਇਹ ਚਾਰ ਵਿਅਕਤੀਆਂ ਲਈ ਕਾਫ਼ੀ ਹੁੰਦੇ ਹਨ। ਇਹਨਾਂ ਨੂੰ ਬਣਾਉਣ ਵਿਚ ਪੰਜਾਹ ਮਿੰਟ ਦਾ ਸਮਾਂ ਲੱਗ ਜਾਂਦਾ ਹੈ।

ਕੀਮਾ ਅੰਡਾ ਕੋਰਮਾ

ਸਮੱਗਰੀ

ਇਕ ਵੱਡਾ ਚਮਚਾ ਤੇਲ

ਇਕ ਵੱਡਾ ਚਮਚਾ ਮੱਖਣ

ਅੱਧਾ ਛੋਟਾ ਚਮਚਾ ਜੀਰਾ

ਅੱਧਾ ਛੋਟਾ ਚਮਚਾ ਧਨੀਆ

ਅੱਧਾ ਛੋਟਾ ਚਮਚਾ ਕਾਲੀ ਮਿਰਚ ਦਰੜੀ ਹੋਈ

ਅੱਧਾ ਛੋਟਾ ਚਮਚਾ ਮੋਟੀ ਕੁੱਟੀ ਹੋਈ ਲਾਲ ਮਿਰਚ

ਪੌਣਾ ਕੱਪ ਪਿਆਜ ਬਾਰੀਕ ਕੱਟੇ ਹੋਏ

250 ਗ੍ਰਾਮ ਮਟਨ ਕੀਮਾ, ਲੂਣ, ਕਾਲੀ ਮਿਰਚ ਤੇ ਨਿੰਬੂ ਦਾ ਰਸ ਯੁਕਤ

ਇਕ ਚੌਥਾਈ ਕੱਪ ਦੁੱਧ

ਮਸਾਲਾ : ਅੱਧਾ ਛੋਟਾ ਚਮਚਾ ਪੀਸੀ ਹੋਈ ਔਰੀਗੇਨੋ

ਅੱਧਾ ਛੋਟਾ ਚਮਚਾ ਸੁੱਕੀ ਕਸੂਰੀ ਮੇਥੀ

ਅੱਧਾ ਛੋਟਾ ਚਮਚਾ ਪੀਸਿਆ ਹੋਇਆ ਜੀਰਾ

ਲੂਣ ਸਵਾਦ ਅਨੁਸਾਰ

ਅੱਧਾ ਛੋਟਾ ਚਮਚਾ ਪੀਸੀ ਹੋਈ ਲਾਲ ਮਿਰਚ

ਇਕ ਵੱਡਾ ਚਮਚਾ ਪੀਸੇ ਹੋਏ ਕਾਜੂ

ਅੱਧਾ ਕੱਪ ਟਮਾਟਰ ਪਿਊਰੀ

ਚਾਰ ਉਬਲੇ ਹੋਏ ਅੰਡੇ, ਟੁਕੜੇ ਕੱਟੇ ਹੋਏ

ਪੌਣਾ ਕੱਪ ਚੈਡਰ ਪਨੀਰ (Cheddar) ਕੱਦੂਕਸ਼ ਕੀਤਾ ਹੋਇਆ

ਦੋ ਵੱਡੇ ਚਮਚੇ ਘੱਟ ਚਿਕਨਾਈ (Fat) ਵਾਲੀ ਕਰੀਮ

ਸਜਾਵਟ : ਉਬਲੇ ਹੋਏ ਮੱਕੀ ਦੇ ਦਾਣੇ ਜਾਂ ਕੱਟੀ ਹੋਈ ਖੁਰਾਸਾਨੀ ਜ਼ਵੈਣ

ਕਿਸ ਨਾਲ ਪਰੋਸੀਏ : ਫਰੈਂਚ ਬ੍ਰੈਡ ਜਾਂ ਪਨੀਰ ਦਾ ਭਰਵਾਂ ਪਰੌਂਠਾ

ਢੰਗ ਤਰੀਕਾ

1. ਇਕ ਨਾਨ ਸਟਿਕ ਕੜਾਹੀ ਵਿਚ ਤੇਲ/ਘਿਉ ਗਰਮ ਕਰੋ। ਫੇਰ ਜੀਰਾ, ਧਨੀਆ, ਮੱਕੀ ਦੇ ਦਾਣੇ, ਮੋਟੀ ਕੁੱਟੀ ਹੋਈ ਲਾਲ ਮਿਰਚ ਅਤੇ ਪਿਆਜ ਮਿਲਾਵੋ।

2. ਪਿਆਜ ਭੂਰੇ ਹੋਣ ਤੱਕ ਭੁੰਨੋ, ਫੇਰ ਮਟਨ ਕੀਮਾ ਮਿਲਾਕੇ ਚੰਗੀ ਤਰ੍ਹਾਂ ਹਿਲਾਵੋ, ਬਾਕੀ ਮਸਾਲੇ ਤੇ ਦੁੱਧ ਵੀ ਮਿਲਾ ਦੇਵੋ।

3. ਢੱਕਣ ਲਾ ਕੇ ਨਰਮ ਹੋਣ ਤੱਕ ਪਕਾਵੋ, ਇਸਦੇ ਬਾਦ ਪੀਸਿਆ ਕਾਜੂ ਅਤੇ ਟਮਾਟਰਾਂ ਦੀ ਪਿਊਰੀ ਮਿਲਾ ਦੇਵੋ।

4. ਚੰਗੀ ਤਰ੍ਹਾਂ ਹਿਲਾਉਂਦੇ ਹੋਏ, ਘੱਟ ਸੇਕ ਤੇ ਫਾਲਤੂ ਪਾਣੀ ਸੁਕਾ ਲਵੋ। ਫੇਰ ਕੱਟੇ ਹੋਏ ਅੰਡੇ ਦੇ ਟੁਕੜੇ, ਪਨੀਰ, ਅਤੇ ਕਰੀਮ ਮਿਲਾ ਦੇਵੋ। ਚੰਗੀ ਤਰ੍ਹਾਂ ਮਿਲਾਕੇ ਸੇਕ ਤੋਂ ਲਾਹ ਲਵੋ।

5. ਵੱਡੇ ਡੋਂਗੇ ਵਿਚ ਪਲਟ ਲਵੋ। ਉਬਲੇ ਹੋਏ ਮੱਕੀ ਦੇ ਦਾਣੇ ਅਤੇ ਕੱਟੀ ਹੋਈ ਅਜਮੋਦ (ਖੁਰਾਸਾਨੀ ਜ਼ਵੈਣ) ਨਾਲ ਸਜਾਕੇ ਫਰੈਂਚ ਬ੍ਰੈਡ ਜਾਂ ਪਨੀਰ ਪਰੌਂਠੇ ਨਾਲ ਸਰਵ ਕਰੋ।

ਇਹ ਚਾਰ ਵਿਅਕਤੀਆਂ ਲਈਂ ਕਾਫ਼ੀ ਹੁੰਦਾ ਹੈ। ਇਸਨੂੰ ਬਣਾਉਣ ਵਿਚ ਪੰਜਾਹ ਮਿੰਟ ਲੱਗ ਜਾਂਦੇ ਹਨ।

ਸ਼ਾਨਦਾਰ ਸਟਾਰਟਸ ਅਤੇ ਐਗ ਕੇਨੇਪ

ਸਮੱਗਰੀ

ਤੇਲ-ਮੱਖਣ
ਹਰਾ ਪਿਆਜ ਅੱਧਾ ਕੱਪ ਬਾਰੀਕ ਕੱਟਿਆ ਹੋਇਆ
ਸ਼ਿਮਲਾ ਮਿਰਚ ਅੱਧਾ ਕੱਪ ਬਾਰੀਕ ਕੱਟੀ ਹੋਈ
ਮੋਟੀ ਕੁੱਟੀ ਹੋਈ ਲਾਲ ਮਿਰਚ ਇਕ ਚੌਥਾਈ ਛੋਟਾ ਚਮਚਾ
ਮੱਕੀ ਦੇ ਦਾਣੇ ਉਬਲੇ ਹੋਏ
ਬੇਕਡ ਬੀਨਜ਼
ਲੂਣ ਕਾਲੀ ਮਿਰਚ ਸਵਾਦ ਅਨੁਸਾਰ
ਮਸਾਲੇ : ਇਕ ਛੋਟਾ ਚਮਚਾ ਨਿੰਬੂ ਦਾ ਰਸ
ਇਕ ਚੌਥਾਈ ਛੋਟਾ ਚਮਚਾ ਚਾਟ ਮਸਾਲਾ
ਇਕ ਚੌਥਾਈ ਛੋਟਾ ਚਮਚਾ ਕਾਲੀ ਮਿਰਚ ਦਰੜੀ ਹੋਈ
ਛੇ ਅੰਡੇ ਸਖਤ ਉਬਲੇ ਹੋਏ
ਅੱਧਾ ਕੱਪ ਮੌਜ਼ਰੇਲਾ ਪਨੀਰ ਕੱਦੂਕਸ਼ ਕੀਤਾ ਹੋਇਆ
ਸਜਾਵਟ : ਤਾਜੀ ਅਜਮੋਦ (ਖੁਰਾਸਾਨੀ ਜ਼ਵੈਣ) ਕੱਟੀ ਹੋਈ
ਕਿਸੇ ਦੇ ਨਾਲ ਪਰੋਸੀਏ : ਚਿੱਲੀ ਸੱਸ

ਢੰਗ ਤਰੀਕਾ

1. ਇਕ ਛੋਟੇ ਪੈਨ ਵਿਚ ਤੇਲ-ਮੱਖਣ ਗਰਮ ਕਰੋ। ਇਕ ਮਿੰਟ ਹਿਲਾਉਂਦੇ ਰਹੋ ਮੋਟੀ ਕੁੱਟੀ ਲਾਲ ਮਿਰਚ ਅਤੇ ਹਰਾ ਪਿਆਜ ਭੁੰਨੋ। ਫੇਰ ਸ਼ਿਮਲਾ ਮਿਰਚ, ਮੱਕੀ ਦੇ ਦਾਣੇ ਮਿਲਾ ਦੇਵੋ।

2. ਚੰਗੀ ਤਰ੍ਹਾਂ ਭੁੰਨਿਆ ਜਾਵੇ ਤਾਂ ਬੇਕਡ ਬੀਨਜ ਅਤੇ ਮਸਾਲੇ ਪਾ ਕੇ ਮਿਲਾਵੋ। ਫੇਰ ਦੋ ਮਿੰਟ ਪਕਾਕੇ ਹੇਠਾਂ ਲਾਹ ਲਵੋ।

3. ਅੰਡਿਆਂ ਨੂੰ ਲੰਬਾਈ ਵਿਚ ਅੱਧਾ ਕੱਟੋ ਅਤੇ ਪੀਲੀ ਜ਼ਰਦੀ ਬਾਹਰ ਕੱਢ ਲਵੋ। ਅੰਡਿਆਂ ਨੂੰ ਬੇਕਿੰਗ ਡਿਸ਼ ਵਿਚ ਰੱਖੋ, ਅੰਡਿਆਂ ਦੇ ਸਫ਼ੈਦ ਹਿੱਸੇ ਵਿਚ ਬੇਕਡ ਬੀਨਜ ਦਾ ਮਿਸ਼ਰਣ ਭਰੋ। ਹਰ ਇਕ ਤੇ ਥੋੜਾ ਜਿਹਾ ਪਨੀਰ ਭੁੱਕੋ।

4. 3-4 ਮਿੰਟ ਮਾਈਕਰੋਵੇਵ ਕਰੋ ਜਾਂ ਪਹਿਲਾਂ ਤੋਂ ਹੀ ਗਰਮ ਓਵਨ ਵਿਚ 10-12 ਮਿੰਟ ਤੱਕ ਰੱਖੋ। ਸਾਰੇ ਕੇਨੇਪਸ ਸਨੈਕਸ ਟਰੇਅ ਵਿਚ ਰੱਖੋ, ਤਾਜੀ ਕੱਟੀ ਅਜਮੋਦ ਨਾਲ ਸਜਾਕੇ ਚਿੱਲੀ ਸੱਸ ਨਾਲ ਪਰੋਸੋ।

ਇਹ ਚਾਰ ਵਿਅਕਤੀਆਂ ਲਈ ਕਾਫ਼ੀ ਹੁੰਦਾ ਹੈ। ਇਸਨੂੰ ਬਣਾਉਣ ਵਿਚ ਪੰਜਾਹ ਮਿੰਟ ਲੱਗ ਜਾਂਦੇ ਹਨ।

ਭਰਵਾਂ ਐਗ ਕਰੋਕੈਟਸ (ਗੋਲੇ)

ਸਮੱਗਰੀ

500 ਗ੍ਰਾਮ ਆਲੂ ਉਬਲੇ, ਛਿਲਕਾ ਉਤਾਰੇ ਤੇ ਮਸਲੇ ਹੋਏ
ਇਹ ਚੌਥਾਈ ਕੱਪ ਪਨੀਰ ਕੱਦੂਕਸ਼ ਕੀਤਾ ਹੋਇਆ
ਦੋ ਵੱਡੇ ਚਮਚੇ ਮੱਕੀ ਦਾ ਆਟਾ
ਇਕ ਬ੍ਰੈਡ ਸਲਾਈਸ ਚੂਰਾ ਕੀਤਾ ਹੋਇਆ
ਮਸਾਲੇ : ਅੱਧਾ ਛੋਟਾ ਚਮਚਾ ਸੁੱਕੀ ਖੁਰਾਸਾਨੀ ਜ਼ਵੈਣ
ਇਕ ਚੌਥਾਈ ਛੋਟਾ ਚਮਚਾ ਚਾਟ ਮਸਾਲਾ
ਲੂਣ ਤੇ ਕਾਲੀ ਮਿਰਚ ਸਵਾਦ ਅਨੁਸਾਰ
ਇਕ ਚੌਥਾਈ ਛੋਟਾ ਚਮਚਾ ਪੀਸੀ ਹੋਈ ਲਾਲ ਮਿਰਚ
ਚਾਰ ਅੰਡੇ ਸਾਬਤ ਸਖਤ ਉਬਲੇ ਹੋਏ ਛਿਲਕਾ ਉਤਾਰਕੇ
ਪੌਣਾ ਕੱਪ ਸੁੱਕਾ ਬ੍ਰੈਡ ਦਾ ਚੂਰਾ
ਤਲਣ ਦੇ ਲਈ ਤੇਲ
ਸਜਾਵਟ : ਸਲਾਦ ਪੱਤਾ
ਕਿਸ ਨਾਲ ਪਰੋਸੀਏ : ਟੋਮੈਟੋ ਕੈਚਅਪ

ਢੰਗ-ਤਰੀਕਾ

1. ਆਲੂ ਇਕ ਵੱਡੇ ਡੋਂਗੇ ਵਿਚ ਪਾ ਲਵੋ। ਇਹਨਾਂ ਵਿਚ ਕੱਦੂਕਸ਼ ਪਨੀਰ, ਮੱਕੀ ਦਾ ਆਟਾ, ਚੂਰਾ ਬ੍ਰੈਡ ਅਤੇ ਮਸਾਲੇ ਪਾ ਦੇਵੋ।

2. ਚੰਗੀ ਤਰ੍ਹਾਂ ਮਸਲਕੇ ਆਟੇ ਵਰਗਾ ਥੋੜ੍ਹਾ ਜਿਹਾ ਸਖਤ ਗੁੰਨ੍ਹ ਲਵੋ।

3. ਇਸ ਮਿਸ਼ਰਣ ਦੇ ਚਾਰ ਵੱਡੇ ਗੋਲੇ ਬਣਾ ਲਵੋ। ਉਹਨਾਂ ਨੂੰ ਹਥੇਲੀ ਤੇ ਚਪਟਾ ਕਰੋ ਅਤੇ ਇਕ ਇਕ ਗੋਲੇ ਵਿਚ ਸਾਬਤ ਅੰਡਾ ਭਰਦੇ ਹੋਏ ਉਸਨੂੰ ਸਾਰੇ ਪਾਸਿਆਂ ਤੋਂ ਇਕਸਾਰ ਕਰ ਦੇਵੋ। ਇਸ ਤਰ੍ਹਾਂ ਇਹ ਕਰੋਕੇਟ ਬਣ ਜਾਏਗਾ।

4. ਫੇਰ ਕਰੋਕੇਟਸ ਨੂੰ ਬ੍ਰੈਡ ਦੇ ਚੂਰੇ ਵਿਚ ਲਪੇਟੋ। ਕੜਾਹੀ ਵਿਚ ਤੇਲ ਗਰਮ ਕਰੋ ਅਤੇ ਭੂਰਾ-ਸੁਨਹਿਰਾ ਹੋਣ ਤੱਕ ਤਲ ਲਵੋ। ਵਾਧੂ ਤੇਲ ਕਿਚਨ ਪੇਪਰ ਤੇ ਸੋਖ ਦੇਵੋ।

5. ਫੇਰ ਸਨੈਕਸ ਪਲੇਟ ਵਿਚ ਕਰੋਕੇਟਸ ਰੱਖੋ। ਹਰ ਕਰੋਕੇਟ ਨੂੰ ਦੋ ਹਿੱਸਿਆਂ ਵਿਚ ਕੱਟ ਲਵੋ। ਸਲਾਦ ਪੱਤੇ ਨਾਲ ਸਜਾਕੇ ਟੋਮੈਟੋ ਕੈਚਅਪ ਨਾਲ ਗਰਮ ਹੀ ਪਰੋਸੋ।

ਇਹ ਗੋਲੇ ਚਾਰ ਵਿਅਕਤੀਆਂ ਲਈ ਕਾਫ਼ੀ ਹੁੰਦੇ ਹਨ। ਇਹਨਾਂ ਨੂੰ ਬਣਾਉਣ ਵਿਚ 45 ਮਿੰਟ ਦਾ ਸਮਾਂ ਲੱਗਦਾ ਹੈ।

ਅੰਡਿਆਂ ਦੀ ਥਾਂ ਤੇ ਚਿਕਨ ਵੀ ਪਾਇਆ ਜਾ ਸਕਦਾ ਹੈ।

ਗਰਿੱਲਡ ਮਟਨ, ਚੀਜ਼ (ਪਨੀਰ) ਪੈਟੀ ਬਰਗਰ

ਸਮੱਗਰੀ

ਛੇ ਬਰਗਰ ਬੰਦ
ਪੀਲਾ ਮੱਖਣ ਬੰਦਾਂ ਤੇ ਲਾਉਣ ਲਈ
ਮਟਨ ਕਟਲੇਟ ਦੇ ਭਰਨ ਲਈ :
ਦੋ ਕੱਪ ਮਟਨ ਕੀਮਾ ਮਸਾਲੇ ਯੁਕਤ, ਭਾਫ਼ ਕੀਤਾ ਹੋਇਆ
ਦੋ ਕੱਪ ਆਲੂ ਉਬਲੇ ਤੇ ਅਧ ਮਸਲੇ ਹੋਏ
ਇਕ ਕੱਪ ਮੱਕੀ ਦਾ ਆਟਾ
ਅੱਧਾ ਛੋਟਾ ਚਮਚਾ ਲਾਲ ਮਿਰਚ ਪੀਸੀ ਹੋਈ
ਅੱਧਾ ਛੋਟਾ ਚਮਚਾ ਚਾਟ ਮਸਾਲਾ
ਇਕ ਛੋਟਾ ਚਮਚਾ ਔਰੀਗੇਨੋ
ਲੂਣ ਤੇ ਕਾਲੀ ਮਿਰਚ ਸਵਾਦ ਅਨੁਸਾਰ
ਤਲਣ ਤੇ ਲਈ ਤੇਲ
ਟੌਪਿੰਗ/ਸੱਸ/ਸਬਜ਼ੀਆਂ :
ਅੱਧਾ ਕੱਪ ਬਿਨਾਂ ਅੰਡੇ ਦੀ ਮੇਉਨੀਜ
ਅੱਧਾ ਕੱਪ ਪਲੇਨ ਪਨੀਰ ਸਪ੍ਰੈਡ ਮਿਲਾਕੇ ਰੱਖੋ
ਛੇ ਟਮਾਟਰ ਸਲਾਈਸ
ਛੇ ਪਨੀਰ ਸਲਾਈਸ
ਛੇ ਸਲਾਦ ਪੱਤੇ
ਲੂਣ ਤੇ ਕਾਲੀ ਮਿਰਚ ਸਵਾਦ ਅਨੁਸਾਰ
ਸਜਾਵਟ : ਫਰੈਂਚ ਫਰਾਈ/ਚਿਪਸ
ਕਿਸ ਨਾਲ ਪਰੋਸੀਏ : ਟੋਮੈਟੋ ਕੈਚਅਪ

ਢੰਗ ਤਰੀਕਾ

1. ਬਰਗਰ ਬੰਦ ਦੇ ਦੋ ਟੁਕੜੇ ਕਰੋ ਅਤੇ ਅੰਦਰ ਦੀ ਤਰਫ ਮੱਖਣ ਲਾ ਕੇ ਟੋਸਟ ਕਰੋ।

2. ਮਟਨ ਕਟਲੇਟ ਦੀ ਸਮੱਗਰੀ ਬਣਾਕੇ ਮਿਸ਼ਰਣ ਤਿਆਰ ਕਰੋ।

3. ਮਿਸ਼ਰਣ ਦੇ ਚਾਰ ਹਿੱਸੇ ਕਰਕੇ ਕਟਲੇਟ ਤਿਆਰ ਕਰੋ।

4. ਨਾਨ ਸਟਿਕ ਪੈਨ ਜਾਂ ਤਵੇ ਤੇ ਤੇਲ ਗਰਮ ਕਰੋ। ਦੋਵੇਂ ਪਾਸੇ ਪਕਾਉਂਦੇ ਹੋਏ ਕਰੰਚੀ ਕਟਲੇਟ ਤਿਆਰ ਕਰੋ। ਫਾਲਤੂ ਤੇਲ ਕਿਚਨ ਪੇਪਰ ਤੇ ਸੋਖ ਲਵੋ।

5. ਅਰੇਂਜ (Arrange) ਕਰਨ ਦੇ ਲਈ : ਬੰਦ ਦੇ ਹੇਠਲੇ ਹਿੱਸੇ ਤੇ ਮੇਉਨੀਜ

ਤੇ ਪਨੀਰ ਮਿਕਸ ਦੀ ਪਰਤ ਲਗਾਵੋ ਅਤੇ ਸਲਾਦ ਪੱਤਾ ਰੱਖੋ। ਇਸ ਉਪਰ ਕਰੰਚੀ ਕਟਲੇਟ ਰੱਖਕੇ ਚੀਜ਼ ਸਲਾਈਸ ਤੇ ਟਮਾਟਰ ਸਲਾਈਸ ਰੱਖੋ।

6. ਇਸ ਉਪਰ ਇਕ ਚਮਚਾ ਚੀਜ਼ ਸਪ੍ਰੈਡ ਅਤੇ ਮੇਉਨੀਜ਼ ਮਿਕਸ ਪਾ ਕੇ ਬਾਕੀ ਅੱਧੇ ਬੰਦ ਨਾਲ ਢਕ ਦੇਵੋ।

7. ਬਰਗਰ ਪਰੋਸਣ ਤੋਂ ਪਹਿਲਾਂ ਅੱਧਾ ਮਿੰਟ ਮਾਈਕਰੋਵੇਵ ਕਰੋ। ਫਰੈਂਚ ਫਰਾਈ ਨਾਲ ਸਜਾ ਕੇ ਟੋਮੈਟੋ ਕੈਚਅਪ ਨਾਲ ਗਰਮ ਗਰਮ ਸਰਵ ਕਰੋ।

ਇਹ ਬਰਗਰ ਚਾਰ ਵਿਅਕਤੀਆਂ ਲਈ ਕਾਫ਼ੀ ਹੁੰਦੇ ਹਨ। ਇਹਨਾਂ ਨੂੰ ਬਣਾਉਣ ਵਿਚ ਇਕ ਘੰਟਾ ਦਸ ਮਿੰਟ ਲੱਗ ਜਾਂਦੇ ਹਨ।

ਆਲੂ ਮਟਨ ਕੀਮਾ ਬ੍ਰੈਡ ਰੋਲ

ਸਮੱਗਰੀ

ਅੱਠ ਬ੍ਰੈਡ ਸਲਾਈਸ

ਭਰਨ ਦੇ ਲਈ : ਇਕ ਕੱਪ ਮਟਨ ਕੀਮਾ ਬੋਨਲੈਸ ਬਾਰੀਕ

ਇਕ ਕੱਪ ਉਬਲੇ ਆਲੂ ਟੁਕੜੇ

ਦੋ ਵੱਡੇ ਚਮਚੇ ਧਨੀਆ ਕੱਟਿਆ ਹੋਇਆ

ਦੋ ਵੱਡੇ ਚਮਚੇ ਮੱਕੀ ਦੇ ਦਾਣੇ ਡਿੱਬਾ ਬੰਦ/ਉਬਲੇ ਹੋਏ

ਦੋ ਵੱਡੇ ਚਮਚੇ ਪਨੀਰ ਕੱਦੂਕਸ਼ ਕੀਤਾ ਹੋਇਆ

ਅੱਧਾ ਛੋਟਾ ਚਮਚਾ ਪੀਸੀ ਹੋਈ ਲਾਲ ਮਿਰਚ

ਲੂਣ, ਕਾਲੀ ਮਿਰਚ, ਚਾਟ ਮਸਾਲਾ ਸਵਾਦ ਅਨੁਸਾਰ

ਡੀਪ ਫਰਾਈ ਦੇ ਲਈ ਤੇਲ

ਸਜਾਵਟ : ਸ਼ਿਮਲਾ ਮਿਰਚ ਤੇ ਗਾਜਰ ਕੱਟੀ ਹੋਈ

ਕਿਸ ਨਾਲ ਪਰੋਸੀਏ : ਟੋਮੈਟੋ ਕੈਚਅਪ

ਢੰਗ ਤਰੀਕਾ

1. ਇਕ ਨਾਨ ਸਟਿਕ ਪੈਨ ਵਿਚ ਪੱਕਿਆ ਕੀਮਾ, ਆਲੂ, ਧਨੀਆ, ਪਨੀਰ, ਮੱਕੀ ਦਾ ਦਾਣੇ, ਲੂਣ, ਕਾਲੀ ਮਿਰਚ, ਚਾਟ ਮਸਾਲਾ ਪਾ ਲਵੋ।

2. ਘੱਟ ਸੇਕ ਤੇ ਸਿੱਲ੍ਹ ਸੁੱਕ ਜਾਣ ਤੱਕ ਪਕਾਵੋ। ਹੇਠਾਂ ਲਾਹ ਕੇ ਠੰਢਾ ਹੋਣ ਦੇਵੋ।

3. ਬ੍ਰੈਡ ਦੇ ਕਿਨਾਰੇ ਕੱਟੋ। ਉਸਨੂੰ ਭਿਉਂਕੇ ਹਥੇਲੀ ਨਾਲ ਦਬਾਉ। ਚਮਚ ਭਰਨ ਵਾਲੀ ਸਮੱਗਰੀ ਰੱਖਕੇ ਸੀਲ ਕਰੋ ਅਤੇ ਰੋਲ ਬਣਾ ਲਵੋ। ਸਾਰੇ ਰੋਲ 10 ਮਿੰਟ ਕਿਸੇ ਠੰਢੀ ਜਗਾਹ ਤੇ ਰੱਖ ਦੇਵੋ।

4. ਇਕ ਕੜਾਹੀ ਵਿਚ ਤੇਲ ਗਰਮ ਕਰਕੇ ਰੋਲ ਡੀਪ ਫਰਾਈ ਕਰੋ। ਫਾਲਤੂ ਤੇਲ ਸੋਖ ਲਵੋ।

5. ਇਕ ਪਲੇਟ ਵਿਚ ਕੱਢਕੇ ਸ਼ਿਮਲਾ ਮਿਰਚ ਅਤੇ ਗਾਜਰ ਨਾਲ ਸਜਾਕੇ ਟੋਮੈਟੋ ਕੈਚਅਪ ਨਾਲ ਗਰਮ-ਗਰਮ ਪਰੋਸੋ।

ਇਹ ਚਾਰ ਵਿਅਕਤੀਆਂ ਲਈ ਕਾਫ਼ੀ ਹੁੰਦਾ ਹੈ। ਇਸਨੂੰ ਬਣਾਉਣ ਵਿਚ ਪੰਜਾਹ ਮਿੰਟ ਦਾ ਸਮਾਂ ਲੱਗ ਜਾਂਦਾ ਹੈ।

ਗਰਿੱਲਡ ਐਗ ਅਤੇ ਚਿਕਨ ਫੁੱਟਲਾਂਗ

ਸਮੱਗਰੀ

2-3 ਵੱਡੇ ਚਮਚੇ ਜੈਤੂਨ ਦਾ ਤੇਲ
ਪੌਣਾ ਕੱਪ ਹਰਾ ਪਿਆਜ ਕੱਟਿਆ ਹੋਇਆ
ਪੌਣਾ ਕੱਪ ਸ਼ਿਮਲਾ ਮਿਰਚ ਬਾਰੀਕ ਕੱਟੀ ਹੋਈ
ਅੱਧਾ ਕੱਪ ਮੱਕੀ ਦੇ ਦਾਣੇ ਉੱਬਲੇ ਹੋਏ
ਅੱਧਾ ਕੱਪ ਹਰੇ ਮਟਰ ਉਬਲੇ ਹੋਏ
ਅੱਧਾ ਕੱਪ ਟਮਾਟਰ ਕੱਟੇ ਹੋਏ
ਪੌਣਾ ਕੱਪ ਬੋਨਲੈਸ ਚਿਕਨ ਉਬਲਿਆ, ਕੱਟਿਆ ਹੋਇਆ
ਚਾਰ ਅੰਡੇ ਸਖਤ ਉਬਲੇ ਹੋਏ ਟੁਕੜੇ
ਮਸਾਲੇ : ਇਕ ਛੋਟਾ ਚਮਚਾ ਸੁੱਕੇ ਮਿਕਸ ਹਰਬ
ਅੱਧਾ ਛੋਟਾ ਚਮਚਾ ਮੋਟੀ ਕੁੱਟੀ ਹੋਈ ਲਾਲ ਮਿਰਚ
ਦੋ ਵੱਡੇ ਚਮਚੇ ਸਵੀਟ ਚਿੱਲੀ ਸੱਸ
ਦੋ ਵੱਡੇ ਚਮਚੇ ਟੋਮੈਟੋ ਕੈਚਅਪ
ਅੱਧਾ ਛੋਟਾ ਚਮਚਾ ਚਾਟ ਮਸਾਲਾ
ਲੂਣ ਤੇ ਕਾਲੀ ਮਿਰਚ ਸਵਾਦ ਅਨੁਸਾਰ
ਇਕ ਗਾਰਲਿਕ ਬ੍ਰੈਡ ਜਾਂ ਚਾਰ ਹਾਟ ਡੋਗ ਲੰਬਾਈ ਰੁਖ ਕੱਟੇ ਹੋਏ
ਦੋ ਕੱਪ ਪੋਜਰੋਲਾ ਪਨੀਰ ਕੱਦੂਕਸ਼ ਕੀਤਾ ਹੋਇਆ
ਸਜਾਵਟ : ਲਾਲ ਬੈਲ ਪੈਪਰ ਸਟਰਿਪ (ਲਾਲ ਸ਼ਿਮਲਾ ਮਿਰਚ)
ਕਿਸ ਨਾਲ ਪਰੋਸੀਏ : ਸਲਾਦ ਅਤੇ ਮਸਟਰਡ ਸੱਸ

ਢੰਗ ਤਰੀਕਾ

1. ਇਕ ਨਾਨ ਸਟਿਕ ਪੈਨ ਵਿਚ ਤੇਲ ਗਰਮ ਕਰੋ, ਇਕ ਮਿੰਟ ਤਕ ਹਰਾ ਪਿਆਜ ਪਾ ਕੇ ਲਗਾਤਾਰ ਹਿਲਾਉਂਦੇ ਰਹੋ। ਫੇਰ ਸ਼ਿਮਲਾ ਮਿਰਚ, ਮੱਕੀ ਦੇ ਦਾਣੇ, ਮਟਰ, ਟਮਾਟਰ, ਚਿਕਨ ਮਿਲਾ ਦੇਵੋ। ਇਕ ਮਿੰਟ ਭੁੰਨਣ ਦੇ ਬਾਦ ਅੰਡਾ ਅਤੇ ਮਸਾਲੇ ਵੀ ਮਿਲਾ ਦੇਵੋ।

2. ਚੰਗੀ ਤਰ੍ਹਾਂ ਮਿਲਾਉਣ ਦੇ ਬਾਦ ਕਾਜੂ ਵੀ ਮਿਲਾ ਸਕਦੇ ਹੋ।

3. ਗਾਰਲਿਕ ਬ੍ਰੈਡ ਜਾਂ ਹਾਟ ਡੋਗ ਨੂੰ ਲੰਬਾਈ ਵਿਚ ਕੱਟੋ ਅਤੇ ਇਕ ਓਵਨ ਪਰੂਫ਼ ਡਿਸ਼ ਵਿਚ ਰੱਖੋ। ਇਹਨਾਂ ਉਪਰ ਅੰਡੇ ਅਤੇ ਚਿਕਨ ਦਾ ਮਿਸ਼ਰਣ ਇਕਸਾਰ ਪਾ ਲਵੋ। ਫੇਰ ਕੱਦੂਕਸ਼ ਪਨੀਰ ਭੁੱਕ ਦੇਵੋ।

4. ਲਾਲ ਬੈਲ ਪੈਪਰ ਸਟਰਿਪ ਨਾਲ ਸਜਾਕੇ ਪਹਿਲਾਂ ਤੋਂ ਗਰਮ ਓਵਨ ਵਿਚ 180 ਦਰਜੇ ਸੈਲਸੀਅਸ/350 ਦਰਜੇ ਫਾਰੇਨਹੀਟ ਤੇ 15-20 ਮਿੰਟ ਬੇਕ ਕਰੋ। ਫੇਰ ਇਹਨਾਂ ਨੂੰ ਸਲਾਈਜ ਜਾਂ ਵੈਜਿਸ ਦੇ ਰੂਪ ਵਿਚ ਕੱਟੋ, ਸਲਾਦ ਅਤੇ ਮਸਟਰਡ ਸੱਸ ਦੇ ਨਾਲ ਪਰੋਸੋ।

ਇਹ ਚਾਰ ਵਿਅਕਤੀਆਂ ਲਈ ਕਾਫ਼ੀ ਹੁੰਦਾ ਹੈ। ਇਸਨੂੰ ਬਣਾਉਣ ਵਿਚ 35 ਮਿੰਟ ਲੱਗਦੇ ਹਨ।

ਕਵਿੱਕ ਲਾਈਟ-ਐਗ ਚੀਜ਼ ਪਰੌਂਠਾ

ਸਮੱਗਰੀ

ਆਟੇ ਦੇ ਲਈ

ਦੋ ਕੱਪ ਮੈਦਾ

ਦੋ ਕੱਪ ਕਣਕ ਦਾ ਆਟਾ

ਅੱਧਾ ਛੋਟਾ ਚਮਚਾ ਕਲੌਂਜੀ

ਅੱਧਾ ਛੋਟਾ ਚਮਚਾ ਜ਼ਵੈਣ

ਇਕ ਵੱਡਾ ਚਮਚਾ ਤੇਲ/ਘਿਉ

ਲੂਣ ਸਵਾਦ ਅਨੁਸਾਰ

ਅੱਧਾ ਕੱਪ ਪਿਆਜ ਬਾਰੀਕ ਕੱਟੇ ਹੋਏ

ਇਕ ਵੱਡਾ ਚਮਚਾ ਅਦਰਕ ਕੱਦੂਕਸ਼ ਕੀਤਾ ਹੋਇਆ

ਚਾਰ ਅੰਡੇ ਫੈਂਟੇ ਹੋਏ

ਇਕ ਕੱਪ ਪਨੀਰ ਕੱਦੂਕਸ਼ ਕੀਤਾ ਹੋਇਆ

ਅੱਧਾ ਕੱਪ ਦੁੱਧ

ਦੋ ਹਰੀ ਮਿਰਚ ਕੱਟੀ ਹੋਈ ਬਾਰੀਕ

ਅੱਧਾ ਛੋਟਾ ਚਮਚਾ ਚਾਟ ਮਸਾਲਾ

ਅੱਧਾ ਛੋਟਾ ਚਮਚਾ ਮੋਟੀ ਕੁੱਟੀ ਹੋਈ ਲਾਲ ਮਿਰਚ

ਪੌਣਾ ਛੋਟਾ ਚਮਚਾ ਪੀਸਿਆ ਹੋਇਆ ਅਨਾਰ ਦਾਣਾ

ਇਕ ਵੱਡਾ ਚਮਚਾ ਹਰਾ ਧਨੀਆ ਦੇ ਪੱਤੇ ਕੱਟੇ ਹੋਏ

ਲੂਣ ਤੇ ਪੀਸੀ ਹੋਈ ਲਾਲ ਮਿਰਚ ਸਵਾਦ ਅਨੁਸਾਰ

ਕਿਸਦੇ ਨਾਲ ਪਰੋਸੀਏ : ਟੋਮੈਟੋ ਕੈਚਅਪ/ਪਾਪੜ, ਰਾਇਤਾ ਤੇ ਆਚਾਰ

ਢੰਗ ਤਰੀਕਾ

1. ਸਮੱਗਰੀ ਮਿਲਾਕੇ ਦੁੱਧ ਨਾਲ ਨਰਮ ਆਟਾ ਗੁੰਨ੍ਹ ਲਵੋ।

2. ਆਟੇ ਦੇ ਇਕੋ ਜਿਹੇ ਪੇੜੇ ਬਣਾ ਲਵੋ।

3. ਹਰ ਪੇੜੇ ਨੂੰ ਥੋੜ੍ਹਾ ਚਪਟਾ ਕਰਕੇ, ਉਸ ਵਿਚ ਥੋੜ੍ਹਾ ਜਿਹਾ ਘਿਉ ਲਾਵੋ, ਲੰਬੀ ਪੱਟੀ ਦੀ ਤਰ੍ਹਾਂ ਵੇਲ ਲਵੋ।

4. ਫੇਰ ਉਸ ਪੱਟੀ ਦਾ ਪੇੜਾ ਬਣਾਕੇ ਬੇਲਣੇ ਨਾਲ ਪਰੌਂਠੇ ਵੇਲ ਲਵੋ।

5. ਤਵਾ ਗਰਮ ਕਰਕੇ ਪਰੌਂਠੇ ਦੇ ਦੋਵੇਂ ਪਾਸੇ ਘਿਉ ਲਾ ਕੇ ਪਕਾਵੋ। ਭੂਰਾ ਜਿਹਾ ਹੋਣ ਤੇ ਤਵੇ ਤੋਂ ਲਾਹ ਲਵੋ।

6. ਪਾਪੜ, ਰਾਇਤੇ ਤੇ ਆਚਾਰ ਦੇ ਨਾਲ ਗਰਮ ਗਰਮ ਪਰੋਸੋ।

ਇਹ ਚਾਰ ਵਿਅਕਤੀਆਂ ਲਈ ਕਾਫ਼ੀ ਹੁੰਦਾ ਹੈ। ਇਸਨੂੰ ਬਣਾਉਣ ਵਿਚ 45 ਮਿੰਟ ਲੱਗ ਜਾਂਦੇ ਹਨ।

ਬੈਲ ਪੈਪਰ ਐਗ ਸਪੈਗਹੈਟੀ (Spaghetti)

ਸਮੱਗਰੀ

350 ਗ੍ਰਾਮ ਸਪੈਗਹੈਟੀ ਉਬਲੀ, ਪਕਾਈ ਹੋਈ (ਹਲਕਾ ਤੇਲ/ਘਿਉ ਲੱਗੀ ਹੋਈ)

ਤਿੰਨ ਵੱਡੇ ਚਮਚੇ ਮੂੰਗਫਲੀ ਦਾ ਤੇਲ

ਪੌਣਾ ਕੱਪ ਹਰਾ ਪਿਆਜ ਸਲਾਈਸ

ਇਕ ਵੱਡਾ ਚਮਚਾ ਲਸਣ, ਕੱਦੂਕਸ਼ ਕੀਤਾ ਹੋਇਆ

ਚਾਰ ਅੰਡੇ ਫੈਂਟੇ ਹੋਏ, ਲੂਣ, ਕਾਲੀ ਮਿਰਚ, ਲਾਲ ਮਿਰਚ ਯੁਕਤ

ਪੌਣਾ ਕੱਪ ਗਾਜਰ ਜੂਲੀਅਨਜ

ਪੌਣਾ ਕੱਪ ਜੁਕੀਨੀ (ਤੋਰੀ) ਵੈਜਿਸ

ਇਕ ਵੱਡਾ ਚਮਚਾ ਬਰਾਊਨ ਸ਼ੂਗਰ

ਮਸਾਲੇ : ਅੱਧਾ ਛੋਟਾ ਚਮਚਾ ਮੋਟੀ ਕੁੱਟੀ ਹੋਈ ਲਾਲ ਮਿਰਚ

ਦੋ ਵੱਡੇ ਚਮਚੇ ਸਿਰਕਾ

ਇਕ ਵੱਡਾ ਚਮਚਾ ਪਾਸਤਾ ਸੱਸ

ਲੂਣ ਤੇ ਭੂਰੀ (ਕਾਲੀ) ਮਿਰਚ ਸਵਾਦ ਅਨੁਸਾਰ

ਇਕ ਵੱਡਾ ਚਮਚਾ ਸਵੀਟ ਚਿੱਲੀ ਸੱਸ

ਲੂਣ ਸਵਾਦ ਅਨੁਸਾਰ

ਅੱਧਾ ਕੱਪ ਪਨੀਰ (ਚੀਜ) ਕੱਦੂਕਸ਼ ਕੀਤਾ ਹੋਇਆ

ਸਜਾਵਟ : ਕੱਟਿਆ ਤਾਜਾ ਹਰਾ ਧਨੀਆ

ਕਿਸ ਨਾਲ ਪਰੋਸੀਏ : ਆਲੂ ਵੈਜਿਸ ਅਤੇ ਬੇਕਡ ਬੀਨਜ਼

ਢੰਗ ਤਰੀਕਾ

1. ਅੱਧਾ ਤੇਲ ਕਿਸੇ ਵੱਡੇ ਪੈਨ ਵਿਚ ਗਰਮ ਕਰੋ ਅਤੇ ਅੰਡੇ ਦਾ ਮਿਸ਼ਰਣ ਪਾ ਕੇ ਆਮਲੇਟ ਦੀ ਤਰ੍ਹਾਂ ਪਕਾ ਲਵੋ। ਇਸਦੀਆਂ ਪਤਲੀਆਂ ਪੱਟੀਆਂ (Strips) ਕੱਟਕੇ ਇਕ ਪਾਸੇ ਰੱਖ ਦੇਵੋ।

2. ਬਾਕੀ ਤੇਲ ਇਕ ਕੜਾਹੀ ਵਿਚ ਗਰਮ ਕਰੋ, ਹਰਾ ਪਿਆਜ ਤੇ ਲਸਣ ਦੋ ਮਿੰਟਾਂ ਤੱਕ ਭੁੰਨੋ। ਫੇਰ ਗਾਜਰ, ਸ਼ਿਮਲਾ ਮਿਰਚ ਅਤੇ ਜੁਕੀਨੀ (Zucchini) ਮਿਲਾ ਦੇਵੋ।

3. ਚੰਗੀ ਤਰ੍ਹਾਂ ਮਿਲਾਉਂਦੇ ਹੋਏ, ਤੇਜ ਸੇਕ ਤੇ 2-3 ਮਿੰਟਾਂ ਤੱਕ ਭੁੰਨੋ। ਸੇਕ ਘੱਟ ਕਰਕੇ ਬਰਾਊਨ ਸ਼ੂਗਰ ਅਤੇ ਬਾਕੀ ਸਾਰੇ ਮਸਾਲੇ ਮਿਲਾਕੇ 2-3 ਮਿੰਟ ਪਕਾਵੋ ਤਾਂ ਕਿ ਚੀਨੀ ਪਿਘਲਕੇ ਕੈਰਮਲਾਈਜ਼ਡ ਹੋ ਜਾਵੇ।

4. ਫੇਰ ਸਪੈਗਹੈਟੀ ਅਤੇ ਪਨੀਰ ਮਿਲਾਕੇ ਹੌਲ਼ੀ-ਹੌਲ਼ੀ ਹਿਲਾਵੋ ਅਤੇ ਆਮਲੇਟ ਦੀਆਂ ਪੱਟੀਆਂ ਮਿਲਾ ਦੇਵੋ। ਸੱਭ ਕੁੱਝ ਗਰਮ ਹੋਣ ਦੇਵੋ।

5. ਸੇਕ ਤੋਂ ਉਤਾਰਕੇ ਪਲੇਟ ਵਿਚ ਪਰੋਸੋ, ਕੱਟੇ ਧਨੀਏ ਨਾਲ ਸਜਾਕੇ ਆਲੂ ਵੈਜਿਸ ਅਤੇ ਬੇਕਡ ਬੀਨਜ ਨਾਲ ਪਰੋਸੋ।

ਇਹ ਚਾਰ ਵਿਅਕਤੀਆਂ ਲਈ ਕਾਫ਼ੀ ਹੁੰਦਾ ਹੈ। ਇਸਨੂੰ ਬਣਾਉਣ ਵਿਚ 40 ਮਿੰਟ ਲੱਗ ਜਾਂਦੇ ਹਨ।

ਗਰਿੱਲਡ ਫਿਸ਼ ਸਟਿਕ

ਸਮੱਗਰੀ

350 ਗ੍ਰਾਮ ਪਾਮਫਰੇਟ, ਸੋਲ ਜਾਂ ਕੋਈ ਸਫੈਦ ਮੱਛੀ
ਪੌਣਾ ਕੱਪ ਆਲੂ ਅੱਧ ਉਬਲੇ ਹੋਏ
ਪੌਣਾ ਕੱਪ ਬ੍ਰੈਡ ਦਾ ਚੂਰਾ
ਅੱਧਾ ਕੱਪ ਪਿਆਜ ਬਾਰੀਕ ਕੱਟੇ ਹੋਏ
ਦੋ ਵੱਡੇ ਚਮਚੇ ਧਨੀਆ ਬਾਰੀਕ ਕੱਟਿਆ ਹੋਇਆ
ਦੋ ਹਰੀ ਮਿਰਚ ਬਾਰੀਕ ਕੱਟੀ ਹੋਈ
ਅੱਧਾ ਛੋਟਾ ਚਮਚਾ ਚਾਟ ਮਸਾਲਾ
ਅੱਧਾ ਛੋਟਾ ਚਮਚਾ ਪੀਸਿਆ ਹੋਇਆ ਜੀਰਾ
ਅੱਧਾ ਛੋਟਾ ਚਮਚਾ ਮੋਟੀ ਕੁੱਟੀ ਹੋਈ ਲਾਲ ਮਿਰਚ
ਲੂਣ ਤੇ ਕਾਲੀ ਮਿਰਚ ਸਵਾਦ ਅਨੁਸਾਰ
ਇਕ ਅੰਡੇ ਦੀ ਜ਼ਰਦੀ
ਤੇਲ ਪੈਨ/ਗਰਿੱਲ ਦੇ ਲਈ
ਸਜਾਵਟ : ਆਲੂ ਵੈਜਿਸ
ਕਿਸ ਨਾਲ ਪਰੋਸੀਏ : ਉਬਲੀਆਂ ਸਬਜੀਆਂ ਅਤੇ ਫਰੈਂਚ ਬ੍ਰੈਡ

ਢੰਗ ਤਰੀਕਾ

1. ਫਿਸ਼ (ਮੱਛੀ) ਧੋ ਕੇ ਸੁਕਾ ਲਵੋ। ਬਲੈਂਡਰ ਨਾਲ ਕੀਮਾ ਬਣਾਕੇ ਡੋਂਗੇ ਵਿਚ ਰੱਖੋ।

2. ਆਲੂ, ਬ੍ਰੈਡ ਦਾ ਚੂਰਾ, ਬਾਕੀ ਸਮੱਗਰੀ ਇਸ ਵਿਚ ਮਿਲਾ ਦੇਵੋ, ਇਸ ਮਿਸ਼ਰਣ ਨੂੰ ਗੁੰਨ੍ਹ ਲਵੋ।

3. ਇਸਦੇ ਚਾਰ ਵੱਡੇ ਗੋਲੇ (Balls) ਬਣਾਕੇ ਚਪਟੇ ਕਰ ਲਵੋ, ਅੰਡਾਕਾਰ ਕਟਲੇਟ ਬਣਾਕੇ ਦਸ ਮਿੰਟ ਫਰਿਜ ਵਿਚ ਰੱਖੋ।

4. ਇਕ ਵੱਡੇ ਪੈਨ ਵਿਚ ਤੇਲ ਗਰਮ ਕਰੋ, ਫਿਸ਼ ਸਟਿਕ ਨੂੰ ਦਰਮਿਆਨੇ ਸੇਕ ਤੇ ਗਰਿੱਲ ਕਰੋ, ਭੂਰਾ ਹੋਣ ਤੱਕ ਪਕਾਵੋ।

5. ਫੇਰ ਆਲੂ ਵੈਜਿਸ ਨਾਲ ਸਜਾਕੇ ਉੱਬਲੀਆਂ ਸਬਜੀਆਂ ਤੇ ਫਰੈਂਚ ਬਰੈਡ ਨਾਲ ਸਰਵ (Serve) ਕਰੋ।

ਇਹ ਚਾਰ ਵਿਅਕਤੀਆਂ ਲਈ ਕਾਫ਼ੀ ਹੁੰਦਾ ਹੈ। ਇਸਨੂੰ ਬਣਾਉਣ ਵਿਚ ਪੰਜਾਹ ਮਿੰਟ ਲੱਗ ਜਾਂਦੇ ਹਨ।

ਐਗ ਅਤੇ ਬਨਾਨਾ ਪੈਨ ਕੇਕ

ਸਮੱਗਰੀ

ਪੈਨ ਕੇਕ ਦੇ ਲਈ
ਅੱਧਾ ਕੱਪ ਮੈਦਾ
ਅੱਧਾ ਛੋਟਾ ਚਮਚਾ ਬੇਕਿੰਗ ਸੋਡਾ
ਦੋ ਅੰਡੇ
ਇਕ ਕੇਲਾ (ਬਨਾਨਾ) ਮਸਲਿਆ ਹੋਇਆ
ਇਕ ਚੌਥਾਈ ਕੱਪ ਖੋਆ ਕੱਦੂਕਸ਼ ਕੀਤਾ ਹੋਇਆ
ਅੱਧਾ ਕੱਪ ਬੂਰਾ (ਦੇਸੀ) ਚੀਨੀ
ਥੋੜ੍ਹਾ ਜਿਹਾ ਦੁੱਧ
ਤਲਣ ਦੇ ਲਈ ਘਿਉ/ਤੇਲ
ਸਜਾਵਟ : ਕੱਟੇ ਹੋਏ ਮੇਵੇ (ਬਾਦਾਮ, ਕਾਜੂ, ਅਖਰੋਟ ਆਦਿ) ਅਤੇ ਤਾਜੇ ਫਲ
ਕਿਸ ਨਾਲ ਪਰੋਸੀਏ : ਮਿਕਸ ਫਰੂਟ ਜੈਮ

ਢੰਗ ਤਰੀਕਾ

1. ਮੈਦਾ ਅਤੇ ਬੇਕਿੰਗ ਸੋਡਾ ਇਕ ਡੋਂਗੇ ਵਿਚ ਛਾਣ ਲਵੋ। ਲਗਾਤਾਰ ਹਿਲਾਉਂਦੇ ਹੋਏ ਅੰਡੇ, ਮਸਲਿਆ ਕੇਲਾ, ਖੋਆ ਅਤੇ ਚੀਨੀ ਮਿਲਾ ਦੇਵੋ। ਥੋੜ੍ਹਾ ਦੁੱਧ ਪਾ ਕੇ ਘੋਲ ਬਣਾ ਲਵੋ। ਇਸ ਵਿਚ ਗੱਠਾਂ ਨਾ ਪੈਣ।

2. ਇਕ ਨਾਨ ਸਟਿਕ ਪੈਨ ਵਿਚ ਇਕ ਛੋਟਾ ਚਮਚਾ ਤੇਲ ਜਾਂ ਘਿਉ ਪਿਘਲਾ ਲਵੋ, ਘੋਲ ਮਿਲਾਕੇ ਪੈਨ ਕੇਕ ਬਣਾਵੋ ਅਤੇ ਦੋਵੇਂ ਪਾਸਿਆਂ ਤੋਂ ਭੂਰਾ ਹੋਣ ਤੱਕ ਪਕਾਵੋ। ਏਸੇ ਤਰ੍ਹਾਂ ਬਾਕੀ ਪੈਨਕੇਕ ਵੀ ਬਣਾ ਲਵੋ।

3. ਪਰੋਸਣ ਦੇ ਲਈ : ਪੈਨ ਕੇਕ ਇਕ ਡਿਸ਼ ਵਿਚ ਰੱਖੋ, ਸੁੱਕੇ ਮੇਵੇ ਜਾਂ ਕੱਟੇ ਤਾਜੇ ਫਲ ਸਜਾਕੇ ਇਕ ਛੋਟਾ ਚਮਚਾ ਪਿਘਲਿਆ ਹੋਇਆ ਮਿਕਸ ਜੈਮ ਪਾ ਦੇਵੋ।

ਇਹ ਚਾਰ ਵਿਅਕਤੀਆਂ ਲਈ ਕਾਫ਼ੀ ਹੁੰਦਾ ਹੈ। ਇਸਨੂੰ ਬਣਾਉਣ ਵਿਚ 35 ਮਿੰਟ ਲੱਗ ਜਾਂਦੇ ਹਨ।

ਥਾਈ ਅਦਰਕ-ਲਸਣ ਪ੍ਰੌਨ

ਸਮੱਗਰੀ

400 ਗ੍ਰਾਮ ਦਰਮਿਆਨੇ ਆਕਾਰ ਦੀ ਪ੍ਰੌਨ (ਝੀਂਗਾ ਮੱਛੀ) ਡੀ-ਬੈਂਡ ਅਤੇ ਪੂਛ ਤੋਂ ਬਿਨਾਂ

ਛਿੜਕਣ ਦੇ ਲਈ :

ਦੋ ਵੱਡੇ ਚਮਚੇ ਸਿਰਕਾ

ਪੌਣਾ ਛੋਟਾ ਚਮਚਾ ਮੋਟੀ ਕੁੱਟੀ ਹੋਈ ਲਾਲ ਮਿਰਚ

ਲੂਣ ਤੇ ਕਾਲੀ ਮਿਰਚ ਸਵਾਦ ਅਨੁਸਾਰ

ਦੋ ਛੋਟੇ ਚਮਚੇ ਸੋਇਆ ਸੱਸ

ਦੋ ਵੱਡੇ ਚਮਚੇ ਜੈਤੂਨ (Olive) ਜਾਂ ਮੂੰਗਫਲੀ ਦਾ ਤੇਲ

ਇਕ ਵੱਡਾ ਚਮਚਾ ਅਦਰਕ ਕੱਦੂਕਸ਼ ਕੀਤਾ ਹੋਇਆ

ਦੋ ਹਰੀ ਮਿਰਚ ਬਾਰੀਕ ਕੱਟੀ ਹੋਈ

ਇਕ ਕੱਪ ਹਰਾ ਪਿਆਜ ਬਾਰੀਕ ਕੱਟਿਆ ਹੋਇਆ

ਦੋ ਵੱਡੇ ਚਮਚੇ ਥਾਈ ਰੈਡ ਕਰੀ ਪੇਸਟ

ਸਜਾਵਟ : ਲਾਲ ਬੈਲ ਪੈਪਰ ਜੂਲੀਨੇਜ ਅਤੇ ਹਰੇ ਪਿਆਜ ਦਾ ਹਰਾ ਭਾਗ (ਭੂਕਾਂ)

ਕਿਸ ਨਾਲ ਪਰੋਸੀਏ : ਨਿਊਡਲਜ ਜਾਂ ਚਾਵਲ

ਢੰਗ ਤਰੀਕਾ

1. ਪ੍ਰੌਨ ਨੂੰ ਧੋ ਕੇ ਸੁਕਾ ਲਵੋ। ਸਿਰਕਾ, ਲਾਲ ਮਿਰਚ, ਲੂਣ, ਕਾਲੀ ਮਿਰਚ ਅਤੇ ਸੋਇਆ ਸੱਸ ਛਿੜਕ ਕੇ ਦਸ ਮਿੰਟਾਂ ਲਈ ਕਿਸੇ ਠੰਢੀ ਥਾਂ ਤੇ ਰੱਖ ਦੇਵੋ।

2. ਇਕ ਕਹਾੜੀ ਵਿਚ ਤੇਲ ਗਰਮ ਕਰੋ, ਅਦਰਕ, ਲਸਣ ਤੇ ਹਰੀ ਮਿਰਚ ਭੁੰਨੋ, ਫੇਰ ਹਰਾ ਪਿਆਜ ਅਤੇ ਥਾਈ ਰੈਡ ਕਰੀ ਪੇਸਟ ਮਿਲਾ ਦੇਵੋ।

3. ਦੋ ਮਿੰਟ ਭੁੰਨਣ ਤੋਂ ਬਾਦ ਪ੍ਰੌਨ ਪਾ ਦੇਵੋ, ਹਲਕੇ ਸੇਕ ਤੇ ਨਰਮ ਹੋਣ ਦੇਵੋ।

4. ਸਾਰੇ ਮਸਾਲੇ ਪਾ ਕੇ ਇਕ ਪਲੇਟ ਵਿਚ ਕੱਢ ਲਵੋ। ਫੇਰ ਲਾਲ ਸ਼ਿਮਲਾ ਮਿਰਚ (ਲਾਲ ਬੈਲ ਪੈਪਰ) ਅਤੇ ਹਰੇ ਪਿਆਜ ਸਜਾਕੇ ਨਿਊਡਲਜ ਜਾਂ ਚਾਵਲ ਨਾਲ ਗਰਮ-ਗਰਮ ਸਰਵ ਕਰੋ।

ਇਹ ਚਾਰ ਵਿਅਕਤੀਆਂ ਲਈ ਕਾਫੀ ਹੁੰਦਾ ਹੈ। ਇਸਨੂੰ ਬਣਾਉਣ ਵਿਚ 45 ਮਿੰਟ ਲੱਗ ਜਾਂਦੇ ਹਨ।

ਐਗ ਪਰੋਨ ਚੱਪਸੀ

ਸਮੱਗਰੀ

250 ਗ੍ਰਾਮ ਨਿਊਡਲਜ ਉਬਲੇ ਅਤੇ ਫੈਲਾਕੇ ਸੁਕਾਏ ਹੋਏ
ਤਲਣ ਦੇ ਲਈ ਤੇਲ
ਚਾਰ ਅੰਡੇ ਫੈਂਟੇ ਹੋਏ, ਲਾਲ ਮਿਰਚ, ਲੂਣ, ਕਾਲੀ ਮਿਰਚ ਯੁੱਕਤ
ਤਿੰਨ-ਚਾਰ ਵੱਡੇ ਚਮਚੇ ਮੂੰਗਫਲੀ ਦਾ ਤੇਲ
ਇਕ ਵੱਡਾ ਚਮਚਾ ਲਸਣ ਪੀਸਿਆ ਹੋਇਆ
ਅੱਧਾ ਛੋਟਾ ਚਮਚਾ ਹਰੀ ਮਿਰਚ ਸਲਾਈਜ਼
ਪੌਣਾ ਕੱਪ ਛੋਟਾ ਪਿਆਜ ਕੱਟੇ ਹੋਏ
250 ਗ੍ਰਾਮ ਪ੍ਰੌਨ (ਝੀਂਗਾ ਮੱਛੀ) ਡੀ-ਬੈਂਡ ਤੇ ਪੂਛ ਤੋਂ ਬਿਨਾਂ
ਅੱਧਾ ਕੱਪ ਫਰੈਂਚ ਬੀਨ ਸਲਾਈਸ
ਅੱਧਾ ਕੱਪ ਗਾਜਰ ਦੇ ਟੁਕੜੇ
ਅੱਧਾ ਕੱਪ ਛੋਟੇ ਟਮਾਟਰ, ਦੋ-ਦੋ ਟੁਕੜਿਆਂ ਵਿਚ
ਅੱਧਾ ਕੱਪ ਅਨਾਨਾਸ ਦੇ ਟੁਕੜੇ
ਦੋ ਵੱਡੇ ਚਮਚੇ ਸਿਰਕਾ
ਤਿੰਨ ਵੱਡੇ ਚਮਚੇ ਟੋਮੈਟੋ ਕੈਚਅਪ
ਤਿੰਨ ਵੱਡੇ ਚਮਚੇ ਸਵੀਟ ਸੱਸ ਰੈਡੀਮੇਡ
ਦੋ-ਤਿੰਨ ਕੱਪ ਪਾਣੀ

ਅੱਧਾ ਚਮਚਾ ਚੀਨੀ

ਦੋ ਵੱਡੇ ਚਮਚੇ ਮੱਕੀ ਦਾ ਆਟਾ ਪਾਣੀ ਵਿਚ ਘੁਲਿਆ ਹੋਇਆ

ਸਜਾਵਟ : ਹਰਾ ਪਿਆਜ ਕੱਟਿਆ ਹੋਇਆ

ਕਿਸ ਨਾਲ ਪਰੋਸੀਏ : ਮਿਕਸ ਫਰਾਈਡ ਰਾਈਸ ਜਾਂ ਨਿਊਡਲਜ

ਢੰਗ ਤਰੀਕਾ

1. ਇਕ ਕੜਾਹੀ ਵਿਚ ਤੇਲ ਗਰਮ ਕਰੋ, ਨਿਊਡਲਜ ਨੂੰ ਸੁਨਹਿਰਾ ਭੂਰਾ ਤਲੋ, ਕਿਚਨ ਪੇਪਰ ਤੇ ਵਾਧੂ ਤੇਲ ਸੋਖ ਲਵੋ।

2. ਇਕ ਵੱਡੇ ਨਾਨ ਸਟਿਕ ਪੈਨ ਵਿਚ ਇਕ ਵੱਡਾ ਚਮਚਾ ਤੇਲ ਗਰਮ ਕਰੋ, ਅੰਡੇ ਦੇ ਫੈਂਟੇ ਮਿਸ਼ਰਣ ਨੂੰ ਇਸ ਵਿਚ ਪਾ ਕੇ ਆਮਲੇਟ ਦੀ ਤਰ੍ਹਾਂ ਪਕਾ ਲਵੋ। ਸੇਕ ਤੋਂ ਉਤਾਰ ਕੇ ਪੱਟੀਆਂ ਵਿਚ ਮੋੜੋ ਅਤੇ ਇਕ ਪਾਸੇ ਰੱਖ ਦੇਵੋ।

3. ਕੜਾਹੀ ਵਿਚ ਬਾਕੀ ਤੇਲ ਗਰਮ ਕਰੋ। ਇਸ ਵਿਚ ਲਸਣ, ਹਰੀ ਮਿਰਚ ਤੇ ਪਿਆਜ ਪਾ ਕੇ ਭੁੰਨੋ। ਫੇਰ ਝੀਂਗਾ ਮੱਛੀ, ਫਰੈਂਚ ਬੀਨ, ਗਾਜਰ ਅਤੇ ਸ਼ਿਮਲਾ ਮਿਰਚ ਦੇ ਟੁਕੜੇ ਮਿਲਾ ਦੇਵੋ।

4. ਹਲਕੇ ਸੇਕ ਤੇ 2-3 ਮਿੰਟ ਭੁੰਨਣ ਦੇ ਬਾਦ ਟਮਾਟਰ, ਅਨਾਨਾਸ, ਸਿਰਕਾ, ਟੋਮੈਟੋ ਕੈਚਅਪ, ਸਵੀਟ ਐਂਡ ਸੌਰ (Sour) ਸਾਸ ਮਿਲਾਉ। ਚੰਗੀ ਤਰ੍ਹਾਂ ਮਿਲ ਜਾਣ ਤੇ ਚੀਨੀ ਮਿਲਾ ਦੇਵੋ। ਪਾਣੀ ਵੀ ਪਾ ਲਵੋ।

5. ਉਬਾਲਾ ਆ ਜਾਣ ਤੇ ਹਲਕੇ ਸੇਕ ਤੇ ਪੰਜ ਮਿੰਟ ਪਕਾਵੋ, ਫੇਰ ਮੱਕੀ ਦੇ ਆਟੇ (ਕਾਰਨਫਲੋਰ) ਦਾ ਘੋਲ ਮਿਲਾਕੇ ਸੱਸ ਗਾੜ੍ਹੀ ਹੋਣ ਤੇ ਸੇਕ ਤੋਂ ਲਾਹ ਲਵੋ।

6. ਭੂਰੇ ਤਲੇ ਹੋਏ ਨਿਊਡਲਜ ਪਰੋਸੋ ਅਤੇ ਵੈਜ ਮਿਕਸ ਪਾਵੋ। ਫੇਰ ਇਹਨਾਂ ਤੇ ਆਮਲੇਟ ਦੀਆਂ ਪੱਟੀਆਂ ਲਾ ਦੇਵੋ। ਹਰੇ ਪਿਆਜ ਨਾਲ ਸਜਾਕੇ ਮਿਕਸ ਫਰਾਈਡ ਰਾਈਸ ਜਾਂ ਨਿਊਡਲਜ ਨਾਲ ਪਰੋਸੋ।

ਇਹ ਚਾਰ ਵਿਅਕਤੀਆਂ ਲਈ ਕਾਫ਼ੀ ਹੁੰਦਾ ਹੈ। ਇਸਨੂੰ ਬਣਾਉਣ ਵਿਚ ਪੰਜਾਹ ਮਿੰਟ ਦਾ ਸਮਾਂ ਲੱਗ ਜਾਂਦਾ ਹੈ।

ਐਗ ਹੈਮ ਲਾਸਾਗਨੇ

ਸਮੱਗਰੀ

ਛੇ ਲਾਸਾਗਨੇ ਮੀਟ (ਬਾਜ਼ਾਰ ਵਿਚੋਂ ਮਿਲਦਾ ਹੈ)
ਅੱਧਾ ਕੱਪ ਪੱਕਿਆ ਹੈਮ (ਸਲਾਈਸ)
ਛੇ ਅੰਡੇ ਸਖਤ ਉਬਲੇ ਹੋਏ (ਸਲਾਈਸ)
ਅੱਧਾ ਕੱਪ ਮੱਕੀ ਦੇ ਦਾਣੇ
ਦੋ ਕੱਪ ਸਫ਼ੈਦ ਸੱਸ
ਦੋ ਵੱਡੇ ਚਮਚੇ ਜੈਤੂਨ ਦਾ ਤੇਲ
ਇਕ ਵੱਡਾ ਚਮਚਾ ਮੱਖਣ
ਮਸਾਲੇ : ਅੱਧਾ ਛੋਟਾ ਚਮਚਾ ਮੋਟੀ ਕੁੱਟੀ ਹੋਈ ਲਾਲ ਮਿਰਚ
ਅੱਧਾ ਛੋਟਾ ਚਮਚਾ ਕਾਲੀ ਮਿਰਚ ਦਰੜੀ ਹੋਈ
ਇਕ ਚੁਟਕੀ ਪੀਸਿਆ ਹੋਇਆ ਜਾਇਫਲ
ਇਕ ਛੋਟਾ ਚਮਚਾ ਨਿੰਬੂ ਦਾ ਰਸ
ਅੱਧਾ ਛੋਟਾ ਚਮਚਾ ਸੁੱਕੇ ਮਿਕਸ ਹਰਬ
ਲੂਣ ਤੇ ਸਫ਼ੈਦ (ਭੂਰੀ) ਮਿਰਚ ਸਵਾਦ ਅਨੁਸਾਰ
ਸਫ਼ੈਦ ਸੱਸ ਦੇ ਲਈ : ਦੋ ਵੱਡੇ ਚਮਚੇ ਮੱਖਣ

ਅੱਧਾ ਵੱਡਾ ਚਮਚਾ ਮੈਦਾ
ਅੱਧਾ ਛੋਟਾ ਚਮਚਾ ਕਾਲੀ ਮਿਰਚ
ਲੂਣ ਸਵਾਦ ਅਨੁਸਾਰ
ਪੌਣਾ ਕੱਪ ਦੁੱਧ
ਅੱਧਾ ਕੱਪ ਪਾਰਮੇਸਨ ਪਨੀਰ ਕੱਦੂਕਸ਼ ਕੀਤਾ ਹੋਇਆ
ਇਕ ਕੱਪ ਮਾਜਰੇਲਾ ਪਨੀਰ

ਸਜਾਵਟ : ਉਬਲੇ ਮੱਕੀ ਦੇ ਦਾਣੇ

ਕਿਸ ਨਾਲ ਪਰੋਸੀਏ : ਫਰੈਂਚ ਬ੍ਰੈਡ

ਢੰਗ ਤਰੀਕਾ

1. ਲਾਸਾਗਨੇ ਮੀਟ ਲੂਣ ਪਾਣੀ ਵਿਚ ਉਬਾਲੋ, ਥੋੜ੍ਹਾ ਕੜਕ ਰਹਿਣ ਦੇਵੋ। ਇਕ ਪਾਸੇ ਰੱਖ ਲਵੋ।

2. ਇਕ ਕੜਾਹੀ ਵਿਚ ਤੇਲ ਅਤੇ ਮੱਖਣ ਗਰਮ ਕਰੋ, ਇਕ ਮਿੰਟ ਤੱਕ ਹਰਾ ਪਿਆਜ ਭੁੰਨਣ ਬਾਦ ਮਸਾਲੇ ਮਿਲਾ ਦੇਵੋ। ਚੰਗੀ ਤਰ੍ਹਾਂ ਮਿਲਾਉਂਦੇ ਹੋਏ ਹੈਮ ਸਲਾਈਸ ਮਿਲਾਕੇ ਦੋ-ਤਿੰਨ ਮਿੰਟ ਭੁੰਨਣ ਬਾਦ ਸੇਕ ਤੋਂ ਉਤਾਰਕੇ ਇਕ ਪਾਸੇ ਰੱਖੋ।

3. ਸਫ਼ੈਦ ਸੱਸ ਦੇ ਲਈ : ਇਕ ਸੱਸ ਪੈਨ ਵਿਚ ਮੱਖਣ ਪਿਘਲਾਉ, ਮੈਦਾ ਪਾ ਕੇ ਹਲਕੇ ਸੇਕ ਤੇ ਭੁੰਨੋ। ਹੁਣ ਲੂਣ, ਕਾਲੀ ਮਿਰਚ, ਦੁੱਧ ਮਿਲਾ ਦੇਵੋ। ਲਗਾਤਾਰ ਹਿਲਾਉਂਦੇ ਰਹੋ, ਜਦੋਂ ਮਿਸ਼ਰਣ ਗਾੜ੍ਹਾ ਹੋ ਜਾਵੇ ਤਾਂ ਪਨੀਰ ਮਿਲਾ ਦੇਵੋ। ਸੱਸ ਦੀ ਤਰ੍ਹਾਂ ਤਿਆਰ ਹੋ ਜਾਣ ਤੱਕ ਪਕਾਵੋ।

4. ਅਰੇਂਜ ਕਰਨ ਦੇ ਲਈ : ਇਕ ਓਵਨ ਪਰੂਫ ਡਿਸ਼ ਵਿਚ ਮੱਖਣ/ਤੇਲ ਲਾਵੋ। ਬੇਸ ਉਪਰ ਹਰੇ ਪਿਆਜ ਅਤੇ ਹੈਮ ਦੀ ਪਰਤ ਵਿਛਾਕੇ ਇਸ ਉਪਰ ਤਿੰਨ ਲਾਸਾਗਨੇ ਮੀਟ ਰੱਖੋ ਅਤੇ ਅੱਧੀ ਸਫ਼ੈਦ ਸਾਸ ਪਾ ਦੇਵੋ। ਫਿਰ ਇਹਨਾਂ ਉਪਰ ਅੱਧੇ ਅੰਡੇ ਦੇ ਟੁਕੜੇ ਇਕ ਸਾਰ ਪਾਵੋ। ਬਾਕੀ ਮਿਸ਼ਰਣ ਨਾਲ ਵੀ ਇਹੋ ਪ੍ਰਕਿਰਿਆ ਦੁਹਰਾਉ।

5. ਫੇਰ ਸਭ ਤੋਂ ਉਪਰ ਮਾਜਰੇਲਾ ਪਨੀਰ ਇਕਸਾਰ ਭੁੱਕੋ। ਉਬਲੇ ਮੱਕੀ ਦੇ ਦਾਣਿਆਂ ਨਾਲ ਸਜਾਕੇ, ਪਹਿਲਾਂ ਤੋਂ ਹੀ ਗਰਮ ਓਵਨ ਵਿਚ 80 ਡਿਗਰੀ ਸੈਲਸੀਅਸ ਤੇ 20-25 ਮਿੰਟ ਤੱਕ ਬੇਕ ਕਰੋ ਤਾਂ ਕਿ ਪਨੀਰ ਪਿਘਲ ਜਾਵੇ। ਫਰੈਂਚ ਬ੍ਰੈਡ ਨਾਲ ਪਰੋਸੋ।

ਇਹ ਚਾਰ ਵਿਅਕਤੀਆਂ ਲਈ ਕਾਫ਼ੀ ਹੁੰਦਾ ਹੈ। ਇਸਨੂੰ ਬਣਾਉਣ ਵਿਚ 35 ਮਿੰਟ ਲੱਗ ਜਾਂਦੇ ਹਨ।

ਮਟਨ ਬੋਟੀ ਅਤੇ ਆਲੂ ਕਰੀ

ਸਮੱਗਰੀ

250 ਗ੍ਰਾਮ ਛੋਟੇ ਆਲੂ ਛਿਲਕੇ ਸਮੇਤ
250 ਗ੍ਰਾਮ ਮਟਨ ਬੋਨ ਲੈਸ ਛੋਟੇ ਟੁਕੜੇ
ਦੋ-ਤਿੰਨ ਵੱਡੇ ਚਮਚੇ ਤੇਲ/ਘਿਉ ਦੇਸੀ
ਇਕ ਕੱਪ ਪੀਸਿਆ ਹੋਇਆ ਪਿਆਜ
ਇਕ ਛੋਟਾ ਚਮਚਾ ਅਦਰਕ ਕੱਦੂਕਸ਼ ਕੀਤਾ ਹੋਇਆ
ਇਕ ਛੋਟਾ ਚਮਚਾ ਲਸਣ ਮਸਲਿਆ ਹੋਇਆ
ਦੋ ਹਰੀ ਮਿਰਚ ਕੱਟੀ ਹੋਈ
ਪੌਣਾ ਛੋਟਾ ਚਮਚਾ ਜੀਰਾ
ਇਕ ਕੱਪ ਟਮਾਟਰ ਪੀਸੇ ਹੋਏ
ਅੱਧਾ ਕੱਪ ਟਮਾਟਰ ਪਿਊਰੀ
ਦੋ ਛੋਟੇ ਚਮਚੇ ਖਸਖਸ
ਮਸਾਲੇ : ਇਕ ਛੋਟਾ ਚਮਚਾ ਮੀਟ ਮਸਾਲਾ
ਅੱਧਾ ਛੋਟਾ ਚਮਚਾ ਪੀਸਿਆ ਹੋਇਆ ਜੀਰਾ
ਅੱਧਾ ਛੋਟਾ ਚਮਚਾ ਪੀਸੀ ਹੋਈ ਲਾਲ ਮਿਰਚ
ਅੱਧਾ ਛੋਟਾ ਚਮਚਾ ਚਾਟ ਮਸਾਲਾ
2-3 ਹਰੀ ਛੋਟੀ ਇਲਾਇਚੀ ਦਰੜੀ ਹੋਈ

ਇਕ ਚੌਥਾਈ ਛੋਟਾ ਚਮਚਾ ਹਲਦੀ ਪੀਸੀ ਹੋਈ

ਲੂਣ ਸਵਾਦ ਅਨੁਸਾਰ

4 ਕੱਪ ਪਾਣੀ

ਸਜਾਵਟ : ਕੱਟਿਆ ਹੋਇਆ ਹਰਾ ਧਨੀਆ

ਕਿਸ ਨਾਲ ਪਰੋਸੀਏ : ਜੀਰਾ ਰਾਈਸ/ਪੁਦੀਨਾ ਪਰੌਂਠਾ

ਢੰਗ ਤਰੀਕਾ

1. ਕੁੱਕਰ ਵਿਚ ਤੇਲ ਤੇ ਦੇਸੀ ਘਿਉ ਗਰਮ ਕਰੋ। ਪਿਆਜ ਗੁਲਾਬੀ ਹੋਣ ਤੱਕ ਭੁੰਨੋ। ਫੇਰ ਅਦਰਕ, ਲਸਣ ਤੇ ਜੀਰਾ ਮਿਲਾ ਦੇਵੋ।

2. ਇਕ ਸਾਥ ਭੁੰਨਣ ਦੇ ਬਾਦ ਟਮਾਟਰ, ਖਸਖਸ ਅਤੇ ਬਾਕੀ ਮਸਾਲੇ ਮਿਲਾ ਦੇਵੋ।

3. ਫੇਰ ਭੁੰਨਣ ਦੇ ਬਾਦ ਮਟਨ ਦੇ ਟੁਕੜੇ ਮਿਲਾਕੇ ਪੰਜ ਮਿੰਟ ਘੱਟ ਸੇਕ ਤੇ ਭੁੰਨੋ। ਵਿਚ-ਵਿਚ ਦੀ ਪਾਣੀ ਛਿੜਕਦੇ ਜਾਵੋ ਤਾਂ ਕਿ ਜਲ ਨਾ ਜਾਵੇ।

4. ਫੇਰ ਆਲੂ ਪਾ ਕੇ ਦੋ ਮਿੰਟ ਭੁੰਨਣ ਦੇ ਬਾਦ 3 ਕੱਪ ਪਾਣੀ ਮਿਲਾ ਦੇਵੋ। ਸੇਕ ਤੇਜ ਕਰੋ ਅਤੇ ਕੁੱਕਰ ਬੰਦ ਕਰ ਦੇਵੋ।

5. ਇਕ ਸੀਟੀ ਵੱਜਣ ਤੇ ਸੇਕ ਘੱਟ ਕਰ ਦੇਵੋ, ਤਿੰਨ ਤੋਂ ਪੰਜ ਮਿੰਟ ਤੱਕ ਪਕਾਉਣ ਦੇ ਬਾਦ ਸੇਕ ਤੋਂ ਹੇਠਾਂ ਲਾਹ ਲਵੋ।

6. ਢੱਕਣ ਹਟਾਉ, ਗ੍ਰੇਵੀ ਨੂੰ ਗਾੜ੍ਹਾ ਹੋਣ ਤੱਕ ਪਕਾਵੋ। ਇਕ ਡੋਂਗੇ ਵਿਚ ਕੱਢ ਲਵੋ। ਕੱਟੇ ਧਨੀਏ ਨਾਲ ਸਜਾਕੇ ਜੀਰਾ ਰਾਈਸ ਜਾਂ ਪੁਦੀਨਾ ਪਰੌਂਠਾ ਨਾਲ ਪਰੋਸੋ

ਇਹ ਚਾਰ ਵਿਅਕਤੀਆਂ ਲਈ ਕਾਫ਼ੀ ਹੁੰਦਾ ਹੈ। ਇਸਨੂੰ ਬਣਾਉਣ ਵਿਚ ਪੰਜਾਹ ਮਿੰਟ ਲੱਗ ਜਾਂਦੇ ਹਨ।

ਟੈਂਗੀ ਗਰਿੱਲਡ ਲੋਬਸਟਰ (Lobster)

ਸਮੱਗਰੀ

400 ਗ੍ਰਾਮ ਲੋਬਸਟਰ ਮੱਛੀ ਦਾ ਮੀਟ ਦਰਮਿਆਨੇ ਟੁਕੜੇ ਜਾਂ ਅੱਠ ਸਾਬਤ ਲੋਬਸਟਰ

ਛਿੜਕਣ ਲਈ : ਦੋ ਵੱਡੇ ਚਮਚੇ ਨਿੰਬੂ ਦਾ ਰਸ

ਪੌਣਾ ਛੋਟਾ ਚਮਚਾ ਕਾਲੀ ਮਿਰਚ ਦਰੜੀ ਹੋਈ

ਅੱਧਾ ਛੋਟਾ ਚਮਚਾ ਭੁੰਨਿਆ ਪੀਸਿਆ ਜੀਰਾ

ਦੋ ਵੱਡੇ ਚਮਚੇ ਗਾੜ੍ਹਾ ਦਹੀਂ

ਦੋ ਛੋਟੇ ਚਮਚੇ ਲਸਣ ਕੱਦੂਕਸ਼ ਕੀਤਾ ਹੋਇਆ

ਲੂਣ ਸਵਾਦ ਅਨੁਸਾਰ

ਅੱਧਾ ਛੋਟਾ ਚਮਚਾ ਮੋਟੀ ਕੁੱਟੀ ਹੋਈ ਲਾਲ ਮਿਰਚ

ਗਰਿੱਲ ਕਰਨ ਦੇ ਲਈ ਤੇਲ

ਅੱਧਾ ਕੱਪ ਪਿਆਜ ਕੱਟਿਆ ਹੋਇਆ

ਅੱਧਾ ਕੱਪ ਲਾਲ ਸ਼ਿਮਲਾ ਮਿਰਚ ਕੱਟੀ ਹੋਈ

ਅੱਧਾ ਕੱਪ ਪੀਲੀ ਸ਼ਿਮਲਾ ਮਿਰਚ ਕੱਟੀ ਹੋਈ

ਇਕ ਛੋਟਾ ਚਮਚਾ ਸਿਰਕਾ

ਇਕ ਛੋਟਾ ਚਮਚਾ ਚਿੱਲੀ ਸੱਸ

ਲੂਣ ਸਵਾਦ ਅਨੁਸਾਰ

ਸਜਾਵਟ : ਕੱਟੀ ਹੋਈ ਅਜਮੋਦ (ਖੁਰਾਸਾਨੀ ਜਵੈਣ)

ਕਿਸ ਨਾਲ ਪਰੋਸੀਏ : ਸਵੀਟ ਚਿੱਲੀ ਸੱਸ

ਢੰਗ ਤਰੀਕਾ

1. ਲੋਬਸਟਰ ਧੋ ਕੇ ਸੁਕਾਵੋ ਅਤੇ ਇਕ ਡੋਂਗੇ ਵਿਚ ਰੱਖੋ। ਸਾਰੀ ਸਮੱਗਰੀ ਮਿਲਾਕੇ ਮਲੋ ਅਤੇ ਵੀਹ ਮਿੰਟ ਕਿਸੇ ਠੰਢੀ ਥਾਂ ਤੇ ਰੱਖ ਦੇਵੋ।

2. ਇਕ ਪੈਨ ਵਿਚ ਤੇਲ ਗਰਮ ਕਰੋ, ਪਿਆਜ ਅਤੇ ਬੈਲ ਪੈਪਰ ਪਾ ਕੇ ਹਿਲਾਉਂਦੇ ਹੋਏ ਸਿਰਕਾ, ਚਿੱਲੀ ਸੱਸ, ਅਤੇ ਲੂਣ ਮਿਲਾਵੋ। ਇਸਦੇ ਕ੍ਰਿਸਪੀ ਹੋਣ ਤੱਕ ਭੁੰਨਣ ਦੇ ਬਾਦ ਇਕ ਟਰੇਅ ਵਿਚ ਕੱਢ ਲਵੋ।

3. ਇਕ ਤਵੇ ਤੇ ਤੇਲ ਗਰਮ ਕਰੋ। ਇਹਨਾਂ ਟੁਕੜਿਆਂ ਨੂੰ ਦਰਮਿਆਨੇ ਸੇਕ ਤੇ ਭੂਰਾ ਹੋਣ ਤੱਕ ਭੁੰਨੋ।

4. ਹੁਣ ਤਿਆਰ ਕੀਤੇ ਗਏ ਟੈਂਗੀ ਲੋਬਸਟਰ ਇਸ ਮਿਸ਼ਰਣ ਉਪਰ ਰੱਖੋ। ਤਾਜੀ ਖੁਰਾਸਾਨੀ ਜਵੈਣ ਨਾਲ ਸਜਾਕੇ ਸਵੀਟ ਚਿੱਲੀ ਸੱਸ ਨਾਲ ਪਰੋਸੋ।

ਇਹ ਚਾਰ ਵਿਅਕਤੀਆਂ ਲਈ ਕਾਫ਼ੀ ਹੁੰਦਾ ਹੈ। ਇਸਨੂੰ ਬਣਾਉਣ ਵਿਚ ਪੰਜਾਹ ਮਿੰਟ ਲੱਗ ਜਾਂਦੇ ਹਨ।

ਕੋਕੋਨਟ ਮਿਲਕ ਟਮਾਟਰ ਪ੍ਰੌਨ (Prown)

ਸਮੱਗਰੀ

400 ਗ੍ਰਾਮ ਦਰਮਿਆਨੇ ਆਕਾਰ ਦੇ ਪ੍ਰੌਨ (ਝੀਂਗਾ ਮੱਛੀ) ਡੀ-ਬੈਂਡ ਅਤੇ ਪੂਛ ਤੋਂ ਬਿਨਾਂ

ਦੋ ਵੱਡੇ ਚਮਚੇ ਸਿਰਕਾ ਛਿੜਕਣ ਦੇ ਲਈ

ਦੋ ਵੱਡੇ ਚਮਚੇ ਜੈਤੂਨ ਜਾਂ ਮੂੰਗਫਲੀ ਦਾ ਤੇਲ

ਅੱਧਾ ਛੋਟਾ ਚਮਚਾ ਜੀਰਾ

ਅੱਧਾ ਛੋਟਾ ਚਮਚਾ ਸਰ੍ਹੋਂ

ਅੱਧਾ ਛੋਟਾ ਚਮਚਾ ਮੋਟੀ ਕੁੱਟੀ ਲਾਲ ਮਿਰਚ

ਦੋ ਛੋਟੇ ਲਸਣ ਕੱਟੇ ਹੋਏ

ਕੁੱਝ ਕਰੀ ਪੱਤੇ

ਇਕ ਕੱਪ ਪੀਸੇ ਹੋਏ ਟਮਾਟਰ

ਮਸਾਲੇ : ਅੱਧਾ ਛੋਟਾ ਚਮਚਾ ਗਰਮ ਮਸਾਲਾ

ਅੱਧਾ ਛੋਟਾ ਚਮਚਾ ਪੀਸਿਆ ਹੋਇਆ ਜੀਰਾ

ਦੋ ਵੱਡੇ ਚਮਚੇ ਚੀਨੀ

ਲੂਣ ਤੇ ਕਾਲੀ ਮਿਰਚ ਸਵਾਦ ਅਨੁਸਾਰ

ਇਕ ਚੁਟਕੀ ਪੀਸੀ ਹੋਈ ਹਲਦੀ

ਅੱਧਾ ਕੱਪ ਨਾਰੀਅਲ ਦਾ ਦੁੱਧ

ਅੱਧਾ ਕੱਪ ਨਾਰੀਅਲ ਕਰੀਮ

ਸਜਾਵਟ : ਕਰੀ ਪੱਤਾ

ਕਿਸ ਨਾਲ ਪਰੋਸੀਏ : ਭਾਫ਼ ਵਿਚ ਪੱਕੇ ਚਾਵਲ

ਢੰਗ ਤਰੀਕਾ

1. ਪ੍ਰੌਨ ਧੋ ਕੇ ਸਿਰਕਾ ਛਿੜਕੋ ਤੇ ਕਿਸੇ ਠੰਢੀ ਥਾਂ ਤੇ ਰੱਖ ਦੇਵੋ।

2. ਇਕ ਕੜਾਹੀ ਵਿਚ ਤੇਲ ਗਰਮ ਕਰਕੇ ਜੀਰਾ, ਸਰ੍ਹੋਂ, ਲਾਲ ਮਿਰਚ ਤਿੜਕਾ ਲਵੋ। ਫੇਰ ਲਸਣ ਤੇ ਕਰੀ ਪੱਤਾ ਪਾ ਕੇ ਲਸਣ ਦਾ ਰੰਗ ਬਦਲਣ ਤੱਕ ਭੁੰਨੋ।

3. ਫੇਰ ਪੀਸੇ ਹੋਏ ਟਮਾਟਰ, ਮਸਾਲੇ ਅਤੇ ਪ੍ਰੌਨ ਮਿਲਾ ਦੇਵੋ। ਹਲਕੇ ਗੁਲਾਬੀ ਹੋਣ ਤੱਕ ਹਿਲਾਉਂਦੇ ਰਹੋ। ਨਾਰੀਅਲ ਦਾ ਦੁੱਧ ਅਤੇ ਕਰੀਮ ਮਿਲਾ ਦੇਵੋ। ਘੱਟ ਸੇਕ ਤੇ ਸੱਸ ਗਾੜ੍ਹੀ ਹੋਣ ਤੱਕ ਪਕਾਵੋ।

4. ਫੇਰ ਟਮਾਟਰ ਪ੍ਰੌਨ ਇਕ ਡੋਂਗੇ ਵਿਚ ਪਲਟ ਲਵੋ, ਕਰੀ ਪੱਤੇ ਨਾਲ ਸਜਾਕੇ ਭਾਫ਼ ਵਿਚ ਪੱਕੇ ਚਾਵਲਾਂ ਨਾਲ ਸਰਵ ਕਰੋ।

ਇਹ ਚਾਰ ਵਿਅਕਤੀਆਂ ਲਈ ਕਾਫ਼ੀ ਹੁੰਦਾ ਹੈ। ਇਸਨੂੰ ਬਣਾਉਣ ਵਿਚ 40 ਮਿੰਟ ਲੱਗ ਜਾਂਦੇ ਹਨ।

ਜ਼ੀਰੋ ਆਇਲ ਨਿੰਬੂ ਮੀਟ

ਸਮੱਗਰੀ

ਮੈਰੀਨੇਟ 750 ਗ੍ਰਾਮ ਮਟਨ ਬੋਨ ਸਮੇਤ
ਅੱਧਾ ਕੱਪ ਦਹੀਂ
ਤਿੰਨ ਵੱਡੇ ਚਮਚੇ ਨਿੰਬੂ ਦਾ ਰਸ
ਇਕ ਛੋਟਾ ਚਮਚਾ ਪੀਸਿਆ ਹੋਇਆ ਅਦਰਕ-ਲਸਣ
ਇਕ ਚੁਟਕੀ ਸੰਤਰੀ ਰੰਗ ਖਾਣ ਵਾਲਾ
ਅੱਧਾ ਛੋਟਾ ਚਮਚਾ ਪੀਸੀ ਹੋਈ ਲਾਲ ਮਿਰਚ
ਅੱਧਾ ਛੋਟਾ ਚਮਚਾ ਕਾਲੀ ਮਿਰਚ ਦਰੜੀ ਹੋਈ
ਇਕ ਚੌਥਾਈ ਛੋਟਾ ਚਮਚਾ ਪਾਨ ਮਸਾਲਾ
ਅੱਧਾ ਛੋਟਾ ਚਮਚਾ ਪੀਸਿਆ ਹੋਇਆ ਜੀਰਾ
ਅੱਧਾ ਛੋਟਾ ਚਮਚਾ ਮੀਟ ਮਸਾਲਾ

ਸਜਾਵਟ : ਪਿਆਜ ਦੇ ਛੱਲੇ (ਗੋਲ ਕੱਟੇ ਹੋਏ)

ਕਿਸ ਨਾਲ ਪਰੋਸੀਏ : ਫਰੈਂਚ ਬ੍ਰੈਡ ਜਾਂ ਸਰਿਲਡ ਚਿਕਨ ਸੈਂਡਵਿਚ

ਢੰਗ ਤਰੀਕਾ

1. ਮਟਨ ਦੇ ਟੁਕੜੇ ਡੋਂਗੇ ਵਿਚ ਰੱਖੋ। ਮੈਰੀਨੇਟ ਦੀ ਸਮੱਗਰੀ ਬਣਾਕੇ ਇਕ ਘੰਟੇ ਤੱਕ ਮੈਰੀਨੇਟ ਕਰੋ।

2. ਇਕ ਕੁੱਕਰ ਵਿਚ ਮਟਨ (ਮੀਟ) ਪਾ ਕੇ ਦਰਮਿਆਨੇ ਸੇਕ ਤੇ ਦੋ ਸੀਟੀਆਂ ਲਵਾਉ ਤਾਂ ਕਿ ਮੀਟ ਨਰਮ ਹੋ ਜਾਵੇ।

3. ਢੱਕਣ ਲਾਹ ਕੇ ਪਾਣੀ ਸੁੱਕਣ ਤੱਕ ਭੁੰਨੋ।

4. ਨਿੰਬੂ ਮੀਟ ਇਕ ਪਲੇਟ ਵਿਚ ਕੱਢ ਲਵੋ। ਪਿਆਜ ਤੇ ਛੱਲਿਆਂ ਨਾਲ ਸਜਾਕੇ ਫਰੈਂਚ ਬ੍ਰੈਡ ਜਾਂ ਗਰਿਲਡ ਚਿਕਨ ਸੈਂਡਵਿਚ ਨਾਲ ਸਰਵ ਕਰੋ।

ਇਹ ਚਾਰ ਵਿਅਕਤੀਆਂ ਲਈ ਕਾਫ਼ੀ ਹੁੰਦਾ ਹੈ। ਇਸਨੂੰ ਬਣਾਉਣ ਵਿਚ ਇਕ ਘੰਟਾ ਸਮਾਂ ਲੱਗ ਜਾਂਦਾ ਹੈ।

ਫਿਸ਼ ਕੋਫਤਾ ਕਰੀ

ਸਮੱਗਰੀ

ਦੋ ਕੱਪ ਫਿਸ਼ ਭਾਫ਼ ਵਿਚ ਪੱਕੀ ਹੋਈ ਕੀਮਾ
ਅੱਧਾ ਕੱਪ ਪਿਆਜ ਬਾਰੀਕ ਕੱਟੇ ਹੋਏ
ਦੋ-ਤਿੰਨ ਹਰੀ ਮਿਰਚ ਬਾਰੀਕ ਕੱਟੀ ਹੋਈ
ਅੱਧਾ ਕੱਪ ਸੁੱਕੀ ਬ੍ਰੈਡ ਦਾ ਚੂਰਾ
ਲੂਣ ਅਤੇ ਕਾਲੀ ਮਿਰਚ ਸਵਾਦ ਅਨੁਸਾਰ
ਇਕ ਛੋਟਾ ਚਮਚਾ ਲਾਲ ਪੀਸੀ ਹੋਈ ਮਿਰਚ
ਅੱਧਾ ਛੋਟਾ ਚਮਚਾ ਪੀਸਿਆ ਹੋਇਆ ਜੀਰਾ
ਦੋ ਵੱਡੇ ਚਮਚੇ ਹਰਾ ਧਨੀਆ ਕੱਟਿਆ ਹੋਇਆ
ਇਕ ਵੱਡਾ ਚਮਚਾ ਮੱਕੀ ਦਾ ਆਟਾ
ਇਕ ਅੰਡੇ ਦੀ ਜਰਦੀ
ਤਲਣ ਦੇ ਲਈ ਤੇਲ
ਕਰੀ ਦੇ ਲਈ : ਦੋ-ਤਿੰਨ ਵੱਡੇ ਚਮਚੇ ਤੇਲ
ਇਕ ਕੱਪ ਪੀਸਿਆ ਹੋਇਆ ਪਿਆਜ
ਦੋ ਛੋਟੇ ਚਮਚੇ ਪੀਸਿਆ ਹੋਇਆ ਅਦਰਕ-ਲਸਣ
ਦੋ ਹਰੀ ਮਿਰਚ ਬਾਰੀਕ ਕੱਟੀ ਹੋਈ
ਦੋ ਕੱਪ ਟਮਾਟਰ ਬਾਰੀਕ ਕੱਟੇ ਜਾਂ ਪੀਸੇ ਹੋਏ
ਲੂਣ ਤੇ ਕਾਲੀ ਮਿਰਚ ਸਵਾਦ ਅਨੁਸਾਰ
ਅੱਧਾ ਛੋਟਾ ਚਮਚਾ ਪੀਸੀ ਹੋਈ ਲਾਲ ਮਿਰਚ
ਅੱਧਾ ਛੋਟਾ ਚਮਚਾ ਪੀਸਿਆ ਹੋਇਆ ਗਰਮ ਮਸਾਲਾ
ਅੱਧਾ ਛੋਟਾ ਚਮਚਾ ਪੀਸੀ ਹੋਈ ਹਲਦੀ
ਦੋ ਵੱਡੇ ਚਮਚੇ ਗਾੜ੍ਹਾ ਦਹੀਂ
ਤਿੰਨ-ਚਾਰ ਕੱਪ ਪਾਣੀ
ਸਜਾਵਟ : ਥੋੜ੍ਹੀ ਜਿਹੀ ਕਰੀਮ
ਜਿਸ ਨਾਲ ਪਰੋਸੀਏ : ਪੁਲਾਵ ਜਾਂ ਪਰੌਂਠਾ

ਢੰਗ ਤਰੀਕਾ

1. ਫਿਸ਼ ਕਰੀ ਨੂੰ ਬਾਕੀ ਸਮੱਗਰੀ ਨਾਲ ਡੋਂਗੇ ਵਿਚ ਕੱਢ ਲਵੋ। ਮਿਸ਼ਰਣ ਨੂੰ ਮਿਲਾਕੇ ਛੋਟੇ-ਛੋਟੇ ਗੋਲੇ ਬਣਾਉ।

2. ਇਕ ਕੜਾਹੀ ਜਾਂ ਨਾਨ ਸਟਿਕ ਪੈਨ ਵਿਚ ਤੇਲ ਗਰਮ ਕਰੋ। ਪਿਆਜ ਤੇ ਅਦਰਕ ਲਸਣ ਭੁੰਨਣ ਤੋਂ ਬਾਦ ਹਰੀ ਮਿਰਚ ਤੇ ਟਮਾਟਰ ਵੀ ਮਿਲਾ ਦੇਵੋ।

3. ਚੰਗੀ ਤਰ੍ਹਾਂ ਹਿਲਾਕੇ ਦਹੀਂ ਮਿਲਾਉ, ਮਿਲਾਉਂਦੇ ਹੋਏ ਪਾਣੀ ਪਾ ਦੇਵੋ। ਉਬਾਲਾ ਆ ਜਾਣ ਤੇ ਘੱਟ ਸੇਕ ਤੇ ਪਕਾਵੋ ਤਾਂ ਕਿ ਕਰੀ ਗਾੜ੍ਹੀ ਹੋ ਜਾਵੇ।

4. ਫੇਰ ਕੋਫਤੇ ਕਰੀ ਵਿਚ ਮਿਲਾਵੋ, ਘੱਟ ਸੇਕ ਤੇ 2-3 ਮਿੰਟ ਪੱਕਣ ਦੇਵੋ। ਇਕ ਡੋਂਗੇ ਵਿਚ ਕੱਢਕੇ ਥੋੜ੍ਹੀ ਕਰੀਮ ਨਾਲ ਸਜਾਵੋ। ਪਲਾਉ ਜਾਂ ਪਰੌਂਠੇ ਨਾਲ ਪਰੋਸੋ।

ਇਹ ਚਾਰ ਵਿਅਕਤੀਆਂ ਲਈ ਕਾਫ਼ੀ ਹੁੰਦੀ ਹੈ। ਇਸਨੂੰ ਬਣਾਉਣ ਵਿਚ 50 ਮਿੰਟ ਲੱਗ ਜਾਂਦੇ ਹਨ।

ਜ਼ਾਫਰਾਨੀ ਮਟਨ ਕਰੀ

ਸਮੱਗਰੀ

500 ਗ੍ਰਾਮ ਮਟਨ (ਬੋਨ ਸਮੇਤ) ਲੂਣ, ਕਾਲੀ ਮਿਰਚ, ਲਾਲ ਮਿਰਚ, ਨਿੰਬੂ ਦੇ ਰਸ ਨਾਲ ਪੈਰੀਨੇਟ ਕੀਤਾ ਹੋਇਆ

ਪੰਜ ਵੱਡੇ ਚਮਚੇ ਤੇਲ

ਅੱਧਾ ਕੱਪ ਕਾਜੂ

ਇਕ ਚੌਥਾਈ ਕੱਪ ਬਾਦਾਮ, ਬਲਾਂਚ

ਅੱਧਾ ਕੱਪ ਗਾਜਰ ਬਾਰੀਕ ਕੱਟੀ ਹੋਈ

ਅੱਧਾ ਕੱਪ ਬੇਬੀ ਕਾਰਨ ਬਾਰੀਕ ਕੱਟੀ ਹੋਈ

ਅੱਧਾ ਕੱਪ ਛੋਟੇ ਆਲੂ ਅੱਧ ਉਬਲੇ ਦੋ ਟੁਕੜੇ ਕੀਤੇ ਹੋਏ

ਗ੍ਰੇਵੀ ਦੇ ਲਈ : ਇਕ ਛੋਟਾ ਚਮਚਾ ਹਰੀ ਮਿਰਚ ਕੱਟੀ ਹੋਈ

ਇਕ ਛੋਟਾ ਚਮਚਾ ਲਸਣ ਮਸਲਿਆ/ਕੁੱਟਿਆ ਹੋਇਆ

ਇਕ ਛੋਟਾ ਚਮਚਾ ਅਦਰਕ ਕੱਦੂਕਸ਼ ਕੀਤਾ ਹੋਇਆ

ਇਕ ਕੱਪ ਛੋਟੇ ਪਿਆਜ ਬਾਰੀਕ ਕੱਟੇ ਹੋਏ

ਅੱਧਾ ਕੱਪ ਛਾਣਿਆ ਹੋਇਆ ਦਹੀਂ

ਮਸਾਲੇ : ਲੂਣ ਸਵਾਦ ਅਨੁਸਾਰ

ਅੱਧਾ ਛੋਟਾ ਚਮਚਾ ਲਾਲ ਮਿਰਚ

ਅੱਧਾ ਛੋਟਾ ਚਮਚਾ ਜੀਰਾ

ਅੱਧਾ ਛੋਟਾ ਚਮਚਾ ਗਰਮ ਮਸਾਲਾ

ਅੱਧਾ ਛੋਟਾ ਚਮਚਾ ਚਾਟ ਮਸਾਲਾ

ਅੱਧਾ ਛੋਟਾ ਚਮਚਾ ਮੀਟ ਮਸਾਲਾ
ਦੋ ਕੱਪ ਪਾਣੀ
ਇਕ ਛੋਟਾ ਚਮਚਾ ਕੇਸਰ
ਅੱਧਾ ਕੱਪ ਕਰੀਮ
ਸਜਾਵਟ : ਬਾਦਾਮ ਕੱਟਿਆ ਅਤੇ ਕੇਸਰ ਲੱਛੇ
ਕਿਸ ਨਾਲ ਪਰੋਸੀਏ : ਭਰਵਾਂ ਨਾਨ ਜਾਂ ਜੀਰਾ ਪੁਲਾਉ

ਢੰਗ ਤਰੀਕਾ

1. ਇਕ ਕੁੱਕਰ ਵਿਚ ਦੋ ਵੱਡੇ ਚਮਚੇ ਤੇਲ ਗਰਮ ਕਰੋ ਅਤੇ ਮਟਨ ਦੇ ਟੁਕੜੇ ਭੁੰਨਣ ਦੇ ਬਾਦ ਪਾਣੀ ਪਾ ਦੇਵੋ। ਭਾਫ਼ ਵਿਚ ਅਧਗਲੇ ਹੋਣ ਤੱਕ ਪਕਾਵੋ। ਸੇਕ ਤੋਂ ਲਾਹ ਕੇ ਇਕ ਪਾਸੇ ਰੱਖ ਲਵੋ।

2. ਕਾਜੂ-ਬਾਦਾਮ ਦਸ ਮਿੰਟ ਗਰਮ ਪਾਣੀ ਵਿਚ ਭਿਉਂ ਦੇਵੋ। ਫੇਰ ਪੀਸਕੇ ਪੇਸਟ ਬਣਾ ਲਵੋ।

3. ਇਕ ਕੜ੍ਹਾਹੀ ਵਿਚ ਵੱਡਾ ਚਮਚਾ ਤੇਲ ਗਰਮ ਕਰੋ। ਗਾਜਰ, ਬੇਬੀ ਕਾਰਨ, ਛੋਟੇ ਆਲੂ ਪਾ ਕੇ ਦੋ ਮਿੰਟ ਭੁੰਨੋ। ਫੇਰ ਇਸ ਵਿਚੋਂ ਸਬਜੀਆ ਕੱਢਕੇ ਇਕ ਪਾਸੇ ਰੱਖ ਲਵੋ।

4. ਕੜ੍ਹਾਹੀ ਵਿਚ ਬਚਿਆ ਹੋਇਆ ਤੇਲ ਪਾ ਕੇ ਪਿਆਜ, ਅਦਰਕ, ਲਸਣ, ਹਰੀ ਮਿਰਚ ਮਿਲਾਕੇ ਭੁੰਨੋ। ਫੇਰ ਟਮਾਟਰ ਭੁੰਨੋ। ਆਖਿਰ ਵਿਚ ਕਾਜੂ-ਬਾਦਾਮਾਂ ਦਾ ਪੇਸਟ ਤੇ ਦਹੀਂ ਮਿਲਾ ਦੇਵੋ।

5. ਸਾਰੇ ਮਸਾਲੇ ਤੇ ਪਾਣੀ ਮਿਲਾਕੇ ਪੰਜ ਮਿੰਟਾਂ ਤੱਕ ਘੱਟ ਸੇਕ ਤੇ ਗ੍ਰੇਵੀ ਵਿਚ ਪਕਾਵੋ। ਕੇਸਰ ਤੇ ਕਰੀਮ ਮਿਲਾਕੇ ਸੇਕ ਤੋਂ ਹੇਠਾਂ ਲਾਹ ਲਵੋ।

6. ਇਕ ਵੱਡੇ ਡੋਂਗੇ ਵਿਚ ਕੱਢੋ, ਕੱਟੇ ਬਾਦਾਮ ਤੇ ਕੇਸਰ ਦੇ ਲੱਛੇ ਨਾਲ ਸਜਾਕੇ ਭਰਵਾਂ ਨਾਨ ਜਾਂ ਜੀਰਾ ਪੁਲਾਉ ਨਾਲ ਸਰਵ ਕਰੋ।

ਇਹ ਚਾਰ ਵਿਅਕਤੀਆਂ ਲਈ ਕਾਫ਼ੀ ਹੁੰਦਾ ਹੈ। ਇਸਨੂੰ ਬਣਾਉਣ ਵਿਚ ਡੇਢ ਘੰਟਾ ਲੱਗ ਜਾਂਦਾ ਹੈ।

ਕਸ਼ਮੀਰੀ ਗੋਸ਼ਤਾਬਾ ਕਰੀ (ਗੋਸ਼ਤ ਤਰੀ)

ਸਮੱਗਰੀ

500 ਗ੍ਰਾਮ ਮਟਨ ਕੀਮਾ
ਅੱਧਾ ਕੱਪ ਪਿਆਜ ਬਾਰੀਕ ਕੱਟਿਆ ਹੋਇਆ
ਦੋ ਹਰੀ ਮਿਰਚ ਬਾਰੀਕ ਕੱਟੀ ਹੋਈ
ਇਕ ਵੱਡਾ ਚਮਚਾ ਅਦਰਕ ਕੱਦੂਕਸ਼ ਕੀਤਾ ਹੋਇਆ
ਇਕ ਚੁਟਕੀ ਪੀਸਿਆ ਹੋਇਆ ਜਾਇਫਲ
ਇਕ ਚੌਥਾਈ ਛੋਟਾ ਚਮਚਾ ਪੀਸੀ ਹੋਈ ਲਾਲ ਮਿਰਚ
ਇਕ ਵੱਡਾ ਚਮਚਾ ਭੁੰਨੇ ਪੀਸ ਹੋਏ ਛੱਲੇ
ਅੱਧਾ ਛੋਟਾ ਚਮਚਾ ਮੀਟ ਮਸਾਲਾ
ਲੂਣ ਸਵਾਦ ਅਨੁਸਾਰ
ਪੰਜ ਕੱਪ ਪਾਣੀ
ਇਕ ਛੋਟਾ ਟੁਕੜਾ ਦਾਲਚੀਨੀ
2-3 ਹਰੀ ਛੋਟੀ ਇਲਾਇਚੀ
1-2 ਮੋਟੀ ਵੱਡੀ ਇਲਾਇਚੀ
5-6 ਲੌਂਗ
ਲੂਣ ਸਵਾਦ ਅਨੁਸਾਰ
ਅੱਧਾ ਕੱਪ ਪਿਆਜ ਕੱਦੂਕਸ਼ ਕੀਤਾ ਹੋਇਆ

ਇਕ ਛੋਟਾ ਚਮਚਾ ਪੀਸਿਆ ਅਦਰਕ-ਲਸਣ
ਚਾਰ ਟਮਾਟਰ ਬਲਾਂਚ ਤੇ ਪੀਸੇ ਹੋਏ
ਇਕ ਛੋਟਾ ਚਮਚਾ ਗਰਮ ਮਸਾਲਾ
ਇਕ ਚੌਥਾਈ ਛੋਟਾ ਚਮਚਾ ਪੀਸੀ ਲਾਲ ਮਿਰਚ
ਇਕ ਚੌਥਾਈ ਛੋਟਾ ਚਮਚਾ ਪੀਸਿਆ ਹੋਇਆ ਜੀਰਾ
ਇਕ ਚੌਥਾਈ ਛੋਟਾ ਚਮਚਾ ਪੀਸੀ ਹੋਈ ਹਲਦੀ
ਲੂਣ ਤੇ ਕਾਲੀ ਮਿਰਚ ਸਵਾਦ ਅਨੁਸਾਰ
ਇਕ ਕੱਪ ਦਹੀਂ ਫੈਂਟਿਆ ਹੋਇਆ
ਸਜਾਵਟ : ਹਰਾ ਧਨੀਆ ਪੱਤੇ ਕੱਟੇ ਹੋਏ
ਕਿਸ ਨਾਲ ਪਰੋਸੀਏ : ਚਾਵਲ ਪੁਲਾਉ ਜਾਂ ਰੋਟੀ

ਢੰਗ ਤਰੀਕਾ

1. ਮਟਨ ਕੀਮੇ ਨੂੰ ਪਿਆਜ, ਹਰੀ ਮਿਰਚ, ਅਦਰਕ-ਲਸਣ ਦੇ ਨਾਲ ਮਿਲਾਕੇ ਪੀਸ ਲਵੋ, ਮਿਸ਼ਰਣ ਬਣਾ ਲਵੋ। ਇਸਦੇ ਛੋਟੇ ਗੋਲੇ ਬਣਾਕੇ ਰੱਖੋ।

2. ਪਾਣੀ ਉਬਲਣ ਲਈ ਰੱਖੋ, ਉਬਾਲਾ ਆ ਜਾਣ ਤੇ ਦਰੜੀ ਦਾਲਚੀਨੀ, ਲੌਂਗ, ਛੋਟੀ-ਵੱਡੀ ਇਲਾਇਚੀ, ਲੂਣ ਮਿਲਾਵੋ। ਕੀਮੇ ਦੇ ਗੋਲ਼ੇ ਇਸ ਪਾਣੀ ਵਿਚ 10-12 ਮਿੰਟ ਪਕਾਵੋ। ਫੇਰ ਪਾਣੀ ਵਿਚੋਂ ਕੱਢਕੇ ਰੱਖ ਲਵੋ।

3. ਇਕ ਕੜਾਹੀ ਵਿਚ ਤੇਲ ਗਰਮ ਕਰੋ, ਪਿਆਜ, ਅਦਰਕ-ਲਸਣ ਤੇ ਹਰੀ ਮਿਰਚ ਆਦਿ ਭੁੰਨਕੇ ਟਮਾਟਰ, ਲੂਣ, ਗਰਮ ਮਸਾਲਾ ਅਤੇ ਬਾਕੀ ਸਮੱਗਰੀ ਪਾ ਕੇ ਭੁੰਨੋ। ਫੇਰ ਦਹੀਂ ਪਾ ਕੇ ਚੰਗੀ ਤਰ੍ਹਾਂ ਹਿਲਾਕੇ ਮਿਲਾਵੋ। ਬਚਿਆ ਪਾਣੀ ਪਾ ਕੇ ਉਬਾਲਾ ਦੇਵੋ। ਫੇਰ ਕੋਫਤੇ ਮਿਲਾ ਦੇਵੋ। ਪੰਜ ਮਿੰਟਾਂ ਤੱਕ ਗ੍ਰੇਵੀ (ਕਰੀ) ਗਾੜ੍ਹੀ ਹੋਣ ਤੱਕ ਪਕਾਉ।

4. ਇਕ ਡੋਂਗੇ ਵਿਚ ਕੱਢਕੇ, ਧਨੀਏ ਦੇ ਪੱਤਿਆਂ ਨਾਲ ਸਜਾਕੇ ਪੁਲਾਉ ਜਾਂ ਰੋਟੀ ਨਾਲ ਸਰਵ ਕਰੋ।

ਇਹ ਚਾਰ ਵਿਅਕਤੀਆਂ ਲਈ ਕਾਫ਼ੀ ਹੁੰਦਾ ਹੈ। ਇਸਨੂੰ ਬਣਾਉਣ ਵਿਚ ਇਕ ਘੰਟਾ ਚਾਲੀ ਮਿੰਟ ਲੱਗ ਜਾਂਦੇ ਹਨ।

ਕੀਮਾ ਚਿਕਨ ਕੋਫ਼ਤਾ ਕਰੀ

ਸਮੱਗਰੀ

ਕੋਫ਼ਤਿਆਂ ਦੇ ਲਈ : 250 ਗ੍ਰਾਮ ਚਿਕਨ ਕੀਮਾ
ਅੱਧਾ ਕੱਪ ਪਿਆਜ ਬਾਰੀਕ ਕੱਟਿਆ ਹੋਇਆ
ਦੋ ਹਰੀ ਮਿਰਚ ਬਾਰੀਕ ਕੱਟੀ ਹੋਈ
ਇਕ ਛੋਟਾ ਚਮਚਾ ਅਦਰਕ ਲਸਣ ਕੱਦੂਕਸ਼ ਕੀਤਾ ਹੋਇਆ
ਇਕ ਚੁਟਕੀ ਪੀਸਿਆ ਹੋਇਆ ਜਾਇਫਲ
ਲੂਣ ਸਵਾਦ ਅਨੁਸਾਰ
ਇਕ ਅੰਡੇ ਦੀ ਜਰਦੀ
ਦੋ ਵੱਡੇ ਚਮਚੇ ਸੁੱਕੀ ਬ੍ਰੈਡ ਦਾ ਚੂਰਾ
ਇਕ ਵੱਡਾ ਚਮਚਾ ਮੱਕੀ ਦਾ ਆਟਾ
ਇਕ ਚੌਥਾਈ ਛੋਟਾ ਚਮਚਾ ਪੀਸੀ ਹੋਈ ਲਾਲ ਮਿਰਚ
ਇਕ ਚੁਟਕੀ ਬੇਕਿੰਗ ਸੋਡਾ
ਡੀਪ ਫਰਾਈ ਦੇ ਲਈ ਤੇਲ
ਕਰੀ ਦੇ ਲਈ : 2-3 ਚਮਚੇ ਤੇਲ ਜਾਂ ਘਿਉ
ਇਕ ਛੋਟਾ ਚਮਚਾ ਜੀਰਾ
ਅੱਧਾ ਛੋਟਾ ਚਮਚਾ ਬਰਿਆਨੀ ਮਸਾਲਾ
ਇਕ ਕੱਪ ਭੁੰਨਿਆ ਪੀਸਿਆ ਹੋਇਆ ਪਿਆਜ
ਇਕ ਕੱਪ ਟਮਾਟਰ ਪੇਸਟ

ਦੋ ਵੱਡੇ ਚਮਚੇ ਟਮਾਟਰ ਪਿਊਰੀ

ਅੱਧਾ ਕੱਪ ਦਹੀਂ

ਚਾਰ ਕੱਪ ਪਾਣੀ

ਅੱਧਾ ਛੋਟਾ ਚਮਚਾ ਗਰਮ ਮਸਾਲਾ

ਇਕ ਚੌਥਾਈ ਛੋਟਾ ਚਮਚਾ ਪੀਸੀ ਹੋਈ ਹਲਦੀ

ਅੱਧਾ ਛੋਟਾ ਚਮਚਾ ਚਿਕਨ ਮਸਾਲਾ

ਲਾਲ ਮਿਰਚ ਤੇ ਲੂਣ ਸਵਾਦ ਅਨੁਸਾਰ

ਸਜਾਵਟ : ਤਾਜ਼ੀ ਕੱਟੀ ਹੋਈ ਅਜਮੋਦ

ਕਿਸ ਨਾਲ ਪਰੋਸੀਏ : ਮਿਕਸ ਵੈਜ਼ ਪੁਲਾਉ ਜਾਂ ਪੁਦੀਨਾ ਪਰੌਂਠਾ, ਪਨੀਰ ਤੇ ਸਲਾਦ

ਢੰਗ ਤਰੀਕਾ

1. **ਕੋਫਤਿਆਂ ਦੇ ਲਈ :** ਸਾਰੀ ਸਮੱਗਰੀ ਇਕ ਡੋਂਗੇ ਵਿਚ ਪਾ ਕੇ ਮਿਸ਼ਰਣ ਤਿਆਰ ਕਰੋ। ਅਖਰੋਟ ਦੇ ਆਕਾਰ ਦੇ ਕੋਫ਼ਤੇ ਬਣਾਵੋ। ਪਹਿਲਾਂ ਤੋਂ ਹੀ ਗਰਮ ਤੇਲ ਵਿਚ ਡੀਪ ਫਰਾਈ ਕਰੋ। ਫਾਲਤੂ ਤੇਲ ਕਿਚਨ ਪੇਪਰ ਤੇ ਸੋਖਕੇ ਇਕ ਪਾਸੇ ਰੱਖ ਲਵੋ।

2. **ਕਰੀ ਦੇ ਲਈ :** ਇਕ ਕੜਾਹੀ ਜਾਂ ਸੱਸ ਪੈਨ ਵਿਚ ਤੇਲ ਗਰਮ ਕਰੋ। ਜੀਰਾ ਤੇ ਭੁੰਨਿਆ ਪਿਆਜ ਪਾ ਕੇ ਦੋ ਮਿੰਟ ਲਗਾਤਾਰ ਹਿਲਾਉਣ ਦੇ ਬਾਦ ਟਮਾਟਰ ਪੇਸਟ ਤੇ ਪਿਊਰੀ ਮਿਲਾ ਦੇਵੋ। ਦੋ ਮਿੰਟ ਪਕਾਉਣ ਦੇ ਮਗਰੋਂ ਦਹੀਂ, ਪਾਣੀ ਅਤੇ ਬਾਕੀ ਮਸਾਲੇ ਪਾ ਦੇਵੋ।

3. ਚੰਗੀ ਤਰ੍ਹਾਂ ਹਿਲਾਕੇ ਉਬਾਲਾ ਆ ਜਾਣ ਦੇਵੋ, ਢੱਕਣ ਲਾ ਕੇ 5-7 ਮਿੰਟ ਤੱਕ ਪਕਾਵੋ। ਫੇਰ ਢੱਕਣ ਲਾਹ ਕੇ ਕੋਫ਼ਤੇ ਪਾ ਦੇਵੋ ਅਤੇ ਕਰੀ ਗਾੜ੍ਹੀ ਹੋਣ ਤੱਕ ਘੱਟ ਸੇਕ ਤੇ ਪਕਾਵੋ। ਕੱਟੀ ਅਜਮੋਦ ਨਾਲ ਸਜਾਕੇ ਮਿਕਸ ਵੈਜ਼ ਪੁਲਾਉ ਜਾਂ ਪੁਦੀਨਾ ਪਰੌਂਠਾ, ਪਨੀਰ, ਸਲਾਦ ਨਾਲ ਪਰੋਸੋ।

ਇਹ ਚਾਰ ਵਿਅਕਤੀਆਂ ਲਈ ਕਾਫ਼ੀ ਹੁੰਦਾ ਹੈ। ਇਸਨੂੰ ਬਣਾਉਣ ਵਿਚ ਇਕ ਘੰਟਾ ਲੱਗ ਜਾਂਦਾ ਹੈ।

ਗੋਆ ਦੀ ਚਿਕਨ ਕਰੀ

ਸਮੱਗਰੀ

2-3 ਵੱਡੇ ਚਮਚੇ ਤੇਲ
ਪੌਣਾ ਕੱਪ ਪੀਸਿਆ ਪਿਆਜ
ਇਕ ਛੋਟਾ ਚਮਚਾ ਪੀਸਿਆ ਹੋਇਆ ਲਸਣ
2-3 ਹਰੀ ਛੋਟੀ ਇਲਾਇਚੀ
ਅੱਧਾ ਛੋਟਾ ਚਮਚਾ ਪੀਸੀ ਹੋਈ ਲਾਲ ਮਿਰਚ
ਇਕ ਛੋਟਾ ਕੱਪ ਦਹੀਂ
400 ਗ੍ਰਾਮ ਚਿਕਨ ਬੋਨਲੈਸ ਛੋਟੇ ਟੁਕੜੇ
ਇਕ ਛੋਟਾ ਚਮਚਾ ਖਸਖਸ ਪੀਸੀ ਹੋਈ
ਇਕ ਛੋਟਾ ਚਮਚਾ ਸੁੱਕੀ ਕਸੂਰੀ ਮੇਥੀ
ਅੱਧਾ ਛੋਟਾ ਚਮਚਾ ਪੰਜ ਮਸਾਲਾ ਪਾਊਡਰ (Five Spice Powder)
ਇਕ ਛੋਟਾ ਚਮਚਾ ਪੀਸਿਆ ਹੋਇਆ ਧਨੀਆ
ਇਕ ਛੋਟਾ ਚਮਚਾ ਬਾਰੀਕ ਕੱਟਿਆ ਹੋਇਆ ਅਦਰਕ
ਢਾਈ ਕੱਪ ਪਾਣੀ
ਲੂਣ ਸਵਾਦ ਅਨੁਸਾਰ
ਇਕ ਚੌਥਾਈ ਛੋਟਾ ਚਮਚਾ ਪੀਸੀ ਹੋਈ ਹਲਦੀ
ਅੱਧਾ ਕੱਪ ਕੋਕੋਨਟ ਕਰੀਮ
ਸਜਾਵਟ : ਹਰੇ ਧਨੀਏ ਦੇ ਪੱਤੇ
ਕਿਸ ਨਾਲ ਪਰੋਸੀਏ : ਸਟੀਮ (ਭਾਫ਼) ਰਾਈਸ ਜਾ ਮਿਕਸ ਵੈਜ਼ ਰਾਈਸ

ਢੰਗ ਤਰੀਕਾ

1. ਇਕ ਕੜਾਹੀ ਵਿਚ ਤੇਲ ਗਰਮ ਕਰਕੇ ਪਿਆਜ, ਲਸਣ, ਹਰੀ ਇਲਾਇਚੀ ਨੂੰ ਭੂਰਾ ਹੋਣ ਤੱਕ ਭੁੰਨੋ।

2. ਫੇਰ ਲਾਲ ਮਿਰਚ, ਦਹੀਂ ਤੇ ਚਿਕਨ ਦੇ ਟੁਕੜੇ ਪਾ ਕੇ ਸੁੱਕਣ ਤੱਕ ਪਕਾਵੋ। ਹੁਣ ਬਾਕੀ ਮਸਾਲੇ ਵੀ ਮਿਲਾ ਦੇਵੋ।

3. ਚੰਗੀ ਤਰ੍ਹਾਂ ਮਿਲਾਉਣ ਦੇ ਬਾਦ ਢਾਈ ਕੱਪ ਪਾਣੀ, ਲੂਣ ਹਲਦੀ ਪਾ ਕੇ 4-5 ਮਿੰਟ ਤੱਕ ਘੱਟ ਸੇਕ ਤੇ ਪਕਾਵੋ। ਫੇਰ ਅੱਧਾ ਕੱਪ ਨਾਰੀਅਲ ਕਰੀਮ ਮਿਲਾਕੇ ਗ੍ਰੇਵੀ (ਕਰੀ) ਗਾੜ੍ਹੀ ਹੋਣ ਤੱਕ ਪਕਾਵੋ।

4. ਇਕ ਵੱਡੇ ਡੋਂਗੇ ਵਿਚ ਕੱਢੋ, ਧਨੀਏ ਦੇ ਪੱਤਿਆਂ ਨਾਲ ਸਜਾਕੇ ਸਟੀਮ ਰਾਈਸ ਜਾਂ ਮਿਕਸ ਵੈਜ਼ ਰਾਈਸ ਨਾਲ ਪਰੋਸੋ।

ਇਹ ਚਾਰ ਵਿਅਕਤੀਆਂ ਲਈ ਕਾਫ਼ੀ ਹੁੰਦਾ ਹੈ। ਇਸਨੂੰ ਬਣਾਉਣ ਵਿਚ 45 ਮਿੰਟ ਲੱਗ ਜਾਂਦੇ ਹਨ।

ਆਲੂ ਅੰਡਾ ਕਰੀ

ਸਮੱਗਰੀ

ਦੋ-ਤਿੰਨ ਵੱਡੇ ਚਮਚੇ ਤੇਲ
ਅੱਧਾ ਛੋਟਾ ਚਮਚਾ ਜੀਰਾ
ਦੋ ਹਰੀ ਮਿਰਚ ਲੰਬੀ ਕੱਟੀ ਹੋਈ
ਇਕ ਵੱਡਾ ਚਮਚਾ ਅਦਰਕ ਕੱਦੂਕਸ਼ ਕੀਤਾ ਹੋਇਆ
ਇਕ ਕੱਪ ਪਿਆਜ ਕੱਦੂਕਸ਼ ਕੀਤਾ ਹੋਇਆ
ਡੇਢ ਕੱਪ ਟਮਾਟਰ ਕੱਦੂਕਸ਼ ਕੀਤਾ ਹੋਇਆ
ਅੱਧਾ ਕੱਪ ਟਮਾਟਰ ਪਿਊਰੀ
ਚਾਰ ਵੱਡੇ ਆਲੂ ਛਿੱਲੇ ਅਤੇ ਵੱਡੇ ਟੁਕੜਿਆਂ ਵਿਚ ਕੱਟੇ ਹੋਏ
ਚਾਰ ਕੱਪ ਪਾਣੀ
4 ਅੰਡੇ ਸਖਤ ਉਬਲੇ ਹੋਏ ਸਾਬਤ
ਮਸਾਲੇ : ਅੱਧਾ ਛੋਟਾ ਚਮਚਾ ਪੀਸਿਆ ਹੋਇਆ ਜੀਰਾ
ਅੱਧਾ ਛੋਟਾ ਚਮਚਾ ਗਰਮ ਮਸਾਲਾ
ਅੱਧਾ ਛੋਟਾ ਚਮਚਾ ਪੀਸੀ ਹੋਈ ਲਾਲ ਮਿਰਚ
ਅੱਧਾ ਛੋਟਾ ਚਮਚਾ ਮੀਟ ਮਸਾਲਾ
ਇਕ ਚੌਥਾਈ ਚਮਚਾ ਛੋਟਾ ਪੀਸੀ ਹੋਈ ਹਲਦੀ
ਸਜਾਵਟ : ਹਰਾ ਧਨੀਆ ਦੇ ਕੱਟੇ ਹੋਏ ਪੱਤੇ
ਕਿਸ ਨਾਲ ਪਰੋਸੀਏ : ਪੂਰੀ, ਕੁਲਚਾ ਜਾਂ ਭਾਫ਼ ਵਿਚ ਪਕਾਏ ਹੋਏ ਚਾਵਲ

ਢੰਗ ਤਰੀਕਾ

1. ਕਿਸੇ ਵੱਡੇ ਪਤੀਲੇ ਜਾਂ ਕੁੱਕਰ ਵਿਚ ਤੇਲ/ਘਿਉ ਗਰਮ ਕਰੋ। ਜੀਰਾ, ਹਰੀ ਮਿਰਚ, ਅਦਰਕ ਪਾ ਕੇ ਕੁੱਝ ਦੇਰ ਹਿਲਾਵੋ, ਫੇਰ ਪਿਆਜ ਪਾ ਕੇ ਭੂਰਾ ਹੋਣ ਤੱਕ ਭੂੰਨੋ।

2. ਫੇਰ ਟਮਾਟਰ ਅਤੇ ਟਮਾਟਰ ਦੀ ਪਿਊਰੀ ਮਿਲਾਕੇ ਚੰਗੀ ਤਰ੍ਹਾਂ ਹਿਲਾਵੋ। ਸਾਰੇ ਮਸਾਲੇ ਪਾ ਕੇ ਉਦੋਂ ਤੱਕ ਭੂੰਨੋ ਜਦੋਂ ਤੱਕ ਮਸਾਲਾ ਭੁੰਨਿਆ ਨਾ ਜਾਵੇ। ਇਸ ਵਿਚ ਆਲੂ ਮਿਲਾ ਦੇਵੋ।

3. ਚੰਗੀ ਤਰ੍ਹਾਂ ਮਿਲਾ ਲਵੋ, 2-3 ਮਿੰਟ ਪਕਾਉਣ ਤੋਂ ਬਾਦ ਪਾਣੀ ਪਾ ਦੇਵੋ। ਢੱਕਣ ਲਾ ਕੇ 5 ਮਿੰਟ ਰਿੱਝਣ ਦੇਵੋ। ਸੇਕ ਘੱਟ ਕਰ ਦੇਵੋ।

4. ਅੰਡੇ ਉਬਾਲੋ, ਇਹਨਾਂ ਨੂੰ ਵੀ ਛਿੱਲਕੇ ਉਬਲੇ ਆਲੂਆਂ ਦੇ ਨਾਲ ਘੱਟ ਸੇਕ ਤੇ 4-5 ਮਿੰਟ ਪਕਾਵੋ।

5. ਪਰੋਸਣ ਦੇ ਲਈ ਡੋਂਗੇ ਵਿਚ ਕੱਢ ਲਵੋ। ਧਨੀਆ ਦੇ ਪੱਤਿਆਂ ਨਾਲ ਸਜਾਕੇ ਪੂਰੀ, ਕੁਲਚੇ ਨਾਲ ਗਰਮ-ਗਰਮ ਸਰਵ ਕਰੋ।

ਇਹ ਚਾਰ ਵਿਅਕਤੀਆਂ ਲਈ ਕਾਫ਼ੀ ਹੁੰਦਾ ਹੈ। ਇਸਨੂੰ ਬਣਾਉਣ ਵਿਚ 40 ਮਿੰਟ ਲੱਗਦੇ ਹਨ।

ਬਟਰ ਚਿਕਨ ਕਰੀ

ਸਮੱਗਰੀ

400 ਗ੍ਰਾਮ ਬੋਨਲੈਸ ਚਿਕਨ ਬ੍ਰੈਸਟ (ਸੀਨਾ) ਹੱਡੀਆਂ ਸਮੇਤ ਲਾਉਣ ਲਈ ਤੇਲ

ਮੈਰੀਨੇਡ : ਦੋ ਵੱਡੇ ਚਮਚੇ ਦਹੀਂ
ਇਕ ਛੋਟਾ ਚਮਚਾ ਪੀਸਿਆ ਅਦਰਕ-ਲਸਣ
ਇਕ ਛੋਟਾ ਚਮਚਾ ਨਿੰਬੂ ਦਾ ਰਸ
ਅੱਧਾ ਛੋਟਾ ਚਮਚਾ ਪੀਸੀ ਹੋਈ ਲਾਲ ਮਿਰਚ
ਇਕ ਚੁਟਕੀ ਖਾਣ ਵਾਲਾ ਲਾਲ ਰੰਗ
ਇਕ ਚੁਟਕੀ ਇਲਾਇਚੀ ਜਾਂ ਪੀਸਿਆ ਹੋਇਆ ਜਾਇਫਲ
ਲੂਣ ਸਵਾਦ ਅਨੁਸਾਰ
ਇਕ ਵੱਡਾ ਚਮਚਾ ਕਰੀਮ
ਕਰੀ ਦੇ ਲਈ : ਦੋ ਵੱਡੇ ਚਮਚੇ ਮੱਖਣ
ਇਕ ਵੱਡਾ ਚਮਚਾ ਤੇਲ
ਇਕ ਛੋਟਾ ਚਮਚਾ ਜੀਰਾ
ਦੋ ਹਰੀ ਮਿਰਚ ਲੰਬੀ ਕੱਟੀ ਹੋਈ
ਅੱਧਾ ਕੱਪ ਭੁੰਨਿਆ ਪੀਸਿਆ ਹੋਇਆ ਪਿਆਜ
ਇਕ ਕੱਪ ਟਮਾਟਰ ਪੇਸਟ
ਪੌਣਾ ਕੱਪ ਟਮਾਟਰ ਪਿਊਰੀ
ਇਕ ਚੁਟਕੀ ਚੀਨੀ
ਅੱਧਾ ਛੋਟਾ ਚਮਚਾ ਬਟਰ ਚਿਕਨ ਮਸਾਲਾ
ਅੱਧਾ ਛੋਟਾ ਚਮਚਾ ਸੁੱਕੀ ਕਸੂਰੀ ਮੇਥੀ
ਅੱਧਾ ਛੋਟਾ ਚਮਚਾ ਚਾਟ ਮਸਾਲਾ
ਪੌਣਾ ਕੱਪ ਕਰੀਮ
ਸਜਾਵਟ : ਕੱਟਿਆ ਹਰਾ ਧਨੀਆ
ਕਿਸ ਨਾਲ ਪਰੋਸੀਏ : ਬਟਰ ਨੱਾਨ ਜਾਂ ਤੰਦੂਰੀ ਰੋਟੀ

ਢੰਗ ਤਰੀਕਾ

1. ਮੈਰੀਨੇਡ ਦੀ ਸਮੱਗਰੀ ਮਿਲਾਕੇ ਚਿਕਨ ਦੇ ਟੁਕੜਿਆਂ ਤੇ ਲਾਵੋ। ਫੇਰ 40 ਮਿੰਟਾਂ ਬਾਦ ਉਹਨਾਂ ਦੇ ਦੋਵੇਂ ਪਾਸੀਂ ਘਿਉ/ਤੇਲ ਲਾ ਕੇ ਸੁਨਹਿਰਾ ਭੂਰਾ/ਰੋਸਟ ਕਰੋ। 2. ਇਕ ਕੜਾਹੀ ਵਿਚ ਮੱਖਣ ਗਰਮ ਕਰੋ। ਜੀਰਾ, ਹਰੀ ਮਿਰਚ, ਭੁੰਨਿਆ ਪਿਆਜ ਇਕ ਮਿੰਟ ਭੁੰਨਣ ਦੇ ਬਾਦ ਪੀਸੇ ਟਮਾਟਰ, ਟਮਾਟਰ ਪਿਊਰੀ ਮਿਲਾਕੇ, ਚੀਨੀ, ਬਟਰ ਚਿਕਨ ਮਸਾਲਾ, ਕਸੂਰੀ ਮੇਥੀ ਤੇ ਚਾਟ ਮਸਾਲਾ ਮਿਲਾ ਦੇਵੋ। 3. ਇਕ ਮਿੰਟ ਤੱਕ ਪਕਾਉਣ ਦੇ ਬਾਦ ਕਰੀਮ ਅਤੇ ਚਿਕਨ ਦੇ ਟੁਕੜੇ ਪਾ ਦੇਵੋ। ਤਿੰਨ ਮਿੰਟ ਪਕਾਉਣ ਦੇ ਬਾਦ ਸੇਕ ਤੋਂ ਉਤਾਰ ਲਵੋ। 4. ਇਕ ਸਰਵਿੰਗ ਡਿਸ਼ ਵਿਚ ਰੱਖੋ, ਕੱਟੇ ਧਨੀਏ ਨਾਲ ਸਜਾਕੇ ਬਟਰ ਨਾਨ ਜਾਂ ਤੰਦੂਰੀ ਰੋਟੀ ਨਾਲ ਪਰੋਸੋ। ਇਹ ਚਾਰ ਵਿਅਕਤੀਆਂ ਲਈ ਕਾਫ਼ੀ ਹੁੰਦੀ ਹੈ। ਇਸਨੂੰ ਬਣਾਉਣ ਵਿਚ ਇਕ ਘੰਟਾ ਵੀਹ ਮਿੰਟ ਲੱਗ ਜਾਂਦੇ ਹਨ।

ਪਾਰਸੀ ਮਟਨ ਕਰੀ

ਸਮੱਗਰੀ

ਚਾਰ ਵੱਡੇ ਚਮਚੇ ਤੇਲ/ਦੇਸੀ ਘਿਉ
ਦੋ ਕੱਪ ਪਿਆਜ ਬਾਰੀਕ ਕੱਟੇ ਹੋਏ
ਮਸਾਲ ਪੇਸਟ : ਚਾਰ-ਪੰਜ ਸੁੱਕੀਆਂ ਲਾਲ ਮਿਰਚਾਂ
ਅੱਠ-ਦਸ ਲਸਣ ਦੀਆਂ ਕਲੀਆਂ
ਦੋ ਇੰਚ ਅਦਰਕ ਦਾ ਟੁਕੜਾ ਕੱਦੂਕਸ਼ ਕੀਤਾ ਹੋਇਆ
ਇਕ ਛੋਟਾ ਚਮਚਾ ਜੀਰਾ
ਅੱਧਾ ਛੋਟਾ ਚਮਚਾ ਕਾਲੀ ਮਿਰਚ
ਇਕ ਛੋਟਾ ਚਮਚਾ ਸਾਬਤ ਬਰਿਆਨੀ ਮਸਾਲਾ
ਇਕ ਛੋਟਾ ਚਮਚਾ ਧਨੀਆ
ਥੋੜ੍ਹਾ ਜਿਹਾ ਪਾਣੀ
ਅੱਧਾ ਛੋਟਾ ਚਮਚਾ ਪੀਸਿਆ ਹੋਇਆ ਜੀਰਾ
ਅੱਧਾ ਛੋਟਾ ਚਮਚਾ ਪੀਸੀ ਹੋਈ ਹਲਦੀ
ਅੱਧਾ ਕੱਪ ਛੋਲਿਆਂ ਦੀ ਦਾਲ (ਵੀਹ ਮਿੰਟ ਪਾਣੀ ਵਿਚ ਭਿਉਂਤੀ ਹੋਈ)
500 ਗ੍ਰਾਮ ਬੋਨਲੈਸ ਟੁਕੜੇ (ਮੈਰੀਨੇਟ)
ਇਕ ਕੱਪ ਮਿਕਸ ਵੈਜ਼ (ਕੱਦੂ, ਗਾਜਰ, ਬੀਨਜ ਉੱਬਲੀ ਹੋਈ)
ਮਸਾਲੇ : ਦੋ ਛੋਟੇ ਚਮਚੇ ਇਮਲੀ ਦਾ ਗੁੱਦਾ

ਲੂਣ ਸਵਾਦ ਅਨੁਸਾਰ
ਦੋ ਛੋਟੇ ਚਮਚੇ ਗੁੜ ਕੁੱਟਿਆ ਹੋਇਆ
ਅੱਧਾ ਛੋਟਾ ਚਮਚਾ ਪੀਸੀ ਹੋਈ ਲਾਲ ਮਿਰਚ
ਇਕ ਛੋਟਾ ਚਮਚਾ ਗਰਮ ਮਸਾਲਾ
ਇਕ ਕੱਪ ਪੀਸੇ ਹੋਏ ਟਮਾਟਰ
ਚਾਰ ਕੱਪ ਪਾਣੀ
ਸਜਾਵਟ : ਲੰਬੀ ਕੱਟੀ ਹੋਈ ਹਰੀ ਮਿਰਚ ਅਤੇ ਭੁੰਨਿਆ ਹੋਇਆ ਪਿਆਜ
ਕਿਸ ਨਾਲ ਪਰੋਸੀਏ : ਬਰਾਊਨ ਚਾਵਲ ਜਾਂ ਲੇਬਨੀਜ਼ ਰੋਟੀ

ਢੰਗ ਤਰੀਕਾ

1. ਕੁੱਕਰ ਜਾਂ ਭਾਰੇ ਤਲੇ ਦੇ ਬਰਤਨ ਵਿਚ ਘਿਉ/ਤੇਲ ਗਰਮ ਕਰੋ, ਪਿਆਜ ਭੂਰੇ ਹੋਣ ਤੱਕ ਭੁੰਨੋ, ਫੇਰ ਪੀਸਿਆ ਹੋਇਆ ਮਸਾਲਾ, ਹਲਦੀ, ਜੀਰਾ ਮਿਲਾਕੇ 2-3 ਮਿੰਟ ਪਕਾਵੋ।

2. ਛੋਲਿਆਂ ਦੀ ਦਾਲ ਅੱਧੀ ਗਾਲਕੇ ਰੱਖੋ। ਮਟਨ ਦੇ ਟੁਕੜੇ ਵੀ ਭਾਫ਼ ਵਿਚ ਪਕਾਕੇ ਰੱਖੋ।

3. ਫੇਰ ਕੁੱਕਰ ਗਰਮ ਕਰੋ, ਟਮਾਟਰ ਤੇ ਮਸਾਲੇ ਮਿਲਾਵੋ, ਫੇਰ ਮਟਨ ਪਾ ਕੇ ਭੁੰਨੋ। ਪੌਣਾ ਕੁ ਗਲ ਜਾਣ ਦੇ ਬਾਦ ਸਬਜੀਆਂ ਅਤੇ ਦਾਲ ਮਿਲਾ ਦੇਵੋ।

4. ਚੰਗੀ ਤਰ੍ਹਾਂ ਮਿਲਾਉਣ ਦੇ ਬਾਦ ਪਾਣੀ ਅਤੇ ਮਸਾਲੇ ਪਾ ਦੇਵੋ। ਉਬਾਲਾ ਆ ਜਾਣ ਤੇ ਮਟਨ ਦੇ ਟੁਕੜੇ ਤੇ ਦਾਲ ਪਾ ਕੇ ਗਾੜ੍ਹਾ ਹੋਣ ਤੱਕ ਪਕਾਵੋ, ਫੇਰ ਸੇਕ ਤੋਂ ਹੇਠਾਂ ਲਾਹ ਲਵੋ।

5. ਕਰੀ ਨੂੰ ਇਕ ਡੋਂਗੇ ਵਿਚ ਕੱਢ ਲਵੋ। ਲੰਬੀ ਕੱਟੀ ਮਿਰਚ ਅਤੇ ਭੁੰਨੇ ਪਿਆਜ ਨਾਲ ਸਜਾ ਕੇ ਭੂਰੇ ਚਾਵਲ ਜਾਂ ਲੇਬਰੀਜ਼ ਰੋਟੀ ਨਾਲ ਪਰੋਸੋ।

ਇਹ ਚਾਰ ਵਿਅਕਤੀਆਂ ਲਈ ਕਾਫ਼ੀ ਹੁੰਦਾ ਹੈ। ਇਸਨੂੰ ਬਣਾਉਣ ਵਿਚ ਪੰਜਾਹ ਮਿੰਟ ਲੱਗ ਜਾਂਦੇ ਹਨ।

ਜ਼ਾਫਰਾਨੀ ਮਟਨ ਬਰਿਆਣੀ

ਸਮੱਗਰੀ

750 ਗ੍ਰਾਮ ਮਟਨ ਹੱਡੀਆਂ ਸਮੇਤ
ਚਾਰ ਵੱਡੇ ਚਮਚੇ ਮੱਖਣ
ਇਕ ਕੱਪ ਗਰਮ ਦੁੱਧ
ਇਕ ਚਮਚਾ ਕੇਸਰ ਘੁਲਿਆ ਹੋਇਆ
ਇਕ ਕੱਪ ਬਾਸਮਤੀ ਚਾਵਲ
ਮਟਨ ਦਾ ਮੈਰੀਨੇਡ : ਅੱਧਾ ਕੱਪ ਭੁੰਨਿਆ ਪੀਸਿਆ ਹੋਇਆ ਪਿਆਜ
ਇਕ ਛੋਟਾ ਚਮਚਾ ਪੀਸਿਆ ਹੋਇਆ ਅਦਰਕ-ਲਸਣ
ਅੱਧਾ ਛੋਟਾ ਚਮਚਾ ਮੀਟ ਮਸਾਲਾ
ਲੂਣ ਸਵਾਦ ਅਨੁਸਾਰ
ਦੋ ਵੱਡੇ ਚਮਚੇ ਨਿੰਬੂ ਦਾ ਰਸ
ਚਾਰ ਵੱਡੇ ਚਮਚੇ ਗਾੜ੍ਹਾ ਦਹੀਂ
ਅੱਧਾ ਛੋਟਾ ਚਮਚਾ ਕੇਸਰ
ਅੱਧਾ ਛੋਟਾ ਚਮਚਾ ਪੀਸੀ ਹੋਈ ਲਾਲ ਮਿਰਚ
ਚਾਵਲ ਦੇ ਲਈ : ਦੋ ਤਿੰਨ ਲੀਟਰ ਪਾਣੀ
ਅੱਧਾ ਛੋਟਾ ਚਮਚਾ ਬਰਿਆਣੀ ਮਸਾਲਾ ਦਰੜਿਆ ਹੋਇਆ
(ਦੋ ਛੋਟੀ ਇਲਾਇਚੀ, ਲੌਂਗ ਇਕ, ਲੂਣ ਸਵਾਦ ਅਨੁਸਾਰ)
ਸਜਾਵਟ : ਭੂਰਾ ਭੁੰਨਿਆ ਪਿਆਜ ਤੇ ਭੁੰਨੇ ਹੋਏ ਕਾਜੂ
ਕਿਸ ਨਾਲ ਪਰੋਸੀਏ : ਪੁਦੀਨਾ ਰਾਇਤਾ

ਢੰਗ ਤਰੀਕਾ

1. ਮਟਨ ਦੇ ਟੁਕੜੇ 40 ਮਿੰਟ ਤੱਕ ਮੈਰੀਨੇਟ ਕਰਨ ਦੇ ਬਾਦ ਇਕ ਵੱਡੀ ਕੜਾਹੀ ਵਿਚ ਦੇਸੀ ਘਿਉ ਗਰਮ ਕਰੋ, ਫੇਰ ਮੈਰੀਨੇਟ ਮਟਨ ਦੇ ਟੁਕੜੇ ਡੀਪ ਗਲਣ ਤੱਕ ਪਕਾਵੋਂ।

2. ਚਾਵਲ 10 ਮਿੰਟ ਭਿਉਂ ਦੇਵੋ, ਫੇਰ 2-3 ਲੀਟਰ ਪਾਣੀ ਵਿਚ ਚਾਵਲ ਅਤੇ ਮਸਾਲੇ ਮਿਲਾਵੋ ਅਤੇ ਅਧਗਲੇ ਹੋਣ ਤੱਕ ਪਕਾਵੋ।

3. ਇਕ ਬੇਕਿੰਗ ਡਿਸ਼ ਜਾਂ ਬਰਿਆਣੀ ਕੁੱਕਰ ਵਿਚ ਮੱਖਣ ਪਾਵੋ। ਇਸ ਵਿਚ ਅੱਧੇ ਚਾਵਲ ਤੇ ਅੱਧਾ ਮਟਨ ਫੈਲਾਕੇ, ਦੁੱਧ ਤੇ ਕੇਸਰ ਪਾ ਦੇਵੋ। ਬਾਕੀ ਸਮੱਗਰੀ ਨਾਲ ਵੀ ਇਹ ਪ੍ਰਕਿਰਿਆ ਦੁਹਰਾਉ।

4. ਬਾਕੀ ਬਚਿਆ ਮੱਖਣ ਉਪਰ ਛਿੜਕੋ। ਕੁੱਕਰ ਦਾ ਢੱਕਣ ਲਾ ਕੇ ਇਸਨੂੰ ਗਰਮ ਹੋਵੇ ਤੇ ਰੱਖਕੇ 10 ਮਿੰਟ ਤੱਕ ਦਮ ਦੇਵੋ ਤਾਂ ਕਿ ਦਾਣਾ-ਦਾਣਾ ਵਿਖਰ ਜਾਵੇ।

5. ਇਕ ਸਰਵਿੰਗ ਪਲੇਟ ਵਿਚ ਬਰਿਆਣੀ ਕੱਢੋ, ਭੂਰੇ ਭੁੰਨੇ ਹੋਏ ਪਿਆਜ ਤੇ ਕਾਜੂ ਨਾਲ ਸਜਾਕੇ ਪੁਦੀਨਾ ਰਾਇਤਾ ਨਾਲ ਪਰੋਸੋ।

ਇਹ ਚਾਰ ਵਿਅਕਤੀਆਂ ਲਈ ਕਾਫ਼ੀ ਹੁੰਦੀ ਹੈ। ਇਸਨੂੰ ਬਣਾਉਣ ਵਿਚ ਡੇਢ ਘੰਟਾ ਲੱਗ ਜਾਂਦਾ ਹੈ।

ਟਮਾਟਰ ਕੀਮਾ

ਸਮੱਗਰੀ

ਦੋ ਵੱਡੇ ਚਮਚੇ ਮੱਖਣ
ਦੋ ਵੱਡੇ ਚਮਚੇ ਜੈਤੂਨ ਦਾ ਤੇਲ
ਇਕ ਵੱਡਾ ਚਮਚਾ ਲਸਣ ਕੱਦੂਕਸ਼ ਕੀਤਾ ਹੋਇਆ
ਪੌਣਾ ਕੱਪ ਹਰਾ ਪਿਆਜ ਬਾਰੀਕ ਕੱਟਿਆ ਹੋਇਆ
ਇਕ ਛੋਟਾ ਚਮਚਾ ਸੁੱਕੇ ਮਿਕਸ ਹਰਬ
250 ਗ੍ਰਾਮ ਮਟਨ ਕੀਮਾ ਘੁਲਿਆ ਤੇ ਛਾਣਿਆ ਹੋਇਆ
ਡੇਢ ਕੱਪ ਟਮਾਟਰ ਛੋਟੇ ਕੱਟੇ ਹੋਏ
5 ਕੱਪ ਤਾਜਾ ਮਟਨ ਸਟਾਕ
ਮਸਾਲੇ : ਅੱਧਾ ਛੋਟਾ ਚਮਚਾ ਲਾਲ ਮਿਰਚ
ਅੱਧਾ ਛੋਟਾ ਚਮਚਾ ਕਾਲੀ ਮਿਰਚ ਦਰੜੀ ਹੋਈ
ਇਕ ਛੋਟਾ ਚਮਚਾ ਨਿੰਬੂ ਦਾ ਰਸ
ਲੂਣ ਤੇ ਭੂਰੀ ਮਿਰਚ ਸਵਾਦ ਅਨੁਸਾਰ
ਇਕ ਵੱਡਾ ਚਮਚਾ ਪਨੀਰ ਸਪ੍ਰੈਡ
ਇਕ ਵੱਡਾ ਚਮਚਾ ਕਰੀਮ
ਅੱਧਾ ਕੱਪ ਪਾਰਮੇਸਨ (Parmeson) ਪਨੀਰ ਕੱਦੂਕਸ਼ ਕੀਤਾ ਹੋਇਆ
ਦੋ ਕੱਪ ਪਰਮਲ ਚਾਵਲ
ਸਜਾਵਟ : ਕੱਟੀ ਹੋਈ ਖੁਰਾਸਾਨੀ ਜ਼ਵੈਣ (ਅਜਮੋਦ)
ਕਿਸ ਨਾਲ ਪਰੋਸੀਏ : ਜੈਕੇਟ ਪੋਟੈਟੋ ਤੇ ਸਟੀਮ ਵੈਜ਼

ਢੰਗ ਤਰੀਕਾ

1. ਚਾਵਲ ਧੋ ਕੇ ਵੀਹ ਮਿੰਟ ਭਿਉਂਕੇ ਰੱਖੋ

2. ਭਾਰੀ ਥੱਲੇ ਵਾਲੇ ਬਰਤਨ ਵਿਚ ਮੱਖਣ ਅਤੇ ਤੇਲ ਗਰਮ ਕਰੋ। ਅਦਰਕ, ਲਸਣ ਤੇ ਬਾਕੀ ਮਸਾਲੇ ਪਾ ਕੇ ਭੁੰਨੋ। ਫੇਰ ਮਟਨ ਦੇ ਟੁਕੜੇ ਤੇ ਟਮਾਟਰ ਵੀ ਮਿਲਾ ਦੇਵੋ।

3. 4-5 ਮਿੰਟ ਭੁੰਨਣ ਦੇ ਬਾਦ ਮਸਾਲੇ, ਅੱਧਾ ਮਟਨ, ਵੈਜ਼ ਸਟਾਕ ਤੇ ਚਾਵਲ ਮਿਲਾ ਦੇਵੋ ਉਬਾਲ ਆਉਣ ਤੇ ਸਟਾਕ ਸੁੱਕਣ ਤੱਕ ਪਕਾਵੋ। ਫੇਰ ਸੇਕ ਘੱਟ ਕਰਕੇ ਬਾਕੀ ਸਟਾਕ ਵੀ ਮਿਲਾ ਦੇਵੋ।

4. ਚਾਵਲ ਜਿਆਦਾ ਗਲਣ ਨਾ ਦੇਵੋ। ਫੇਰ ਪਨੀਰ ਸਪ੍ਰੈਡ, ਕਰੀਮ, ਕੱਦੂਕਸ਼ ਕੀਤਾ ਹੋਇਆ ਪਨੀਰ ਮਿਲਾਕੇ ਹੌਲ਼ੀ ਹੌਲ਼ੀ ਹਿਲਾਵੋ ਤਾਂ ਕਿ ਚਾਵਲ ਦਾਣਾ ਨਾ ਟੁੱਟੇ।

5. ਸਕੇ ਤੋਂ ਲਾਹ ਕੇ ਡਿਸ਼ ਵਿਚ ਪਾ ਲਵੋ। ਕੱਟੀ ਹੋਈ ਅਜਮੋਦ ਨਾਲ ਸਜਾਕੇ ਜੈਕੇਟ ਪੋਟੈਟੋ ਅਤੇ ਸਟੀਮ ਵੈਜ ਨਾਲ ਪਰੋਸੋ।

ਇਹ ਚਾਰ ਵਿਅਕਤੀਆਂ ਲਈ ਕਾਫ਼ੀ ਹੁੰਦਾ ਹੈ। ਇਸਨੂੰ ਬਣਾਉਣ ਵਿਚ ਇਕ ਘੰਟਾ ਦਸ ਮਿੰਟ ਲੱਗ ਜਾਂਦੇ ਹਨ।

ਮੈਕਸੀਕਨ ਬੀਨਜ਼, ਸੱਸੇਜ ਰਾਈਸ

ਸਮੱਗਰੀ

ਦੋ ਵੱਡੇ ਚਮਚਾ ਮੱਖਣ
ਦੋ ਵੱਡੇ ਚਮਚੇ ਸਾਲਸਾ ਸੱਸ
ਪੌਣਾ ਕੱਪ ਹਰਾ ਪਿਆਜ ਕੱਟਿਆ ਹੋਇਆ
ਪੌਣਾ ਕੱਪ ਹਰੀ ਸ਼ਿਮਲਾ ਮਿਰਚ ਛੋਟੇ ਟੁਕੜੇ
ਅੱਧਾ ਕੱਪ ਅਮਰੀਕਨ ਮੱਕੀ ਉਬਲੀ ਹੋਈ
ਅੱਧਾ ਕੱਪ ਰਾਜਮਾਹ ਉਬਲੇ ਹੋਏ ਜਾਂ ਡਿੱਬਾਬੰਦ
ਇਕ ਕੱਪ ਚਿਕਨ ਸੱਸੇਜ ਤਿਰਛੇ ਕੱਟੇ ਹੋਏ
ਇਕ ਛੋਟਾ ਚਮਚਾ ਸਿਰਕਾ
ਦੋ ਛੋਟੇ ਚਮਚੇ ਸਵੀਟ ਚਿੱਲੀ ਸੱਸ
ਅੱਧਾ ਛੋਟਾ ਚਮਚਾ ਸੁੱਕੀ ਤੁਲਸੀ ਦੇ ਪੱਤੇ
ਅੱਧਾ ਛੋਟਾ ਚਮਚਾ ਕਾਲੀ ਮਿਰਚ ਦਰੜੀ ਹੋਈ
ਅੱਧਾ ਛੋਟਾ ਚਮਚਾ ਮੋਟੀ ਕੁੱਟੀ ਹੋਈ ਲਾਲ ਮਿਰਚ
ਲੂਣ ਤੇ ਕਾਲੀ ਮਿਰਚ ਸਵਾਦ ਅਨੁਸਾਰ
ਪੰਜ ਛੇ ਕੱਪ ਭਾਫ਼ ਵਿਚ ਪੱਕੇ ਹੋਏ ਚਾਵਲ

ਸਜਾਵਟ : ਕਟਰ ਸੇਲੇਰੀ

ਕਿਸ ਨਾਲ ਪਰੋਸੀਏ : ਯੋਗ੍ਰੇਟ (ਦਹੀਂ) ਤੇ ਸਵੀਟ ਢਿੱਲਾ ਡਿੱਪ

(ਯੋਗ੍ਰੇਟ ਤੇ ਸਵੀਟ ਚਿੱਲੀ ਡਿੱਪ, ਇਕ ਇਕਸਾਰ ਦਹੀਂ ਵਿਚ 2-3 ਵੱਡੇ ਚਮਚੇ ਸਵੀਟ ਚਿੱਲੀ ਸੱਸ ਮਿਲਾਵੋ। ਫੇਰ ਨਿੰਬੂ ਦਾ ਰਸ, ਲੂਣ ਤੇ ਕਾਲੀ ਮਿਰਚ ਪਾਵੋ। ਚੰਗੀ ਤਰ੍ਹਾਂ ਮਿਲਾਉਣ ਤੋਂ ਬਾਦ ਵਰਤੋ)

ਢੰਗ ਤਰੀਕਾ

1. ਇਕ ਕੜਾਹੀ ਜਾਂ ਬਾਊਲ ਵਿਚ ਮੱਖਣ ਪਿਘਲਾਉ। ਹਰਾ ਪਿਆਜ, ਲਾਲ ਤੇ ਹਰੀ ਸ਼ਿਮਲਾ ਮਿਰਚ ਪਾ ਕੇ ਇਕ ਮਿੰਟ ਪਕਾਵੋ। ਫੇਰ ਅਮਰੀਕਣ ਮੱਕੀ ਦੇ ਦਾਣੇ, ਰਾਜਮਾਂਹ ਅਤੇ ਚਿਕਨ ਸੱਸੇਜ ਮਿਲਾਵੋ।

2. 2-3 ਮਿੰਟ ਲਗਾਤਾਰ ਭੁੰਨਣ ਤੋਂ ਬਾਦ ਸਾਲਸਾ ਸੱਸ, ਸਵੀਟ ਚਿੱਲੀ ਸੱਸ, ਸੁੱਕੀ ਤੁਲਸੀ, ਮੋਟੀ ਕੁੱਟੀ ਹੋਈ ਲਾਲ ਮਿਰਚ, ਸਿਰਕਾ, ਲੂਣ ਤੇ ਕਾਲੀ ਮਿਰਚ ਮਿਲਾਵੋ

3. ਫੇਰ ਆਰਾਮ ਨਾਲ ਹਿਲਾਉਂਦੇ ਹੋਏ ਉਬਲੇ ਹੋਏ ਚਾਵਲ ਮਿਲਾ ਦੇਵੋ। ਘੱਟ ਸੇਕ ਤੇ ਭੁੰਨੋ ਤਾਂ ਕਿ ਸਾਰੇ ਮਸਾਲਿਆਂ ਦਾ ਸਵਾਦ ਆ ਜਾਵੇ।

4. ਸੇਕ ਤੋਂ ਉਤਾਰਕੇ ਟਰੇਅ ਵਿਚ ਕੱਢ ਲਵੋ। ਕੱਟੀ ਹੋਈ ਸੇਲੇਰੀ ਨਾਲ ਸਜਾਕੇ ਨਾਲ ਸਜਾਕੇ ਯੋਗਰਟ ਅਤੇ ਸਵੀਟ ਚਿੱਲੀ ਡਿੱਪ ਨਾਲ ਪਰੋਸੋ।

ਇਹ ਚਾਰ ਵਿਅਕਤੀਆਂ ਲਈ ਕਾਫ਼ੀ ਹੁੰਦਾ ਹੈ। ਇਸਨੂੰ ਬਣਾਉਣ ਵਿਚ ਪੰਜਾਹ ਮਿੰਟ ਲੱਗ ਜਾਂਦੇ ਹਨ।

ਮਟਨ ਚਨਾ ਦਾਲ ਖਿਚੜੀ

ਸਮੱਗਰੀ

250 ਗ੍ਰਾਮ ਮਟਨ ਕੀਮਾ ਜਾਂ ਬੋਨਲੈਸ ਮਟਨ ਬਾਰੀਕ ਕੱਟਿਆ ਹੋਇਆ ਪੌਣਾ ਕੱਪ ਛੋਲਿਆਂ ਦੀ ਦਾਲ

ਇਕ ਕੱਪ ਲੰਬੇ ਦਾਣ ਵਾਲਾ ਚਾਵਲ

ਖਿਚੜੀ ਦੇ ਲਈ : ਦੋ-ਤਿੰਨ ਚਮਚੇ ਤੇਲ/ਘਿਉ

ਅੱਧਾ ਛੋਟਾ ਚਮਚਾ ਜੀਰਾ

ਦੋ ਛੋਟੇ ਚਮਚੇ ਅਦਰਕ ਕੱਦੂਕਸ਼ ਕੀਤਾ ਹੋਇਆ

ਅੱਧਾ ਛੋਟਾ ਚਮਚਾ ਹਿੰਗ

2-3 ਹਰੀ ਮਿਰਚ ਬਾਰੀਕ ਕੁੱਟੀ ਹੋਈ

ਅੱਧਾ ਕੱਪ ਪਿਆਜ ਬਾਰੀਕ ਕੱਟਿਆ ਹੋਇਆ

ਚਾਰ ਕੱਪ ਪਾਣੀ/ਮਟਨ ਸਟਾਕ

ਮਸਾਲੇ : ਅੱਧਾ ਛੋਟਾ ਚਮਚਾ ਪੀਸੀ ਹੋਈ ਲਾਲ ਮਿਰਚ

ਅੱਧਾ ਛੋਟਾ ਚਮਚਾ ਪੀਸੀ ਹੋਈ ਹਲਦੀ

ਅੱਧਾ ਛੋਟਾ ਚਮਚਾ ਗਰਮ ਮਸਾਲਾ

ਅੱਧਾ ਛੋਟਾ ਚਮਚਾ ਪੀਸਿਆ ਹੋਇਆ ਜੀਰਾ

ਅੱਧਾ ਛੋਟਾ ਚਮਚਾ ਮੀਟ ਮਸਾਲਾ

ਦੋ ਵੱਡੇ ਚਮਚੇ ਨਿੰਬੂ ਦਾ ਰਸ

ਲੂਣ ਸਵਾਦ ਅਨੁਸਾਰ

ਸਜਾਵਟ : ਬਾਰੀਕ ਕੱਟਿਆ ਹੋਇਆ ਧਨੀਆ

ਕਿਸ ਨਾਲ ਪਰੋਸੀਏ : ਪੁਦੀਨਾ ਰਾਇਤਾ

ਢੰਗ ਤਰੀਕਾ

1. ਚਾਵਲ-ਦਾਲ ਵੀਹ ਮਿੰਟਾਂ ਤੱਕ ਪਾਣੀ ਵਿਚ ਭਿਉਂਕੇ ਰੱਖੋ। ਇਕ ਕੂੱਕਰ ਵਿਚ ਤੇਲ ਗਰਮ ਕਰੋ। ਜੀਰਾ, ਅਦਰਕ, ਹਿੰਗ ਅਤੇ ਹਰੀ ਮਿਰਚ ਪਾ ਕੇ ਭੁੰਨੋ। ਲਗਾਤਾਰ ਇਕ ਮਿੰਟ ਭੁੰਨਣ ਬਾਦ ਪਿਆਜ ਪਾ ਦੇਵੋ।

2. ਦੋ ਮਿੰਟ ਭੁੰਨਣ ਦੇ ਬਾਦ ਮਟਨ ਕੀਮਾ, ਟਮਾਟਰ ਅਤੇ ਮਸਾਲੇ ਮਿਲਾਵੋ। ਦੋ ਮਿੰਟ ਪਕਾਕੇ ਪਾਣੀ/ਮਟਨ ਸਟਾਕ ਮਿਲਾ ਦੇਵੋ।

3. ਚੰਗੀ ਤਰ੍ਹਾਂ ਹਿਲਾਵੋ, ਉਬਾਲਾ ਆਉਣ ਦੇਵੋ। ਫੇਰ ਚਾਵਲ-ਦਾਲ ਮਿਲਾ ਦੇਵੋ। ਢੱਕਣ ਲਾ ਕੇ ਇਕ ਸੀਟੀ ਦਾ ਪ੍ਰੈਸ਼ਰ ਦੇਵੋ। ਫੇਰ ਸੇਕ ਘੱਟ ਕਰਕੇ 5-6 ਮਿੰਟ ਹੋਰ ਪ੍ਰੈਸ਼ਰ ਦੇਵੋ।

4. ਫੇਰ ਪਹਿਲਾਂ ਤੋਂ ਹੀ ਗਰਮ ਤਵੇ ਤੇ ਪੰਜ ਮਿੰਟ ਤੱਕ ਰੱਖੋ। ਢੱਕਣ ਲਾਹ ਕੇ ਖਿਚੜੀ ਨੂੰ ਕਾਂਟੇ ਨਾਲ ਹਿਲਾਵੋ ਅਤੇ ਰਾਈਸ ਟਰੇਅ ਵਿਚ ਕੱਢ ਲਵੋ।

5. ਕੱਟੇ ਹੋਏ ਧਨੀਏ ਨਾਲ ਸਜਾਕੇ ਪੁਦੀਨਾ ਰਾਇਤਾ ਨਾਲ ਪਰੋਸੋ।

ਇਹ ਚਾਰ ਵਿਅਕਤੀਆਂ ਲਈ ਕਾਫ਼ੀ ਹੁੰਦੀ ਹੈ। ਇਸਨੂੰ ਬਣਾਉਣ ਵਿਚ ਪੰਜਾਹ ਮਿੰਟ ਲੱਗ ਜਾਂਦੇ ਹਨ।

ਮਟਨ ਕੋਰਮਾ ਪਲਾਉ

ਸਮੱਗਰੀ

ਅੱਧਾ ਕੱਪ ਗਰਮ ਦੁੱਧ ਅਤੇ ਅੱਧਾ ਛੋਟਾ ਚਮਚਾ ਕੇਸਰ ਘੁਲਿਆ ਹੋਇਆ
ਇਕ ਕੱਪ ਬਾਸਮਤੀ ਚਾਵਲ

ਮਟਨ ਮੈਰੀਨੇਡ ਦੇ ਲਈ :
ਇਕ ਛੋਟਾ ਚਮਚਾ ਪੀਸਿਆ ਹੋਇਆ ਅਦਰਕ ਲਸਣ
ਅੱਧਾ ਛੋਟਾ ਚਮਚਾ ਮੀਟ ਮਸਾਲਾ
ਲੂਣ ਸਵਾਦ ਅਨੁਸਾਰ
ਦੋ ਵੱਡੇ ਚਮਚੇ ਨਿੰਬੂ ਦਾ ਰਸ
ਚਾਰ ਵੱਡੇ ਚਮਚੇ ਗਾੜ੍ਹਾ ਦਹੀਂ
ਟਮਾਟਰ ਅੱਧਾ ਕੱਪ
ਇਕ ਚੁਟਕੀ ਸੰਤਰੀ ਖਾਣ ਵਾਲਾ ਰੰਗ
ਇਕ ਚੌਥਾਈ ਛੋਟਾ ਚਮਚਾ ਪੀਸੀ ਹੋਈ ਲਾਲ ਮਿਰਚ
ਅੱਧਾ ਛੋਟਾ ਚਮਚਾ ਸੁੱਕੀ ਕਸੂਰੀ ਮੇਥੀ

ਚਾਵਲ ਦੇ ਲਈ : ਦੋ ਲੀਟਰ ਪਾਣੀ
ਅੱਧਾ ਛੋਟਾ ਚਮਚਾ ਬਰਿਆਨੀ ਮਸਾਲਾ ਦਰੜ ਕਰੋ
(ਦੋ ਛੋਟੀ ਹਰੀ ਇਲਾਇਚੀ, ਇਕ ਚੁਟਕੀ ਜਾਇਫਲ, ਇਕ ਚੁਟਕੀ ਜਾਵਿੱਤਰੀ)
ਪਿਆਜ ਇਕ ਕੱਪ
ਚਾਰ ਸਿਜ਼ਲਰ ਪਲੇਟ

ਸਜਾਵਟ : ਭੁੰਨੇ ਹੋਏ ਪਿਆਜ ਦੇ ਸਲਾਈਸ ਜਾਂ ਤਲੇ ਹੋਏ ਕਾਜੂ
ਕਿਸ ਨਾਲ ਪਰੋਸੀਏ : ਪੁਦੀਨਾ ਰਾਇਤਾ
ਮਾਸਾਹਾਰੀ ਬਰਿਆਨੀ

ਢੰਗ ਤਰੀਕਾ

1. ਮਟਨ ਦੇ ਟੁਕੜੇ 15 ਮਿੰਟ ਮੈਰੀਨੇਟ ਕਰੋ।

2. ਕਿਸੇ ਭਾਰੇ ਥੱਲੇ ਵਾਲੇ ਪਤੀਲੇ ਜਾਂ ਕੁੱਕਰ ਵਿਚ ਤੇਲ ਗਰਮ ਕਰੋ ਤੇਜਪੱਤਾ, ਲਾਲ ਮਿਰਚ ਤੇ ਪਿਆਜ ਪਾਵੋ।

3. ਪਿਆਜ ਭੂਰੇ ਹੋਣ ਤੱਕ ਭੁੰਨੋ ਫਿਰ ਟਮਾਟਰ ਮਿਲਾ ਦੇਵੋ।

4. ਚੰਗੀ ਤਰ੍ਹਾਂ ਮਿਲਾਉਂਦੇ ਹੋਏ ਮੈਰੀਨੇਟ ਮਟਨ ਸਾਰੇ ਮਸਾਲੇ ਮਿਲਾ ਦੇਵੋ। ਘੱਟ ਸੇਕ ਤੇ ਇਕ ਸੀਟੀ ਲੱਗਣ ਤੱਕ ਪਕਾਵੋ।

5. ਚਾਵਲ ਧੋ ਕੇ 15 ਮਿੰਟ ਭਿਉਂ ਦੇਵੋ। ਪੌਣਾ ਪੱਕੇ ਮਟਨ ਵਿਚ ਤਿੰਨ ਕੱਪ ਪਾਣੀ ਮਿਲਾਵੋ। ਉਬਾਲਾ ਆ ਜਾਣ ਤੇ ਚਾਵਲ ਪੁਣਕੇ ਪਾ ਦੇਵੋ।

6. ਢੱਕਣ ਬੰਦ ਕਰਕੇ ਘੱਟ ਸੇਕ ਤੇ ਪਕਾਵੋ।

7. ਕੋਰਮਾ ਪਲਾਉ ਨੂੰ ਪਲੇਟ ਵਿਚ ਕੱਢ ਲਵੋ। ਭੁੰਨੇ ਹੋਏ ਪਿਆਜ ਦੇ ਸਲਾਈਸ ਜਾਂ ਤਲੇ ਹੋਏ ਕਾਜੂ ਨਾਲ ਸਜਾਕੇ ਪੁਦੀਨਾ ਰਾਇਤਾ ਨਾਲ ਪਰੋਸੋ।

ਇਹ ਚਾਰ ਵਿਅਕਤੀਆਂ ਲਈ ਕਾਫ਼ੀ ਹੁੰਦਾ ਹੈ। ਇਸਨੂੰ ਬਣਾਉਣ ਵਿਚ ਵੀਹ ਮਿੰਟ ਲੱਗ ਜਾਂਦੇ ਹਨ।

ਪ੍ਰੌਨ ਕਾਰਨ ਪਲਾਉ

ਸਮੱਗਰੀ

250 ਗ੍ਰਾਮ ਝੀਂਗਾ ਮੱਛੀ (ਪ੍ਰੌਨ)
ਅੱਧਾ ਕੱਪ ਅਮਰੀਕਨ ਕਾਰਨ (ਮੱਕੀ ਦੇ ਦਾਣੇ)
ਪ੍ਰੌਨ ਦਾ ਮੈਰੀਨੇਡ : ਇਕ ਛੋਟਾ ਚਮਚਾ ਪੀਸਿਆ ਹੋਇਆ ਅਦਰਕ
ਇਕ ਛੋਟਾ ਚਮਚਾ ਨਿੰਬੂ ਦਾ ਰਸ
ਅੱਧਾ ਛੋਟਾ ਚਮਚਾ ਪੀਸੀ ਹੋਈ ਲਾਲ ਮਿਰਚ
ਇਕ ਚੌਥਾਈ ਛੋਟਾ ਚਮਚਾ ਪੀਸੀ ਹੋਈ ਕਾਲੀ ਮਿਰਚ
ਅੱਧਾ ਛੋਟਾ ਚਮਚਾ ਪੀਸਿਆ ਹੋਇਆ ਜੀਰਾ
ਲੂਣ ਸਵਾਦ ਅਨੁਸਾਰ
ਪੁਲਾਉ ਦੇ ਲਈ : ਦੋ ਵੱਡੇ ਚਮਚੇ ਤੇਲ/ਦੇਸੀ ਘਿਉ
ਇਕ ਤੇਜਪੱਤਾ
ਪੌਣਾ ਛੋਟਾ ਚਮਚਾ ਜੀਰਾ
ਇਕ ਕੱਪ ਪਿਆਜ ਬਾਰੀਕ ਕੱਟੇ ਹੋਏ
ਇਕ ਕੱਪ ਟਮਾਟਰ ਬਾਰੀਕ ਕੱਟੇ ਹੋਏ
ਇਕ ਛੋਟਾ ਚਮਚਾ ਬਰਿਆਣੀ ਮਸਾਲਾ
ਅੱਧਾ ਛੋਟਾ ਚਮਚਾ ਮੀਟ ਮਸਾਲਾ
ਅੱਧਾ ਛੋਟਾ ਚਮਚਾ ਪੀਸੀ ਹੋਈ ਲਾਲ ਮਿਰਚ
ਲੂਣ ਸਵਾਦ ਅਨੁਸਾਰ
ਚਾਰ ਕੱਪ ਪਾਣੀ
ਦੋ ਕੱਪ ਬਾਸਮਤੀ ਚਾਵਲ
ਸਜਾਵਟ : ਭੂਰੇ ਪਿਆਜ ਦੇ ਲੱਛੇ। ਧਨੀਆਂ ਹਰਾ ਤੇ ਨਿੰਬੂ ਵੈਜ਼ਿਸ
ਕਿਸ ਨਾਲ ਪਰੋਸੀਏ : ਅਨਾਨਾਸ ਰਾਇਤਾ

ਢੰਗ ਤਰੀਕਾ

1. ਬਾਸਮਤੀ ਚਾਵਲ ਧੋ ਕੇ ਅੱਧਾ ਘੰਟਾ ਪਾਣੀ ਵਿਚ ਭਿਉਂ ਦੇਵੋ। 2. ਪ੍ਰੌਨ ਦੇ ਟੁਕੜੇ ਮੈਰੀਨੇਟ ਕਰਕੇ ਦਸ ਮਿੰਟ ਪਾਸੇ ਰੱਖ ਲਵੋ। 3. ਕੁੱਕਰ ਜਾਂ ਭਾਰੇ ਥੱਲੇ ਦੇ ਬਰਤਨ ਵਿਚ ਤੇਲ/ਘਿਉ ਗਰਮ ਕਰੋ, ਤੇਜਪੱਤਾ, ਜੀਰਾ, ਪਿਆਜ ਮਿਲਾ ਲਵੋ। ਲਗਾਤਾਰ ਭੁੰਨਦੇ ਹੋਏ ਟਮਾਟਰ ਵੀ ਪਾ ਦੇਵੋ। 4. ਚੰਗੀ ਤਰ੍ਹਾਂ ਮਿਲਾਉਣ ਦੇ ਬਾਦ ਸਾਰੇ ਮਸਾਲੇ ਅਤੇ ਫੇਰ ਮੈਰੀਨੇਟ ਪ੍ਰੌਨ ਅਤੇ ਮੱਕੀ ਦੇ ਦਾਣੇ ਮਿਲਾ ਦੇਵੋ। ਦੋ ਮਿੰਟ ਪਕਾਵੋ ਫੇਰ ਪਾਣੀ ਮਿਲਾ ਦੇਵੋ। ਉਬਾਲਾ ਆ ਜਾਣ ਤੇ ਚਾਵਲ ਪਾ ਦੇਵੋ। 5. ਢੱਕਨ ਬੰਦ ਕਰਕੇ ਘੱਟ ਸੇਕ ਤੇ ਪੱਕਣ ਦੇਵੋ ਤਾਂ ਕਿ ਪਾਣੀ ਸੁੱਕ ਜਾਵੇ ਅਤੇ ਚਾਵਲ ਦੇ ਦਾਣੇ ਅਲੱਗ ਅਲੱਗ ਹੋ ਜਾਣ। 6. ਰਾਈਸ ਟਰੇਅ ਵਿਚ ਪਾਕੇ ਪਿਆਜ ਦੇ ਲੱਛਿਆਂ ਨਾਲ ਸਜਾਕੇ ਧਨੀਆ ਅਤੇ ਨਿੰਬੂ ਵੈਜ਼ਿਸ ਨਾਲ ਪਰੋਸੋ। ਅਨਾਨਾਸ ਰਾਇਤਾ ਵੀ ਨਾਲ ਹੀ ਸਰਵ ਕਰੋ। ਇਹ ਚਾਰ ਵਿਅਕਤੀਆਂ ਲਈ ਕਾਫ਼ੀ ਹੁੰਦਾ ਹੈ। ਇਸਨੂੰ ਬਣਾਉਣ ਵਿਚ ਇਕ ਘੰਟਾ ਲੱਗ ਜਾਂਦਾ ਹੈ।

ਕੇਸਰੀ ਚਿਕਨ ਪਲਾਉ

ਸਮੱਗਰੀ

400 ਗ੍ਰਾਮ ਬੋਨ ਲੈਸ ਚਿਕਨ ਛੋਟੇ ਟੁਕੜੇ
ਇਕ ਕੱਪ ਬਾਸਮਤੀ ਚਾਵਲ
ਦੋ ਕੱਪ ਪਾਣੀ/ਚਿਕਨ ਸਟਾਕ
ਚਾਰ ਵੱਡੇ ਚਮਚੇ ਤੇਲ/ਦੇਸੀ ਘਿਉ
ਇਕ ਤੇਜ ਪੱਤਾ ਕੁੱਟਿਆ ਹੋਇਆ
ਇਕ ਛੋਟਾ ਚਮਚਾ ਬਰਿਆਣੀ ਮਸਾਲਾ
ਇਕ ਛੋਟਾ ਚਮਚਾ ਜੀਰਾ
ਇਕ ਕੱਪ ਭੁੰਨੇ ਹੋਏ ਪਿਆਜ ਦਾ ਪੇਸਟ
ਇਕ ਕੱਪ ਪੀਸਿਆ ਹੋਇਆ ਟਮਾਟਰ
ਦੋ ਵੱਡੇ ਕੱਪ ਟਮਾਟਰ ਪਿਊਰੀ
ਮਸਾਲੇ : ਅੱਧਾ ਛੋਟਾ ਚਮਚਾ ਗਰਮ ਮਸਾਲਾ
ਅੱਧਾ ਛੋਟਾ ਚਮਚਾ ਪੀਸੀ ਹੋਈ ਲਾਲ ਮਿਰਚ
ਅੱਧਾ ਛੋਟਾ ਚਮਚਾ ਪੀਸਿਆ ਹੋਇਆ ਜੀਰਾ
ਅੱਧਾ ਛੋਟਾ ਚਮਚਾ ਪੀਸਿਆ ਹੋਇਆ ਧਨੀਆ
ਇਕ ਚੁਟਕੀ ਪੀਸਿਆ ਹੋਇਆ ਜਾਇਫਲ
ਅੱਧਾ ਛੋਟਾ ਚਮਚਾ ਚਿਕਨ ਮਸਾਲਾ
ਇਕ ਛੋਟਾ ਚਮਚਾ ਕੇਸਰ ਦੁੱਧ ਵਿਚ ਘੁਲਿਆ ਹੋਇਆ
ਸਜਾਵਟ : ਭੁੰਨੇ ਪਿਆਜ ਦੇ ਲੱਛੇ ਜਾਂ ਤਲੇ ਹੋਏ ਕਾਜੂ
ਕਿਸ ਨਾਲ ਪਰੋਸੀਏ : ਪੁਦੀਨਾ ਦਹੀਂ ਜਾਂ ਮਿਕਸ ਰਾਇਤਾ

ਢੰਗ ਤਰੀਕਾ

1. ਪਕਾਉਣ ਤੋਂ ਪਹਿਲਾਂ ਚਾਵਲ ਧੋ ਕੇ ਵੀਹ ਮਿੰਟ ਪਾਣੀ ਵਿਚ ਭਿਉਂ ਦੇਵੋ 2. ਭਾਰੇ ਥੱਲੇ ਵਾਲੇ ਪਤੀਲੇ ਜਾਂ ਕੂੱਕਰ ਵਿਚ ਤੇਲ ਗਰਮ ਕਰੋ। ਤੇਜਪੱਤਾ, ਬਰਿਆਣੀ ਮਸਾਲਾ, ਜੀਰਾ, ਭੁੰਨੇ ਪਿਆਜ ਦਾ ਪੇਸਟ ਮਿਲਾ ਦੇਵੋ, ਦੋ ਮਿੰਟ ਪਕਾਵੋ, ਫੇਰ ਪੀਸੇ ਟਮਾਟਰ, ਟਮਾਟਰ ਪਿਊਰੀ ਅਤੇ ਮਸਾਲੇ ਮਿਲਾ ਦੇਵੋ। 3. ਚੰਗੀ ਤਰ੍ਹਾਂ ਹਿਲਾਵੋ, ਚਿਕਨ ਦੇ ਟੁਕੜੇ ਮਿਲਾਕੇ ਅੱਧਗਲਾ ਹੋਣ ਤੱਕ ਪਕਾਵੋ, ਪਾਣੀ ਤੇ ਚਿਕਨ ਸਟਾਕ ਮਿਲਾਵੋ। ਉਬਾਲਾ ਆ ਜਾਣ ਤੇ ਚਾਵਲ ਵੀ ਮਿਲਾ ਲਵੋ। 4. ਮਿਲਾਉਣ ਬਾਦ ਢੱਕਣ ਬੰਦ ਕਰ ਦੇਵੋ ਅਤੇ ਚਾਵਲ ਦੇ ਪੌਣਾ ਗਲ ਜਾਣ ਤੱਕ ਪਕਾਵੋ। ਦੁੱਧ ਵਿਚ ਘੁਲਿਆ ਕੇਸਰ ਮਿਲਾਵੋ ਅਤੇ ਪੰਜ ਮਿੰਟ ਪੱਕਣ ਦੇਵੋ। 5. ਚਾਵਲ ਨੂੰ ਟਰੇਅ ਵਿਚ ਪਾ ਲਵੋ। ਕਾਜੂ ਅਤੇ ਭੂਰੇ ਪਿਆਜ ਨਾਲ ਸਜਾਕੇ ਪੁਦੀਨਾ ਦਹੀਂ ਜਾਂ ਮਿਕਸ ਰਾਇਤੇ ਨਾਲ ਪਰੋਸੋ। ਇਹ ਚਾਰ ਵਿਅਕਤੀਆਂ ਲਈ ਕਾਫ਼ੀ ਹੁੰਦਾ ਹੈ। ਇਸਨੂੰ ਬਣਾਉਣ ਵਿਚ ਪੰਜਾਹ ਮਿੰਟ ਲੱਗ ਜਾਂਦੇ ਹਨ।

ਕੀਮਾ ਚਨਾ ਦਾਲ ਪੁਲਾਉ

ਸਮੱਗਰੀ

ਦੋ-ਤਿੰਨ ਵੱਡੇ ਚਮਚੇ ਤੇਲ
ਦੋ ਵੱਡੇ ਚਮਚੇ ਮੱਖਣ
ਦੋ ਤੇਜ ਪੱਤੇ ਕੁੱਟੇ ਹੋਏ
ਅੱਧਾ ਛੋਟਾ ਚਮਚਾ ਜੀਰਾ
ਦੋ ਛੋਟੇ ਚਮਚੇ ਅਦਰਕ ਕੱਦੂਕਸ਼ ਕੀਤਾ ਹੋਇਆ
ਇਕ ਛੋਟਾ ਚਮਚਾ ਬਰਿਆਨੀ ਮਸਾਲਾ
ਇਕ ਕੱਪ ਛੋਲਿਆਂ ਦੀ ਦਾਲ (ਅੱਧਾ ਘੰਟਾ ਪਾਣੀ ਵਿਚ ਭਿੱਜੀ ਹੋਈ)
ਇਕ ਕੱਪ ਪਿਆਜ ਸਲਾਈਸ
250 ਗ੍ਰਾਮ ਮਟਨ/ਲੈਂਬ (ਭੇਡੂ) ਕੀਮਾ ਮਸਾਲੇ ਯੁਕਤ
ਅੱਧਾ ਕੱਪ ਚਾਵਲ (ਵੀਹ ਮਿੰਟ ਪਾਣੀ ਵਿਚ ਭਿਉਂਤੇ ਹੋਏ)
ਇਕ ਕੱਪ ਪਾਣੀ
ਮਸਾਲੇ : ਅੱਧਾ ਛੋਟਾ ਚਮਚਾ ਪੀਸੀ ਹੋਈ ਲਾਲ ਮਿਰਚ
ਅੱਧਾ ਛੋਟਾ ਚਮਚਾ ਪੀਸਿਆ ਹੋਇਆ ਜੀਰਾ
ਅੱਧਾ ਛੋਟਾ ਚਮਚਾ ਗਰਮ ਮਸਾਲਾ
ਅੱਧਾ ਛੋਟਾ ਚਮਚਾ ਪੀਸਿਆ ਹੋਇਆ ਧਨੀਆ
ਲੂਣ ਤੇ ਕਾਲੀ ਮਿਰਚ ਸਵਾਦ ਅਨੁਸਾਰ
ਸਜਾਵਟ : ਭੁੰਨੇ ਕਾਜੂ
ਕਿਸ ਨਾਲ ਪਰੋਸੀਏ : ਬੂੰਦੀ ਰਾਇਤਾ/ਆਲੂ ਰਾਇਤਾ

ਢੰਗ ਤਰੀਕਾ

1. ਕੁੱਕਰ ਵਿਚ ਚਾਵਲ, ਤੇਲ ਤੇ ਮੱਖਣ ਇਕ ਸਾਥ ਗਰਮ ਕਰੋ, ਤੇਜਾਪੱਤਾ, ਅਦਰਕ ਤੇ ਜੀਰਾ ਪਾ ਕੇ ਰੰਗ ਬਦਲਣ ਤੱਕ ਭੁੰਨੋ ਫੇਰ ਪਿਆਜ ਪਾ ਕੇ ਭੂਰਾ ਹੋਣ ਤੱਕ ਭੁੰਨੋ।

2. ਬਰਿਆਨੀ ਮਸਾਲਾ ਅਤੇ ਸਾਰੇ ਮਸਾਲੇ ਪਾ ਕੇ ਮਟਨ ਕੀਮਾ ਅਤੇ ਛੋਲਿਆਂ ਦੀ ਦਾਲ ਵੀ ਮਿਲਾ ਦੇਵੋ। ਦੋ ਮਿੰਟ ਪੱਕਣ ਦੇ ਬਾਦ ਪਾਣੀ ਮਿਲਾ ਦੇਵੋ।

3. ਉਬਾਲਾ ਆ ਜਾਣ ਤੇ ਚਾਵਲ ਮਿਲਾ ਲਵੋ। ਘੱਟ ਸੇਕ ਤੇ ਪੱਕਣ ਦੇਵੋ।

4. 10-15 ਮਿੰਟ ਤੱਕ ਦਮ ਦਿਵਾਵੋ, ਜਦੋਂ ਨਰਮ ਹੋ ਕੇ ਪੱਕ ਜਾਵੇ ਤਾਂ ਰਾਈਸ ਪਲੇਟ ਵਿਚ ਪਾ ਲਵੋ। ਕਾਜੂਆਂ ਨਾਲ ਸਜਾਕੇ ਬੂੰਦੀ ਰਾਇਤਾ/ਆਲੂ ਰਾਇਤਾ ਨਾਲ ਪਰੋਸੋ।

ਇਹ ਚਾਰ ਵਿਅਕਤੀਆਂ ਲਈ ਕਾਫ਼ੀ ਹੁੰਦਾ ਹੈ। ਇਸਨੂੰ ਬਣਾਉਣ ਵਿਚ ਪੰਜਾਹ ਮਿੰਟ ਲੱਗ ਜਾਂਦੇ ਹਨ।

ਕਾਰਨ ਅੰਡਾ ਪਲਾਓ

ਸਮੱਗਰੀ

ਦੋ ਵੱਡੇ ਚਮਚੇ ਤੇਲ/ਘਿਉ
ਦੋ ਤੇਜਪੱਤੇ ਕੱਟੇ ਹੋਏ
ਪੌਣਾ ਛੋਟਾ ਚਮਚਾ ਜੀਰਾ
ਪੌਣਾ ਕੱਪ ਪਿਆਜ ਸਲਾਈਸ
ਅੱਧਾ ਕੱਪ ਮਸ਼ਰੂਮ ਟੁਕੜੇ
ਅੱਧਾ ਕੱਪ ਮਟਰ ਛਿਲੇ ਹੋਏ
ਅੱਧਾ ਕੱਪ ਗਾਜਰ ਟੁਕੜੇ
ਅੱਧਾ ਕੱਪ ਗੋਭੀ ਟੁਕੜੇ
ਅੱਧਾ ਕੱਪ ਆਲੂ ਟੁਕੜੇ
ਮਸਾਲੇ : ਅੱਧਾ ਛੋਟਾ ਚਮਚਾ ਪੀਸਿਆ ਹੋਇਆ ਜੀਰਾ
ਇਕ ਚੌਥਾਈ ਛੋਟਾ ਚਮਚਾ ਪੀਸੀ ਹੋਈ ਲਾਲ ਮਿਰਚ
ਇਕ ਚੌਥਾਈ ਛੋਟਾ ਚਮਚਾ ਪੀਸਿਆ ਹੋਇਆ ਧਨੀਆ
ਇਕ ਚੌਥਾਈ ਛੋਟਾ ਚਮਚਾ ਕਸੂਰੀ ਮੇਥੀ
ਅੱਧਾ ਛੋਟਾ ਚਮਚਾ ਬਰਿਆਨੀ ਮਸਾਲਾ
ਅੱਧਾ ਛੋਟਾ ਚਮਚਾ ਗਰਮ ਮਸਾਲਾ
ਚਾਰ ਕੱਪ ਪਾਣੀ
ਦੋ ਕੱਪ ਬਾਸਮਤੀ ਚਾਵਲ (ਵੀਹ ਮਿੰਟ ਪਾਣੀ ਵਿਚ ਭਿੱਜੇ ਹੋਏ)
ਚਾਰ ਅੰਡੇ ਸਖਤ ਉਬਲੇ ਹੋਏ
ਸਜਾਵਟ : ਧਨੀਆ ਪੱਤੇ ਕੱਟੇ ਹੋਏ
ਕਿਸ ਨਾਲ ਪਰੋਸੀਏ : ਜੀਰਾ ਰਾਇਤਾ

ਢੰਗ ਤਰੀਕਾ

1. ਭਾਰੇ ਥੱਲੇ ਵਾਲੇ ਬਰਤਨ ਵਿਚ ਤੇਲ/ਘਿਉ ਗਰਮ ਕਰੋ। ਤੇਜ ਪੱਤਾ, ਜੀਰਾ, ਪਿਆਜ ਮਿਲਾਕੇ ਕੁੱਝ ਦੇਰ ਭੁੰਨੋ ਤਾਂ ਕਿ ਪਿਆਜ ਭੂਰਾ ਹੋ ਜਾਵੇ।

2. ਫੇਰ ਸਾਰੀਆਂ ਸਬਜੀਆਂ ਮਿਲਾਕੇ 4-5 ਮਿੰਟ ਤੱਕ ਭੁੰਨੋ ਤਾਂ ਕਿ ਉਹ ਅੱਧਗਲੀ ਹੋ ਜਾਣ, ਇਸਦੇ ਬਾਦ ਮਸਾਲੇ ਅਤੇ ਪਾਣੀ ਮਿਲਾ ਦੇਵੋ।

3. ਫੇਰ ਚਾਵਲ ਪਾ ਕੇ ਮਿਲਾਵੋ ਅਤੇ ਢੱਕਣ ਲਾ ਦੇਵੋ। ਘੱਟ ਸੇਕ ਤੇ ਪਕਾਵੋ ਤਾਂ ਕਿ ਚਾਵਲ ਸੁੱਕ ਜਾਣ ਅਤੇ ਨਰਮ ਹੋ ਜਾਣ।

4. ਚਾਵਲਾਂ ਵਿਚ ਅੱਡੇ ਦੇ ਟੁਕੜੇ ਮਿਲਾ ਦੇਵੋ, ਹੌਲ਼ੀ ਹੌਲ਼ੀ ਰਲਾ ਕੇ ਟਰੇਅ ਵਿਚ ਕੱਢ ਲਵੋ।

5. ਧਨੀਏ ਦੇ ਪੱਤਿਆਂ ਨਾਲ ਸਜਾਕੇ ਖੀਰੇ ਦੇ ਰਾਇਤੇ ਨਾਲ ਪਰੋਸੋ।

ਇਹ ਚਾਰ ਵਿਅਕਤੀਆਂ ਲਈ ਕਾਫ਼ੀ ਹੁੰਦਾ ਹੈ। ਇਸਨੂੰ ਬਣਾਉਣ ਵਿਚ ਪੰਤਾਲੀ ਮਿੰਟ ਲੱਗ ਜਾਂਦੇ ਹਨ।

ਫਿਸ਼ ਪਲਾਓ

ਸਮੱਗਰੀ

400 ਗ੍ਰਾਮ ਫਿਸ਼ (ਮੱਛੀ) ਬੋਨਲੈਸ ਛੋਟੇ ਟੁਕੜੇ
ਤਲਣ ਦੇ ਲਈ ਤੇਲ
ਮੱਛੀ ਦਾ ਮੈਰੀਨੇਡ : ਇਕ ਛੋਟਾ ਚਮਚਾ ਪੀਸਿਆ ਹੋਇਆ ਅਦਰਕ-ਲਸਣ
ਇਕ ਛੋਟਾ ਚਮਚਾ ਨਿੰਬੂ ਦਾ ਰਸ
ਅੱਧਾ ਛੋਟਾ ਚਮਚਾ ਪੀਸੀ ਹੋਈ ਲਾਲ ਮਿਰਚ
ਇਕ ਛੋਟਾ ਚਮਚਾ ਮੱਕੀ ਦਾ ਆਟਾ
ਇਕ ਵੱਡਾ ਚਮਚਾ ਦਹੀਂ
ਇਕ ਚੌਥਾਈ ਛੋਟਾ ਚਮਚਾ ਪੀਸਿਆ ਹੋਇਆ ਜੀਰਾ
ਲੂਣ ਸਵਾਦ ਅਨੁਸਾਰ
ਪੁਲਾਓ ਦੇ ਲਈ : ਦੋ ਵੱਡੇ ਚਮਚੇ ਤੇਲ
ਇਕ ਤੇਜਪੱਤਾ
ਪੌਣਾ ਛੋਟਾ ਚਮਚਾ ਜੀਰਾ
ਇਕ ਕੱਪ ਪਿਆਜ ਬਾਰੀਕ ਕੱਟਿਆ ਹੋਇਆ
ਇਕ ਕੱਪ ਟਮਾਟਰ ਕੱਦੂਕਸ਼ ਕੀਤਾ ਹੋਇਆ
ਇਕ ਛੋਟਾ ਚਮਚਾ ਬਰਿਆਣੀ ਮਸਾਲਾ
ਅੱਧਾ ਛੋਟਾ ਚਮਚਾ ਗਰਮ ਮਸਾਲਾ

ਅੱਧਾ ਛੋਟਾ ਚਮਚਾ ਮੀਟ ਮਸਾਲਾ
ਅੱਛਾ ਛੋਟਾ ਚਮਚਾ ਪੀਸੀ ਹੋਈ ਲਾਲ ਮਿਰਚ
ਲੂਣ ਸਵਾਦ ਅਨੁਸਾਰ
ਚਾਰ ਕੱਪ ਪਾਣੀ
ਦੋ ਕੱਪ ਬਾਸਮਤੀ ਚਾਵਲ
ਸਜਾਵਟ : ਤਲੇ ਹੋਏ ਕਾਜੂ-ਪਿਸਤੇ
ਕਿਸ ਨਾਲ ਪਰੋਸੀਏ : ਅਨਾਨਾਸ ਰਾਇਤਾ

ਢੰਗ-ਤਰੀਕਾ

1. ਬਾਸਮਤੀ ਚਾਵਲ ਧੋ ਕੇ ਵੀਹ ਮਿੰਟ ਪਾਣੀ ਵਿਚ ਭਿਉਂਕੇ ਰੱਖੋ।

2. ਮੱਛੀ ਦੇ ਟੁਕੜੇ ਮੈਰੀਨੇਡ ਕਰਕੇ ਦਸ ਮਿੰਟਾਂ ਲਈ ਰੱਖ ਦੇਵੋ ਫੇਰ ਉਹਨਾਂ ਨੂੰ ਭੂਰਾ ਹੋਣ ਤੱਕ ਤਲੋ।

3. ਕੁੱਕਰ ਜਾਂ ਭਾਰੇ ਥੱਲੇ ਦੇ ਬਰਤਨ ਵਿਚ ਤੇਲ/ਦੇਸੀ ਘਿਉ ਗਰਮ ਕਰੋ। ਤੇਜ ਪੱਤਾ, ਜੀਰਾ, ਪਿਆਜ ਮਿਲਾਕੇ ਭੂਰਾ ਹੋਣ ਤੱਕ ਭੁੰਨੋ ਅਤੇ ਟਮਾਟਰ ਮਿਲਾ ਦੇਵੋ।

4. ਚੰਗੀ ਤਰ੍ਹਾਂ ਮਿਲਾਕੇ ਸਾਰੇ ਮਸਾਲੇ, ਲੂਣ ਤੇ ਪਾਣੀ ਮਿਲਾ ਦੇਵੋ। ਉਬਾਲਾ ਆ ਜਾਣ ਤੇ ਚਾਵਲ ਵੀ ਮਿਲਾ ਦੇਵੋ।

5. ਢੱਕਣ ਬੰਦ ਕਰਕੇ ਘੱਟ ਸਕੇ ਤੇ ਪਕਾਵੋ ਤਾਂ ਕਿ ਸਾਰਾ ਪਾਣੀ ਸੁੱਕ ਜਾਵੇ।

6. ਫੇਰ ਫਰਾਈਡ ਫਿਸ਼ ਚਾਵਲ ਵਿਚ ਮਿਲਾਕੇ ਟਰੇਅ ਵਿਚ ਪਾ ਲਵੋ। ਤਲੇ ਹੋਏ ਕਾਜੂ-ਪਿਸਤੇ ਨਾਲ ਸਜਾਕੇ ਅਨਾਨਾਸ ਦੇ ਰਾਇਤੇ ਨਾਲ ਪਰੋਸੋ।

ਇਹ ਚਾਰ ਵਿਅਕਤੀਆਂ ਲਈ ਕਾਫ਼ੀ ਹੁੰਦਾ ਹੈ। ਇਸਨੂੰ ਬਣਾਉਣ ਵਿਚ ਇਕ ਘੰਟਾ ਲੱਗ ਜਾਂਦਾ ਹੈ।

ਸੂਰ-ਝੀਂਗਾ ਪਲਾਉ

ਸਮੱਗਰੀ

ਦੋ ਕੱਪ ਬਾਸਮਤੀ ਚਾਵਲ (15 ਮਿੰਟ ਪਾਣੀ ਵਿਚ ਭਿਉਂਤੇ ਹੋਏ)
ਅੱਧਾ ਛੋਟਾ ਚਮਚਾ ਪੀਸੀ ਹੋਈ ਹਲਦੀ ਚਾਵਲ ਦੇ ਲਈ
ਲੂਣ ਸਵਾਦ ਅਨੁਸਾਰ
ਤਿੰਨ ਛੋਟੇ ਚਮਚੇ ਤਿਲਾਂ ਦਾ ਤੇਲ
ਅੱਧਾ ਕੱਪ ਹਰਾ ਪਿਆਜ ਬਾਰੀਕ ਸਲਾਈਸ
ਇਕ ਛੋਟਾ ਚਮਚਾ ਅਦਰਕ ਕੱਦੂਕਸ਼ ਕੀਤਾ ਹੋਇਆ
ਦੋ ਤਾਜੀ ਹਰੀ ਮਿਰਚ ਬੀਜਾਂ ਤੋਂ ਬਿਨਾਂ ਪਤਲੇ ਸਲਾਈਸ ਕੱਟੀ ਹੋਈ
ਇਕ ਕੱਪ ਪਾਰਕ (Pork) ਫਿਲੇਟ, ਫਾਲਤੂ ਫੈਟ ਰਹਿਤ ਪਤਲੇ ਸਲਾਈਸ
ਸੱਤ-ਅੱਠ ਲਸਣ ਦੀਆਂ ਕਲੀਆਂ ਪੀਸੀਆਂ ਹੋਈਆਂ
ਅੱਧਾ ਵੱਡਾ ਚਮਚਾ ਸੋਇਆ ਸਾਸ
ਇਕ ਕੱਪ ਪੱਕੇ ਛੋਟੇ ਪ੍ਰੌਨ
ਇਕ ਵੱਡਾ ਚਮਚਾ ਨਿੰਬੂ ਦਾ ਰਸ
ਸਜਾਵਟ : ਕੱਟੀ ਹੋਈ ਅਜਮੋਦ
ਕਿਸ ਨਾਲ ਪਰੋਸੀਏ : ਮਲੇਸ਼ੀਅਨ ਫਿਸ਼ ਕਰੀ ਅਤੇ ਵੈਜ਼

ਢੰਗ ਤਰੀਕਾ

1. ਹਲਦੀ ਤੇ ਲੂਣ ਮਿਲਾਕੇ ਢੁੱਕਵੀਂ ਮਾਤਰਾ ਪਾਣੀ ਵਿਚ ਚਾਵਲ ਉਬਾਲ ਲਵੋ। ਫੇਰ ਪੁਣਕੇ ਵੱਡੀ ਟਰੇਅ ਵਿਚ ਫ਼ੈਲਾ ਦੇਵੋ। ਕਾਂਟੇ ਨਾਲ ਹਿਲਾ-ਹਿਲਾਕੇ ਠੰਢਾ ਕਰੋ।

2. ਕੜਾਹੀ ਦੇ ਗਰਮ ਤੇਲ ਵਿਚ ਹਰਾ ਪਿਆਜ, ਅਦਰਕ, ਹਰੀ ਮਿਰਚ, ਤਿੰਨ ਮਿੰਟ ਲਈ ਘੱਟ ਸੇਕ ਤੇ ਭੁੰਨੋ। ਫੇਰ ਸੇਕ ਵਧਾਕੇ ਲਸਣ ਤੇ ਪੋਰਕ ਮਿਲਾਵੋ ਅਤੇ ਦੋ-ਚਾਰ ਮਿੰਟ ਪਕਾਵੋ।

3. ਫੇਰ ਸੋਇਆ ਸੱਸ ਅਤੇ ਪ੍ਰੌਨ (ਝੀਂਗਾ) ਮਿਲਾਵੋ। ਪੱਕੇ ਚਾਵਲ ਮਿਲਾ ਲਵੋ।

4. ਇਹਨਾਂ ਉਪਰ ਨਿੰਬੂ ਦਾ ਰਸ ਨਿਚੋੜੋ।

5. ਕੱਟੀ ਹੋਈ ਅਜਮੋਦ (Parsley) ਨਾਲ ਸਜਾਕੇ ਮਲੇਸ਼ੀਅਨ ਫਿਸ਼ ਕਰੀ ਅਤੇ ਵੈਜ਼ ਨਾਲ ਪਰੋਸੋ।

ਇਹ ਚਾਰ ਵਿਅਕਤੀਆਂ ਲਈ ਕਾਫ਼ੀ ਹੁੰਦਾ ਹੈ। ਇਸਨੂੰ ਬਣਾਉਣ ਵਿਚ 45 ਮਿੰਟ ਲੱਗ ਜਾਂਦੇ ਹਨ।

ਪੈਡ ਥਾਈ ਫਲੈਟ ਨਿਊਡਲਜ਼

ਸਮੱਗਰੀ

ਦੋ-ਤਿੰਨ ਵੱਡੇ ਚਮਚੇ ਲਸਣ ਕੱਦੂਕਸ਼ ਕੀਤਾ ਹੋਇਆ
ਦੋ-ਤਿੰਨ ਹਰੀ ਮਿਰਚ ਕੱਟੀ ਹੋਈ
ਇਕ ਕੱਪ ਹਰਾ ਪਿਆਜ ਬਾਰੀਕ ਕੱਟਿਆ ਹੋਇਆ
ਇਕ ਕੱਪ ਚਿਕਨ ਫਿਲੇਟ ਲੰਬੀ ਪੱਟੀਆਂ
ਇਕ ਕੱਪ ਫਰੋਜਨ ਸ਼ਰਿੰਪ, ਪਿਘਲਾ ਲਵੋ
ਅੱਧਾ ਕੱਪ ਹਰੀ ਸ਼ਿਮਲਾ ਮਿਰਚ ਸਲਾਈਸ
ਅੱਧਾ ਕੱਪ ਲਾਲ ਸ਼ਿਮਲਾ ਮਿਰਚ ਸਲਾਈਸ
ਪੱਤਾ ਗੋਭੀ
ਲੂਣ, ਕਾਲੀ ਮਿਰਚ, ਮੋਟੀ ਕੁੱਟੀ ਹੋਈ ਲਾਲ ਮਿਰਚ ਸਵਾਦ ਅਨੁਸਾਰ
ਮਸ਼ਰੂਮ
ਇਕ ਵੱਡਾ ਚਮਚਾ ਸਵੀਟ ਚਿੱਲੀ ਸੱਸ
ਇਕ ਵੱਡਾ ਚਮਚਾ ਸਿਰਕਾ
ਇਕ ਛੋਟਾ ਚਮਚਾ ਫਿਸ਼ ਸੱਸ
ਇਕ ਛੋਟਾ ਚਮਚਾ ਸੋਇਆ ਸੱਸ
ਦੋ ਸੌ ਗਰਾਮ ਚਪਟੇ ਨਿਊਡਲਜ਼, ਉਬਲੇ ਹੋਏ ਅਤੇ ਹਲਕਾ ਤੇਲ ਲੱਗੇ ਹੋਏ
ਸਜਾਵਟ : ਕੱਟਿਆ ਹੋਇਆ ਹਰਾ ਪਿਆਜ
ਕਿਸ ਨਾਲ ਪਰੋਸੀਏ : ਥਾਈ ਫਿਸ਼ ਕਰੀ

ਢੰਗ ਤਰੀਕਾ

1. ਇਕ ਵੱਡੇ ਪੈਨ ਜਾਂ ਕੜਾਹੀ ਵਿਚ ਤੇਲ ਗਰਮ ਕਰੋ, ਲਸਣ, ਹਰੀ ਮਿਰਚ ਤੇ ਹਰਾ ਪਿਆਜ ਮਿਲਾਕੇ ਦਰਮਿਆਨੇ ਸੇਕ ਤੇ 4-5 ਮਿੰਟ ਪਕਾਵੋ ਤਾਂ ਕਿ ਨਰਮ ਹੋ ਜਾਵੇ।

2. ਫੇਰ ਪੱਤਾ ਗੋਭੀ, ਮਸ਼ਰੂਮ, ਲਾਲ ਤੇ ਹਰੀ ਮਿਰਚ ਮਿਲ ਦੇਵੋ, ਤੇਜ ਸੇਕ ਤੇ 2-3 ਮਿੰਟ ਪਕਾਵੋ। ਲੂਣ, ਲਾਲ ਕਾਲੀ ਮਿਰਚ, ਸਵੀਟ ਚਿੱਲੀ ਸੱਸ, ਸਿਰਕਾ, ਫਿਸ਼ ਤੇ ਸੋਇਆ ਸੱਸ ਮਿਲਾ ਦੇਵੋ।

3. ਉਬਲੇ ਨਿਊਡਲਜ਼ ਮਿਲਾਕੇ 2-3 ਮਿੰਟ ਪਕਾਵੋ। ਸੇਕ ਤੋਂ ਲਾਹ ਕੇ ਪਲੇਟ ਵਿਚ ਪਾ ਲਵੋ।

4. ਕੱਟੇ ਹਰੇ ਪਿਆਜ ਨਾਲ ਸਜਾਕੇ ਥਾਈ ਫਿਸ਼ ਕਰੀ ਨਾਲ ਪਰੋਸੋ।

ਇਹ ਚਾਰ ਵਿਅਕਤੀਆਂ ਲਈ ਕਾਫ਼ੀ ਹੁੰਦਾ ਹੈ। ਇਸਨੂੰ ਬਣਾਉਣ ਵਿਚ ਪੰਜਾਹ ਮਿੰਟ ਲੱਗ ਜਾਂਦੇ ਹਨ।

ਫਿਸ਼ ਐਂਡ ਮਸ਼ਰੂਮ ਮਜ਼ੇਦਾਰ

ਸਮੱਗਰੀ

ਛੇ ਲਾਸਾਗਨੇ ਸ਼ੀਟ (ਬਾਜ਼ਾਰ ਵਿਚ ਉਪਲੱਬਧ)
ਡੇਢ ਕੱਪ ਫਿਸ਼ ਫਿਲੇਟ ਪੱਕੇ ਤੇ ਸਲਾਈਸ
ਡੇਢ ਕੱਪ ਮਸ਼ਰੂਮ ਬਲਾਂਚ ਸਲਾਈਸ
ਡੇਢ ਕੱਪ ਮੱਕੀ ਦੇ ਦਾਣੇ
ਦੋ ਕੱਪ ਸਫ਼ੈਦ ਸੱਸ
ਦੋ ਵੱਡੇ ਚਮਚੇ ਜੈਤੂਨ ਦਾ ਤੇਲ
ਇਕ ਵੱਡਾ ਚਮਚਾ ਮੱਖਣ
ਅੱਧਾ ਕੱਪ ਪਿਆਜ ਸਲਾਈਸ
ਮਸਾਲੇ : ਅੱਧਾ ਛੋਟਾ ਚਮਚਾ ਮੋਟੀ ਕੁੱਟੀ ਹੋਈ ਲਾਲ ਮਿਰਚ
ਅੱਧਾ ਛੋਟਾ ਚਮਚਾ ਕਾਲੀ ਮਿਰਚ ਦਰੜੀ ਹੋਈ
ਇਕ ਚੁਟਕੀ ਪੀਸਿਆ ਹੋਇਆ ਜਾਇਫਲ
ਇਕ ਛੋਟਾ ਚਮਚਾ ਨਿੰਬੂ ਦਾ ਰਸ
ਅੱਧਾ ਛੋਟਾ ਚਮਚਾ ਸੁੱਕੇ ਮਿਕਸ ਹਰਬ
ਲੂਣ ਤੇ ਭੂਰੀ ਮਿਰਚ ਸਵਾਦ ਅਨੁਸਾਰ
ਸਫ਼ੈਦ ਸੱਸ ਦੇ ਲਈ : ਦੋ ਵੱਡੇ ਚਮਚੇ ਮੱਖਣ
ਡੇਢ ਵੱਡਾ ਚਮਚਾ ਸਾਦਾ ਮੈਦਾ

ਇਕ ਚੌਥਾਈ ਛੋਟਾ ਚਮਚਾ ਕਾਲੀ ਮਿਰਚ
ਲੂਣ ਸਵਾਦ ਅਨੁਸਾਰ
ਪੌਣਾ ਕੱਪ ਦੁੱਧ
ਅੱਧਾ ਕੱਪ ਪਰਮੇਸਨ ਪਨੀਰ ਕੱਦੂਕਸ਼ ਕੀਤਾ ਹੋਇਆ
ਟਾਪਿੰਗ ਦੇ ਲਈ : ਇਕ ਕੱਪ ਮੌਜ਼ਰੇਲਾ ਪਨੀਰ ਕੱਦੂਕਸ਼ ਕੀਤਾ ਹੋਇਆ
ਸਜਾਵਟ : ਉਬਲੇ ਹੋਏ ਮੱਕੀ ਦੇ ਦਾਣੇ
ਕਿਸ ਨਾਲ ਪਰੋਸੀਏ : ਫਰੈਂਚ ਬ੍ਰੈਡ

ਢੰਗ ਤਰੀਕਾ

1. ਲਾਸਾਗਨੇ ਸੀਟ ਨਮਕੀਨ ਪਾਣੀ ਵਿਚ ਉਬਾਲਕੇ ਰੱਖੋ, ਪੂਰੀ ਤਰ੍ਹਾਂ ਗਲਣ ਨਾ ਦੇਵੋ।

2. ਇਕ ਕੜਾਹੀ ਵਿਚ ਤੇਲ ਅਤੇ ਮੱਖਣ ਗਰਮ ਕਰੋ, ਹਰਾ ਪਿਆਜ ਪਾਕੇ ਭੁੰਨਣ ਦੇ ਬਾਦ ਮਸਾਲੇ, ਫਿਸ਼ ਤੇ ਮਸ਼ਰੂਮ ਵੀ ਮਿਲਾ ਦੇਵੋ। ਦੋ-ਤਿੰਨ ਮਿੰਟ ਭੁੰਨਣ ਤੋਂ ਬਾਦ ਸੇਕ ਤੋਂ ਉਤਾਰ ਲਵੋ।

3. **ਸਫੈਦ ਸੱਸ ਦੇ ਲਈ** : ਇਕ ਸੱਸਪੈਨ ਵਿਚ ਮੱਖਣ ਪਿਘਲਾਉ, ਮੈਦਾ ਮਿਲਾਕੇ ਘੱਟ ਸੇਕ ਤੇ ਪਕਾਵੋ। ਫੇਰ ਕਾਲੀ ਮਿਰਚ, ਲੂਣ ਤੇ ਦੁੱਧ ਮਿਲਾ ਦੇਵੋ। ਜਦੋਂ ਗਾੜ੍ਹਾ ਹੋਣ ਲੱਗੇ ਤਾਂ ਕੱਦੂਕਸ਼ ਕੀਤਾ ਪਨੀਰ ਪਾ ਕੇ ਸੱਸ ਦੇ ਬਣਨ ਤੱਕ ਪਕਾਵੋ।

4. **ਅਰੇਂਜ (Arrange) ਕਰਨ ਦੇ ਲਈ** : ਇਕ ਓਵਨ ਪਰੂਫ ਡਿਸ਼ ਨੂੰ ਚੋਪੜ ਲਵੋ, ਫਿਸ਼ ਮਸ਼ਰੂਮ ਦੀ ਇਕ ਪਰਤ ਲਾ ਕੇ ਤਿੰਨ ਲਾਸਾਗਨੇ ਸ਼ੀਟਾਂ ਰੱਖੋ। ਫੇਰ ਅੱਧੀ ਸਫ਼ੈਦ ਸੱਸ ਪਾ ਦੇਵੋ। ਬਾਕੀ ਸਮੱਗਰੀ ਨਾਲ ਵੀ ਇਹ ਪ੍ਰਕਿਰਿਆ ਦੁਹਰਾਵੋ।

ਇਹ ਚਾਰ ਵਿਅਕਤੀਆਂ ਲਈ ਕਾਫ਼ੀ ਹੁੰਦਾ ਹੈ। ਇਸਨੂੰ ਬਣਾਉਣ ਵਿਚ ਇਕ ਘੰਟਾ ਵੀਹ ਮਿੰਟ ਲੱਗ ਜਾਂਦੇ ਹਨ।

ਮਿਕਸਡ ਸੀ (Sea) ਫੂਡ ਚੱਪਸੀ

ਸਮੱਗਰੀ

250 ਗ੍ਰਾਮ ਨਿਊਡਲਜ ਉਬਲੀ ਤੇ ਸੁਕਾਈ ਹੋਈ
ਡੂੰਘਾ ਤਲਣ ਲਈ ਤੇਲ
ਤਿੰਨ-ਚਾਰ ਵੱਡੇ ਚਮਚੇ ਮੂੰਗਫਲੀ ਦਾ ਤੇਲ
ਇਕ ਵੱਡਾ ਚਮਚਾ ਲਸਣ ਕੁੱਟਿਆ ਹੋਇਆ
ਦੋ ਹਰੀ ਮਿਰਚ ਸਲਾਈਸ (Slice)
ਪੌਣਾ ਕੱਪ ਛੋਟੇ ਪਿਆਜ
ਅੱਧਾ ਕੱਪ ਮਿਕਸ ਸੀ ਫੂਡ (ਪ੍ਰੌਨ, ਏਕੈਲੋਪ, ਲੋਬਸਟਰ ਮੀਟ/ਕੈਰਨ ਮੀਟ, ਸਿਕਵਡ)
ਅੱਧਾ ਕੱਪ ਫਰੈਂਚ ਬੀਨ ਸਲਾਈਸ
ਅੱਧਾ ਕੱਪ ਗਾਜਰ ਵੈਜਿਸ
ਅੱਧਾ ਕੱਪ ਸ਼ਿਮਲਾ ਮਿਰਚ ਵੈਜਿਸ
ਅੱਧਾ ਕੱਪ ਬੇਬੀ ਟਮਾਟਰ ਟੁਕੜੇ
ਅੱਧਾ ਕੱਪ ਅਨਾਨਾਸ ਕਿਊਬ
ਦੋ ਵੱਡੇ ਚਮਚੇ ਸਿਰਕਾ
ਤਿੰਨ ਵੱਡੇ ਚਮਚੇ ਟੋਮੈਟੋ ਕੈਚਅਪ
ਤਿੰਨ ਵੱਡੇ ਚਮਚੇ ਸਵੀਟ ਐਂਡ ਸਾਰ ਸੱਸ (ਰੈਡੀਮੇਡ)

ਦੋ ਤਿੰਨ ਕੱਪ ਫਿਸ਼ ਸਟਾਕ/ਪਾਣੀ
ਅੱਧਾ ਛੋਟਾ ਚਮਚਾ ਚੀਨੀ
ਦੋ ਵੱਡੇ ਚਮਚੇ ਮੱਕੀ ਦਾ ਆਟਾ ਪਾਣੀ ਵਿਚ ਘੁਲਿਆ ਹੋਇਆ
ਸਜਾਵਟ : ਹਰੇ ਪਿਆਜ ਕੱਟੇ ਹੋਏ
ਕਿਸ ਨਾਲ ਪਰੋਸੀਏ : ਮਿਕਸ ਫਰਾਈਡ ਰਾਈਸ ਜਾਂ ਹਲਕੇ ਨਿਊਡਲਜ਼

ਢੰਗ-ਤਰੀਕਾ

1. ਇਕ ਕੜਾਹੀ ਵਿਚ ਤੇਲ ਗਰਮ ਕਰਕੇ ਨਿਊਡਲਜ਼ ਭੂਰੇ ਹੋਣ ਤੱਕ ਤਲ ਲਵੋ, ਕਿਚਨ ਪੇਪਰ ਤੇ ਵਾਧੂ ਤੇਲ ਸੋਖ ਲਵੋ।

2. ਤਿੰਨ-ਚਾਰ ਵੱਡੇ ਚਮਚੇ ਤੇਲ, ਇਕ ਕੜਾਹੀ ਵਿਚ ਗਰਮ ਕਰੋ। ਇਸ ਵਿਚ ਲਸਣ, ਹਰੀ ਮਿਰਚ, ਪਿਆਜ ਅਤੇ ਮਿਕਸ ਸੀ ਫੂਡ ਮਿਲਾ ਦੇਵੋ। ਇਸਨੂੰ ਪੰਜ ਮਿੰਟ ਤੇਜ ਸੇਕ ਤੇ ਪਕਾਵੋ, ਫੇਰ ਟਮਾਟਰ, ਅਨਾਨਾਸ, ਸਿਰਕਾ, ਟੋਮੈਟੋ ਕੈਚਅਪ ਤੇ ਸਵੀਟ ਐਂਡ ਸਾਰ ਸੱਸ ਮਿਲਾ ਦੇਵੋ। ਚੰਗੀ ਤਰ੍ਹਾਂ ਮਿਲਾਕੇ ਫਿਸ਼ ਸਟਾਕ/ਪਾਣੀ ਤੇ ਚੀਨੀ ਪਾਵੋ।

3. ਉਬਾਲਾ ਆ ਜਾਣ ਤੇ ਘੱਟ ਸੇਕ ਤੇ ਪਕਾਵੋ। ਮੱਕੀ ਦੇ ਆਟੇ ਦਾ ਘੋਲ ਮਿਲਾਕੇ ਗਾੜ੍ਹੀ ਹੋਣ ਤੱਕ ਪਕਾਵੋ।

4. ਤਲੀ ਹੋਈ ਨਿਊਡਲਜ਼ ਇਕ ਪਲੇਟ ਵਿਚ ਰੱਖੋ। ਇਸ ਉਪਰ ਮਿਕਸ ਸੀ ਫੂਡ ਅਤੇ ਵੈਜ਼ ਮਿਸ਼ਰਣ ਪਾਵੋ। ਹਰੇ ਪਿਆਜ ਨਾਲ ਸਜਾਕੇ ਮਿਕਸ ਫਰਾਈਡ ਰਾਈਸ ਜਾਂ ਹਲਕੇ ਨਿਊਡਲਜ ਨਾਲ ਪਰੋਸੋ।

ਇਹ ਚਾਰ ਵਿਅਕਤੀਆਂ ਲਈ ਕਾਫ਼ੀ ਹੁੰਦਾ ਹੈ। ਇਸਨੂੰ ਬਣਾਉਣ ਵਿਚ ਪੰਜਾਹ ਮਿੰਟ ਲੱਗ ਜਾਂਦੇ ਹਨ।

ਸਟੱਰ ਫਰਾਈਡ ਟੈਮਰਿੰਡ (ਇਮਲੀ) ਫਿਸ਼

ਸਮੱਗਰੀ

350 ਗ੍ਰਾਮ ਫਿਸ਼ ਫਿਲੇਟ (Fillet) ਫਿੰਗਰਜ ਵਿਚ ਕੱਟੇ ਹੋਏ
ਛਿੜਕਣ ਦੇ ਲਈ : ਇਕ ਵੱਡਾ ਚਮਚਾ ਨਿੰਬੂ ਦਾ ਰਸ
ਲੂਣ ਸਵਾਦ ਅਨੁਸਾਰ
ਇਕ ਛੋਟਾ ਚਮਚਾ ਨਿੰਬੂ ਦਾ ਰਸ
ਅੱਧਾ ਛੋਟਾ ਚਮਚਾ ਕੈਨੀ ਮਿਰਚ
ਦੋ ਵੱਡੇ ਚਮਚੇ ਤੇਲ
ਦੋ ਹਰੀ ਮਿਰਚ ਲੰਬੀ ਕੱਟੀ ਹੋਈ
ਇਕ ਕੱਪ ਹਰਾ ਪਿਆਜ ਬਾਰੀਕ ਕੱਟਿਆ ਹੋਇਆ
ਦੋ ਛੋਟੇ ਚਮਚੇ ਲਸਣ ਪੀਸਿਆ ਹੋਇਆ
ਦੋ ਵੱਡੇ ਚਮਚੇ ਇਮਲੀ ਦਾ ਗੁੱਦਾ
ਇਕ ਛੋਟਾ ਚਮਚਾ ਚੀਨੀ
ਦੋ ਵੱਡੇ ਚਮਚੇ ਧਨੀਏ ਦੇ ਪੱਤੇ ਬਾਰੀਕ ਕੱਟੇ ਹੋਏ
ਇਕ ਵੱਡਾ ਚਮਚਾ ਸਵੀਟ ਚਿੱਲੀ ਸੱਸ
ਸਜਾਵਟ : ਹਰੇ ਪਿਆਜ ਦਾ ਹਰਾ ਹਿੱਸਾ
ਕਿਸ ਨਾਲ ਪਰੋਸੀਏ : ਭਾਫ਼ ਵਿਚ ਪੱਕੇ ਜਾਂ ਫਰਾਈਡ ਰਾਈਸ

ਢੰਗ ਤਰੀਕਾ :

1. ਫਿਸ਼ ਫਿੰਗਰਜ਼ ਨੂੰ ਧੋ ਕੇ ਕੱਪੜੇ ਨਾਲ ਥਪ-ਥਪਾਕੇ ਸੁਕਾਵੋ, ਫੇਰ ਨਿੰਬੂ ਦਾ ਰਸ, ਲੂਣ, ਲਸਣ ਦਾ ਰਸ, ਕੈਨੀ ਮਿਰਚ ਛਿੜਕੋ ਅਤੇ ਦਸ ਮਿੰਟ ਲਈ ਪਾਸੇ ਰੱਖ ਦੇਵੋ।

2. ਇਕ ਕੜਾਹੀ ਜਾਂ ਪੈਨ ਵਿਚ ਤੇਲ ਗਰਮ ਕਰੋ ਅਤੇ ਦਰਮਿਆਨੇ ਸੇਕ ਤੇ ਰੱਖੋ, ਉਸ ਵਿਚ ਹਰੀ ਮਿਰਚ, ਹਰਾ ਪਿਆਜ ਤੇ ਲਸਣ ਮਿਲਾਵੋ।

3. ਇਕ ਮਿੰਟ ਭੁੰਨਣ ਦੇ ਬਾਦ ਫਿਸ਼ ਫਿੰਗਰਜ਼ ਮਿਲਾ ਦੇਵੋ, ਦੋ-ਤਿੰਨ ਮਿੰਟ ਲਗਾਤਾਰ ਫਰਾਈ ਕਰੋ।

4. ਇਮਲੀ ਦਾ ਗੁੱਦਾ, ਚੀਨੀ, ਧਨੀਏ ਦੇ ਪੱਤੇ ਅਤੇ ਸਵੀਟ ਚਿੱਲੀ ਸੱਸ ਮਿਲਾਵੋ, ਚੰਗੀ ਤਰ੍ਹਾਂ ਮਿਲਾਕੇ 2-3 ਮਿੰਟ ਪਕਾਵੋ। ਸੇਕ ਤੋਂ ਹੇਠਾਂ ਲਾਹ ਲਵੋ।

5. ਇਕ ਪਲੇਟ ਵਿਚ ਕੱਢ ਲਵੋ, ਹਰੇ ਪਿਆਜ ਦੇ ਟੁਕੜਿਆਂ ਨਾਲ ਸਜਾਕੇ ਭਾਫ਼ ਵਿਚ ਪੱਕੇ ਜਾਂ ਫਰਾਈਡ ਰਾਈਸ ਨਾਲ ਪਰੋਸੋ।

ਇਮਲੀ ਦਾ ਗੁੱਦਾ : ਥੋੜੀ ਜਿਹੀ ਇਮਲੀ, ਇਕ ਕੱਪ ਗਰਮ ਪਾਣੀ ਵਿਚ ਅੱਧੇ ਘੰਟੇ ਲਈ ਭਿਉਂ ਦੇਵੋ। ਚੰਗੀ ਤਰ੍ਹਾਂ ਮਸਲਕੇ ਪੁਣ ਲਵੋ, ਘੋਲ ਰੱਖ ਲਵੋ, ਛਿਲਕੇ ਸੁੱਟ ਦੇਵੋ।

ਇਹ ਚਾਰ ਵਿਅਕਤੀਆਂ ਲਈ ਕਾਫ਼ੀ ਹੁੰਦਾ ਹੈ। ਇਸਨੂੰ ਬਣਾਉਣ ਵਿਚ ਪੈਂਤੀ ਮਿੰਟ ਲੱਗ ਜਾਂਦੇ ਹਨ।

ਸੇਵੀਆਂ (Macroni) ਫਿਸ਼ ਫਿੰਗਰਜ਼

ਸਮੱਗਰੀ

300 ਗ੍ਰਾਮ ਫਿਸ਼ ਫਿਲੇਟ (ਬਿਨਾਂ ਹੱਡੀ ਦੇ ਮਾਸ) ਫਿੰਗਰਜ ਵਿਚ ਕੱਟੇ ਹੋਏ

ਇਕ ਛੋਟਾ ਚਮਚਾ ਨਿੰਬੂ ਦਾ ਰਸ

ਇਕ ਚੌਥਾਈ ਚਮਚਾ ਚਾਈਨੀਜ ਫਾਈਵ ਸਪਾਈਸ ਪਾਊਡਰ (ਪੰਜ ਮਸਾਲੇ ਪੀਸੇ ਹੋਏ)

ਲੂਣ ਤੇ ਕਾਲੀ ਮਿਰਚ ਸਵਾਦ ਅਨੁਸਾਰ

ਘੋਲ ਦੇ ਲਈ : ਅੱਧਾ ਕੱਪ ਮੱਕੀ ਦਾ ਆਟਾ

ਇਕ ਚੌਥਾਈ ਕੱਪ ਪਾਣੀ

ਇਕ ਅੰਡੇ ਦੀ ਜਰਦੀ

ਇਕ ਛੋਟਾ ਚਮਚਾ ਲਸਣ ਦਾ ਰਸ

ਇਕ ਚੌਥਾਈ ਚਮਚਾ ਪੀਸੀ ਹੋਈ ਲਾਲ ਮਿਰਚ

ਅੱਧਾ ਛੋਟਾ ਚਮਚਾ ਕਾਲੀ ਮਿਰਚ ਦਰੜੀ ਹੋਈ

ਲੂਣ ਸਵਾਦ ਅਨੁਸਾਰ

ਅੱਧਾ ਕੱਪ ਦਰੜੀ ਬਾਰੀਕ ਸੇਵੀਆਂ-ਲਪੇਟਣ ਦੇ ਲਈ

ਡੂੰਘਾ ਤਲਣ ਦੇ ਲਈ ਤੇਲ

ਸਜਾਵਟ : ਸ਼ਿਮਲਾ ਮਿਰਚ ਤੇ ਪੱਤ ਗੋਭੀ ਦੇ ਵੈਜਿਸ (ਟੁਕੜੇ)

ਕਿਸ ਨਾਲ ਪਰੋਸੀਏ : ਪਿਕਲਡ ਮੇਉਨੀਜ਼ (ਚਾਰ ਵੱਡੇ ਚਮਚੇ ਮੇਉਨੀਜ਼ ਵਿਚ ਇਕ ਵੱਡਾ ਚਮਚਾ ਮਿਕਸ ਆਚਾਰ ਮਸਾਲਾ ਮਿਲਾਵੋ ਅਤੇ ਫਿਸ਼ ਫਿੰਗਰਜ਼ ਨਾਲ ਪਰੋਸੋ)

ਢੰਗ ਤਰੀਕਾ

1. ਸਾਰੀਆਂ ਫਿਸ਼ ਫਿੰਗਰਜ਼ ਇਕ ਡੋਂਗੇ ਵਿਚ ਪਾ ਲਵੋ, ਨਿੰਬੂ ਦਾ ਰਸ, ਪੰਜ ਮਸਾਲਾ, ਲੂਣ ਤੇ ਕਾਲੀ ਮਿਰਚ ਭੁੱਕ ਦੇਵੋ। ਚੰਗੀ ਤਰ੍ਹਾਂ ਮਲ ਕੇ ਇਕ ਪਾਸੇ ਦਸ ਮਿੰਟ ਲਈ ਰੱਖੋ।

2. ਘੋਲ ਦੀ ਸਾਰੀ ਸਮੱਗਰੀ ਮਿਲਾਕੇ ਇਕਸਾਰ ਕਰੋ, ਫਿਸ਼ ਫਿੰਗਰਜ ਘੋਲ ਵਿਚ ਡੁਬੋ ਲਵੋ, ਵਾਧੂ ਘੋਲ ਝਾੜਕੇ ਸੇਵੀਆਂ ਵਿਚ ਲਪੇਟੋ ਅਤੇ ਤੇਲ ਵਿਚ ਭੂਰਾ ਜਿਹਾ ਹੋਣ ਤੱਕ ਤਲ ਲਵੋ।

3. ਕਿਚਨ ਪੇਪਰ ਤੇ ਵਾਧੂ ਤੇਲ ਸੋਖ ਲਵੋ, ਸਨੈਕ ਟਰੇਅ ਵਿਚ ਪਾ ਲਵੋ, ਸ਼ਿਮਲਾ ਮਿਰਚ ਅਤੇ ਪੱਤਾ-ਗੋਭੀ ਦੇ ਟੁਕੜਿਆਂ ਨਾਲ ਸਜਾਕੇ ਪਿਕਲਡ ਮੇਉਨੀਜ ਨਾਲ ਪਰੋਸੋ।

ਇਹ ਚਾਰ ਵਿਅਕਤੀਆਂ ਲਈ ਕਾਫ਼ੀ ਹੁੰਦਾ ਹੈ। ਇਸਨੂੰ ਬਣਾਉਣ ਵਿਚ 45 ਮਿੰਟ ਲੱਗ ਜਾਂਦੇ ਹਨ।

ਪੈਨ ਫਰਾਈਡ ਟਾਈਗਰ ਪ੍ਰੌਨ

ਸਮੱਗਰੀ

500 ਗ੍ਰਾਮ ਟਾਈਗਰ ਪ੍ਰੌਨ, ਡੀ ਬੈਂਡ ਅਤੇ ਪੂਛ ਤੋਂ ਬਿਨਾਂ

ਮੈਰੀਨੇਡ ਦੇ ਲਈ : ਇਕ ਵੱਡਾ ਚਮਚਾ ਨਿੰਬੂ ਦਾ ਰਸ

ਇਕ ਵੱਡਾ ਚਮਚਾ ਹਲਕੀ ਸੋਇਆ ਸੱਸ

ਇਕ ਵੱਡਾ ਚਮਚਾ ਸਫੈਦ ਵਾਈਨ (ਸਿਰਕਾ)

ਇਕ ਛੋਟਾ ਚਮਚਾ ਚਿੱਲੀ ਸੱਸ

ਅੱਧਾ ਛੋਟਾ ਚਮਚਾ ਮੋਟੀ ਕੁੱਟੀ ਹੋਈ ਲਾਲ ਮਿਰਚ

ਇਕ ਚੌਥਾਈ ਛੋਟਾ ਚਮਚਾ ਸਫੈਦ (ਭੂਰੀ) ਮਿਰਚ

ਦੋ ਛੋਟੇ ਚਮਚੇ ਪੀਸਿਆ ਹੋਇਆ ਲਸਣ

ਤਿੰਨ-ਚਾਰ ਵੱਡੇ ਚਮਚੇ ਤੇਲ, ਤਲਣ ਦੇ ਲਈ

ਇਕ ਵੱਡਾ ਚਮਚਾ ਟੋਮੈਟੋ ਕੈਚਅੱਪ

ਦੋ ਵੱਡੇ ਚਮਚੇ ਸਵੀਟ ਚਿੱਲੀ ਸੱਸ

ਇਕ ਵੱਡਾ ਚਮਚਾ ਸਿਰਕਾ

ਇਕ ਵੱਡਾ ਚਮਚਾ ਤੇਰੀਆ ਦੀ ਸੱਸ

ਸਜਾਵਟ : ਸ਼ਿਮਲਾ ਮਿਰਚ ਦੇ ਜੂਲੀਅਨਜ ਅਤੇ ਨਿੰਬੂ ਦੇ ਟੁਕੜੇ

ਕਿਸ ਨਾਲ ਪਰੋਸੀਏ : ਨਿਊਡਲਜ ਅਤੇ ਚਾਈਨੀਜ਼ ਸਲਾਦ

ਢੰਗ ਤਰੀਕਾ

1. ਟਾਈਗਰ ਪ੍ਰੌਨ ਧੋ ਕੇ ਸੁਕਾ ਲਵੋ। ਇਕ ਡੋਂਗੇ ਵਿਚ ਪਾਵੋ। ਮੈਰੀਨੇਡ ਦੀ ਸਾਰੀ ਸਮੱਗਰੀ ਇਕ ਛੋਟੇ ਕੱਪ ਵਿਚ ਮਿਲਾਵੋ ਅਤੇ ਪ੍ਰੌਨ ਮਿਲਾਕੇ ਦਸ ਮਿੰਟਾਂ ਤੱਕ ਇਕ ਪਾਸੇ ਰੱਖ ਦੇਵੋਂ।

2. ਇਕ ਨਾਨ-ਸਟਿਕ ਪੈਨ ਜਾਂ ਕੜਾਹੀ ਵਿਚ ਤੇਲ ਗਰਮ ਕਰੋ। ਮੈਰੀਨੇਟ ਪ੍ਰੌਨ ਮਿਲਾਕੇ ਪੰਜ ਮਿੰਟ ਲਗਾਤਾਰ ਭੁੰਨੋ, ਜਦੋਂ ਤੱਕ ਉਹਨਾਂ ਦਾ ਰੰਗ ਬਦਲ ਨਾ ਜਾਵੇ।

3. ਸਾਰੀ ਸੱਸ ਮਿਲਾਕੇ ਉਦੋਂ ਤੱਕ ਹਿਲਾਵੋ ਜਦੋਂ ਤੱਕ ਪ੍ਰੌਨ ਉਪਰ ਉਸਦੀ ਪਰਤ ਨਾ ਚੜ੍ਹ ਜਾਵੇ। ਫਾਲਤੂ ਪਾਣੀ ਸੁੱਕ ਜਾਣ ਦੇਵੋ।

4. ਸੇਕ ਤੋਂ ਲਾਹ ਲਵੋ, ਇਕ ਵੱਡੀ ਟਰੇਅ ਵਿਚ ਪਾ ਲਵੋ। ਸ਼ਿਮਲਾ ਮਿਰਚ ਦੇ ਜੂਲੀਅਨਜ ਅਤੇ ਨਿੰਬੂ ਦੇ ਟੁਕੜਿਆਂ ਨਾਲ ਸਜਾਕੇ ਨਿਊਡਲਜ਼ ਅਤੇ ਚਾਈਨੀਜ਼ ਸਲਾਟ ਨਾਲ ਪਰੋਸੋ।

ਇਹ ਚਾਰ ਵਿਅਕਤੀਆਂ ਲਈ ਕਾਫੀ ਹੁੰਦਾ ਹੈ। ਇਸਨੂੰ ਬਣਾਉਣ ਵਿਚ ਪੈਂਤੀ ਮਿੰਟ ਲੱਗ ਜਾਂਦੇ ਹਨ।

ਜ਼ੁਕੀਨੀ (ਪਾਲਕ) ਪ੍ਰੌਨ ਜ਼ਾਇਕੇਦਾਰ

ਸਮੱਗਰੀ

ਦੋ ਵੱਡੇ ਚਮਚੇ ਮੱਖਣ
ਦੋ ਵੱਡੇ ਚਮਚੇ ਜੈਤੂਨ ਦਾ ਤੇਲ
ਇਕ ਵੱਡਾ ਚਮਚਾ ਲਸਣ ਕੱਦੂਕਸ਼ ਕੀਤਾ ਹੋਇਆ
ਇਕ ਚੌਥਾਈ ਕੱਪ ਹਰਾ ਪਿਆਜ ਬਾਰੀਕ ਕੱਟਿਆ ਹੋਇਆ
ਇਕ ਛੋਟਾ ਚਮਚਾ ਤੁਲਸੀ ਸੁੱਕੀ ਹੋਈ
250 ਗ੍ਰਾਮ ਛੋਟੇ ਆਕਾਰ ਦੇ ਪ੍ਰੌਨ (ਝੀਂਗਾ ਮੱਛੀ)
ਅੱਧਾ ਕੱਪ ਜ਼ੁਕੀਨੀ (ਪਾਲਕ) ਬਾਰੀਕ ਕੱਟੀ ਹੋਈ
ਅੱਧਾ ਕੱਪ ਵੈਜ਼ ਸਟਾਕ
ਮਸਾਲੇ : ਅੱਧਾ ਛੋਟਾ ਚਮਚਾ ਮੋਟੀ ਕੁੱਟੀ ਹੋਈ ਲਾਲ ਮਿਰਚ
ਅੱਧਾ ਛੋਟਾ ਚਮਚਾ ਕਾਲੀ ਮਿਰਚ ਦਰੜੀ ਹੋਈ
ਇਕ ਛੋਟਾ ਚਮਚਾ ਨਿੰਬੂ ਦਾ ਰਸ
ਲੂਣ ਤੇ ਕਾਲੀ ਮਿਰਚ ਸਵਾਦ ਅਨੁਸਾਰ
ਇਕ ਵੱਡਾ ਚਮਚਾ ਪਨੀਰ ਸਪ੍ਰੈਡ
ਇਕ ਵੱਡਾ ਚਮਚਾ ਕਰੀਮ
ਅੱਧ ਕੱਪ ਪਾਰਮੇਸਨ ਪਨੀਰ ਕੱਦੂਕਸ਼ ਕੀਤਾ ਹੋਇਆ
ਦੋ ਕੱਪ ਪਰਮਲ ਚਾਵਲ
ਸਜਾਵਟ : ਕੱਟੀ ਹੋਈ ਅਜਮੋਦ
ਕਿਸ ਨਾਲ ਪਰੋਸੀਏ : ਗਰਿੱਲਡ ਫ਼ਿਸ਼ ਵਿਦ ਵੈਜ਼

ਢੰਗ ਤਰੀਕਾ

1. ਚਾਵਲ ਧੋ ਕੇ ਵੀਹ ਮਿੰਟ ਲਈ ਪਾਣੀ ਵਿਚ ਭਿਉਂਕੇ ਰੱਖੋ।

2. ਭਾਰੇ ਥੱਲੇ ਵਾਲੇ ਪਤੀਲੇ ਜਾਂ ਕੂੱਕਰ ਵਿਚ ਮੱਖਣ ਤੇ ਤੇਲ ਇਕੱਠੇ ਹੀ ਗਰਮ ਕਰੋ, ਲਸਣ, ਹਰਾ ਪਿਆਜ, ਸੁੱਕੀ ਤੁਲਸੀ ਦੇ ਪੱਤੇ ਮਿਲਾਕੇ ਇਕ ਮਿੰਟ ਲਗਾਤਾਰ ਭੁੰਨੋ। ਫੇਰ ਪ੍ਰੌਨ ਅਤੇ ਜ਼ੁਕੀਨੀ ਵੀ ਮਿਲਾ ਦੇਵੋ।

3. ਚਾਰ-ਪੰਜ ਭੁੰਨਣ ਦੇ ਬਾਦ ਮਸਾਲੇ ਅਤੇ ਅੱਧਾ ਫਿਸ਼/ਵੈਜ਼ ਸਟਾਕ ਮਿਲਾਵੋ। ਚਾਵਲ ਮਿਲਾਕੇ ਉਬਾਲਾ ਆ ਜਾਣ ਦੇਵੋ ਅਤੇ ਪਾਣੀ ਸੁੱਕਣ ਤੱਕ ਹਿਲਾਵੋ। ਫੇਰ ਸੇਕ ਘੱਟ ਕਰਕੇ ਬਾਕੀ ਸਮੱਗਰੀ ਮਿਲਾ ਦੇਵੋ।

4. ਚਾਵਲ ਨਰਮ ਹੋਣ ਤੱਕ ਪਕਾਵੋ, ਫੇਰ ਚੀਜ਼ (ਪਨੀਰ) ਸਪ੍ਰੈਡ ਤੇ ਕਰੀਮ, ਕੱਦੂਕਸ਼ ਕੀਤਾ ਪਨੀਰ ਮਿਲਾਕੇ ਹੌਲ਼ੀ ਹੌਲ਼ੀ ਹਿਲਾਵੋ।

5. ਸੇਕ ਤੋਂ ਉਤਾਰਕੇ ਡਿਸ਼ ਵਿਚ ਕੱਢ ਲਵੋ। ਕੱਟੀ ਹੋਈ ਅਜਮੋਦ (ਖੁਰਾਸਾਨੀ ਜਵੈਣ) ਨਾਲ ਸਜਾਕੇ ਗਰਿੱਲਡ ਫਿਸ਼ ਵਿਦ ਵੈਜ਼ ਨਾਲ ਪਰੋਸੋ।

ਇਹ ਚਾਰ ਵਿਅਕਤੀਆਂ ਲਈ ਕਾਫ਼ੀ ਹੁੰਦਾ ਹੈ। ਇਸਨੂੰ ਬਣਾਉਣ ਵਿਚ ਪੰਜਾਹ ਮਿੰਟ ਲੱਗ ਜਾਂਦੇ ਹਨ।

ਸਪੈਨਿਸ਼ ਚਿਕਨ ਸ਼ਰਿੰਪ ਪੈਲਾ (ਪੁਲਾਉ)

ਸਮੱਗਰੀ

ਚਾਰ ਵੱਡੇ ਚਮਚੇ ਜੈਤੂਨ ਦਾ ਤੇਲ

250 ਗ੍ਰਾਮ ਬੋਨ ਲੈਸ ਚਿਕਨ ਛੋਟੇ ਟੁਕੜਿਆਂ ਵਿਚ ਕੱਟਿਆ ਹੋਇਆ

ਮਸਾਲੇ : ਲੂਣ ਤੇ ਕਾਲੀ ਮਿਰਚ ਸਵਾਦ ਅਨੁਸਾਰ

ਚਾਰ-ਪੰਜ ਲਸਣ ਕਲੀਆਂ ਕੁੱਟੀ ਹੋਈ

ਇਕ ਛੋਟਾ ਚਮਚਾ ਨਿੰਬੂ ਦਾ ਰਸ

ਅੱਧਾ ਛੋਟਾ ਚਮਚਾ ਸੁੱਕੀ ਪਾਰਸਲੇ (ਅਜਮੋਦ)

ਅੱਧਾ ਛੋਟਾ ਚਮਚਾ ਔਰੀਗੇਨੋ

ਦੋ ਲਾਲ ਸ਼ਿਮਲਾ ਮਿਰਚ ਬਾਰੀਕ ਕੱਟੀ ਹੋਈ

ਪੌਣਾ ਕੱਪ ਸ਼ਰਿੰਪ ਮੱਛੀ

ਪੌਣਾ ਕੱਪ ਹਰਾ ਪਿਆਜ ਬਾਰੀਕ ਕੱਟਿਆ ਹੋਇਆ

ਇਕ ਵੱਡਾ ਚਮਚਾ ਲਸਣ ਕੱਦੂਕਸ਼ ਕੀਤਾ ਹੋਇਆ

ਪੌਣਾ ਕੱਪ ਪੀਲੀ ਸ਼ਿਮਲਾ ਮਿਰਚ ਟੁਕੜੇ

ਪੌਣਾ ਕੱਪ ਲਾਲ ਸ਼ਿਮਲਾ ਮਿਰਚ ਟੁਕੜੇ

ਦੋ ਟਮਾਟਰ ਛਿਲਕੇ ਤੋਂ ਬਿਨਾਂ ਕੱਟੇ ਹੋਏ

ਦੋ ਕੱਪ ਛੋਟੇ ਦਾਣੇ ਦੇ ਸਪੇਨੀ ਚਾਵਲ (15 ਮਿੰਟ ਪਾਣੀ ਵਿਚ ਭਿਉਂਤੇ ਹੋਏ)

ਪੰਜ ਕੱਪ ਫਿਸ਼/ਚਿਕਨ ਸਟਾਕ

ਦੋ ਵੱਡੇ ਚਮਚੇ ਸਫ਼ੈਦ ਸਿਰਕਾ

ਪੌਣਾ ਕੱਪ ਹਰੇ ਮਟਰ

ਸਜਾਵਟ : ਤਾਜੀ ਅਜਮੋਦ ਕੱਟੀ ਹੋਈ

ਕਿਸ ਨਾਲ ਪਰੋਸੀਏ : ਸਲਾਦ ਅਤੇ ਸੂਪ

ਢੰਗ ਤਰੀਕਾ

1. ਇਕ ਭਾਰੇ ਥੱਲੇ ਵਾਲੇ ਬਰਤਨ ਵਿਚ ਜੈਤੂਨ ਦਾ ਤੇਲ ਗਰਮ ਕਰੋ, ਫੇਰ ਮਸਾਲੇ ਯੁਕਤ ਚਿਕਨ ਕਿਊਬ ਮਿਲਾਵੋ। ਦੋ-ਤਿੰਨ ਮਿੰਟ ਲਗਾਤਾਰ ਪਕਾਵੋ, ਫੇਰ ਸ਼ਰਿੰਪ ਮੱਛੀ ਮਿਲਾ ਦੇਵੋ। 4-5 ਮਿੰਟ ਭੁੰਨਣ ਦੇ ਬਾਦ ਇਕ ਡੋਂਗੇ ਵਿਚ ਕੱਢਕੇ ਅਲੱਗ ਰੱਖ ਲਵੋ।

2. ਉਸੇ ਬਰਤਨ ਵਿਚ ਬਾਕੀ ਤੇਲ ਗਰਮ ਕਰੋ, ਲਸਣ ਅਦਰਕ ਤੇ ਸ਼ਿਮਲਾ ਮਿਰਚ ਪਾ ਕੇ ਭੁੰਨੋ। ਫੇਰ ਟਮਾਟਰ ਪਾ ਕੇ ਦੋ ਮਿੰਟ ਭੁੰਨ।

3. ਪੁਣੇ ਹੋਏ ਚਾਵਲ ਮਿਲਾਕੇ ਚੰਗੀ ਤਰ੍ਹਾਂ ਹਿਲਾਵੋ ਤਾਂ ਕਿ ਚਾਵਲਾਂ ਉਪਰ ਤੇਲ ਦੀ ਪਰਤ ਆ ਜਾਵੇ ਅਤੇ ਫੇਰ ਫਿਸ਼/ਚਿਕਨ ਸਟਾਕ ਮਿਲਾਵੋ। ਸਿਰਕਾ ਅਤੇ ਹਰੇ ਮਟਰ ਵੀ ਮਿਲਾ ਦੇਵੋ।

4. ਸਾਰੇ ਮਸਾਲੇ ਅੱਧਾ ਚਿਕਨ ਸਟਾਕ ਸੁੱਕਣ ਤਕ ਪਕਾਵੋ, ਫੇਰ ਬਚਿਆ ਚਿਕਨ ਤੇ ਸ਼ਰਿੰਪ ਮਿਸ਼ਰਣ ਵੀ ਮਿਲਾ ਦੇਵੋ। ਢੱਕਣ ਲਾ ਕੇ 5-6 ਮਿੰਟ ਤੱਕ ਪਕਾਵੋ ਤਾਂ ਕਿ ਸਾਰਾ ਸਟਾਕ ਸੁੱਕ ਜਾਵੇ। ਮਿਸ਼ਰਣ ਥੋੜ੍ਹਾ ਨਰਮ ਰਹੇ।

5. ਸੇਕ ਤੋਂ ਲਾਹ ਕੇ ਪੰਜ ਮਿੰਟੇ ਉਸੇ ਤਰ੍ਹਾਂ ਹੀ ਪਿਆ ਰਹਿਣ ਦੇਵੋ। ਕੱਟੀ ਅਜਮੋਦ ਨਾਲ ਸਜਾਕੇ ਸਲਾਦ ਅਤੇ ਸੂਪ ਨਾਲ ਗਰਮ ਪਰੋਸੋ।

ਇਹ ਚਾਰ ਵਿਅਕਤੀਆਂ ਲਈ ਕਾਫ਼ੀ ਹੁੰਦਾ ਹੈ। ਇਸਨੂੰ ਬਣਾਉਣ ਵਿਚ ਪੈਂਤੀ ਮਿੰਟ ਲੱਗ ਜਾਂਦੇ ਹਨ।

ਮਟਨ ਰਾਈਸ ਸਟਿਊ

ਸਮੱਗਰੀ

ਇਕ ਵੱਡਾ ਚਮਚਾ ਤੇਲ
ਇਕ ਵੱਡਾ ਚਮਚਾ ਮੱਖਣ
ਪੌਣਾ ਕੱਪ ਪਿਆਜ ਸਲਾਈਸ
250 ਗ੍ਰਾਮ ਬੋਨਲੈਸ ਮਟਨ ਦੇ ਟੁਕੜੇ
ਲੂਣ ਤੇ ਕਾਲੀ ਮਿਰਚ ਸਵਾਦ ਅਨੁਸਾਰ
ਇਕ ਵੱਡਾ ਚਮਚਾ ਨਿੰਬੂ ਦਾ ਰਸ
ਅੱਧਾ ਛੋਟਾ ਚਮਚਾ ਮੋਟੀ ਕੁੱਟੀ ਹੋਈ ਲਾਲ ਮਿਰਚ
ਇਕ ਛੋਟਾ ਚਮਚਾ ਪੀਸਿਆ ਹੋਇਆ ਲਸਣ-ਅਦਰਕ
(ਦੋ ਵੱਡੇ ਚਮਚੇ ਪੀਸੇ ਹੋਏ ਕੱਚੇ ਪਪੀਤੇ ਵਿਚ ਮੈਰੀਨੇਟ ਕੀਤਾ ਹੋਇਆ)
ਇਕ ਕੱਪ ਪਾਣੀ
ਦੋ ਛੋਟੇ ਚਮਚੇ ਤੇਲ
ਅੱਧਾ ਕੱਪ ਹਰਾ ਪਿਆਜ ਕੱਟਿਆ ਹੋਇਆ
ਅੱਧਾ ਕੱਪ ਲਾਲ ਸ਼ਿਮਲਾ ਮਿਰਚ ਕੱਟੀ ਹੋਈ
ਅੱਧਾ ਕੱਪ ਮੱਕੀ ਦੇ ਦਾਣੇ ਉਬਲੇ ਹੋਏ
ਦੋ ਕੱਪ ਉਬਲੇ ਹੋਏ ਚਾਵਲ
ਮਸਾਲੇ ਤੇ ਸੱਸ : ਇਕ ਵੱਡਾ ਚਮਚਾ ਟਮਾਟਰ ਦੀ ਸੱਸ
ਇਕ ਵੱਡਾ ਚਮਚਾ ਸਿਰਕਾ
ਅੱਧਾ ਛੋਟਾ ਚਮਚਾ ਚਾਟ ਮਸਾਲਾ

ਇਕ ਚਮਚਾ ਪੀਸੀ ਹੋਈ ਭੂਰੀ ਮਿਰਚ
ਅੱਧਾ ਛੋਟਾ ਚਮਚਾ ਸੁੱਕੇ ਤੁਲਸੀ ਪੱਤੇ
ਇਕ ਚੌਥਾਈ ਛੋਟਾ ਚਮਚਾ ਗਰਮ ਮਸਾਲਾ
ਇਕ ਚੌਥਾਈ ਛੋਟਾ ਚਮਚਾ ਮੀਟ ਮਸਾਲਾ
ਚਾਰ ਕੱਪ ਪਾਣੀ
ਸਜਾਵਟ : ਕੱਟੀ ਹੋਈ ਅਜਮੋਦ ਤੇ ਬੇਬੀ ਟਮਾਟਰ ਦੇ ਸਲਾਈਸ
ਕਿਸ ਨਾਲ ਪਰੋਸੀਏ : ਫਰੈਂਚ ਬ੍ਰੈਡ ਸਲਾਈਸ

ਢੰਗ ਤਰੀਕਾ

1. ਇਕ ਕੜਾਹੀ ਵਿਚ ਤੇਲ ਤੇ ਮੱਖਣ ਗਰਮ ਕਰੋ, ਪਿਆਜ ਭੂਰਾ ਹੋਣ ਤੱਕ ਲਗਾਤਾਰ ਭੁੰਨੋ, ਫੇਰ ਮੈਰੀਨੇਟਡ ਮਟਨ ਦੇ ਟੁਕੜੇ ਮਿਲਾ ਦੇਵੋ।

2. ਇਕ ਕੱਪ ਪਾਣੀ ਮਿਲਾਕੇ ਮਟਨ ਨਰਮ ਹੋਣ ਤੱਕ ਭਾਫ ਦੇਵੋ। ਪੁਣਕੇ ਇਹ ਸਟਾਕ ਅਲੱਗ ਰੱਖੋ।

3. ਉਸੇ ਕੜਾਹੀ ਵਿਚ ਦੋ ਛੋਟੇ ਚਮਚੇ ਤੇਲ ਗਰਮ ਕਰੋ। ਹਰਾ ਪਿਆਜ, ਲਾਲ ਸ਼ਿਮਲਾ ਮਿਰਚ ਅਤੇ ਮੱਕੀ ਦੇ ਦਾਣੇ ਮਿਲਾਕੇ ਇਕ ਮਿੰਟ ਪਕਾਵੋ। ਫੇਰ ਉਬਲੇ ਹੋਏ ਚਾਵਲ ਅਤੇ ਮਟਨ ਦੇ ਟੁਕੜੇ ਮਿਲਾ ਦੇਵੋ।

4. ਚੰਗੀ ਤਰ੍ਹਾਂ ਮਿਲਾਵੋ। ਸਾਰੇ ਮਸਾਲੇ, ਸੱਸ ਅਤੇ ਪਾਣੀ ਮਿਲਾਵੋ। ਫੇਰ ਬਾਕੀ ਸਟਾਕ ਮਿਲਾਕੇ ਉਬਾਲਾ ਆਉਣ ਦੇਵੋ।

5. ਸੇਕ ਘੱਟ ਕਰ ਲਵੋ। ਦਸ ਮਿੰਟ ਪਕਾਵੋ ਤਾਂ ਕਿ ਸਟਿਊ ਤਿਆਰ ਹੋ ਜਾਵੇ ਅਤੇ ਉਸ ਵਿਚ ਸਾਰੇ ਮਸਾਲਿਆਂ ਦਾ ਸਵਾਦ ਰਚ ਜਾਵੇ।

6. ਇਕ ਵੱਡੇ ਡੋਂਗੇ ਵਿਚ ਉਲਟਾ ਲਵੋ। ਕੱਟੀ ਹੋਈ ਅਜਮੋਦ ਤੇ ਬੇਬੀ ਟਮਾਟਰ ਦੇ ਸਲਾਈਸ ਨਾਲ ਸਜਾਕੇ ਫਰੈਂਚ ਬ੍ਰੈਡ ਸਲਾਈਸ ਨਾਲ ਪਰੋਸੋ।

ਇਹ ਚਾਰ ਵਿਅਕਤੀਆਂ ਲਈ ਕਾਫ਼ੀ ਹੁੰਦਾ ਹੈ। ਇਸਨੂੰ ਬਣਾਉਣ ਵਿਚ ਪੰਜਾਹ ਮਿੰਟ ਲੱਗ ਜਾਂਦੇ ਹਨ।

ਹਰਬਡ ਚਿਕਨ ਸਟਰੋਗਨਾਫ਼ੈਫ ਵਿਦ ਸਟੀਮ ਰਾਈਸ

ਸਮੱਗਰੀ

400 ਗ੍ਰਾਮ ਬੋਨਲੈਸ ਚਿਕਨ
ਇਕ ਵੱਡਾ ਚਮਚਾ ਨਿੰਬੂ ਦਾ ਰਸ
ਅੱਧਾ ਛੋਟਾ ਚਮਚਾ ਪੀਸਿਆ ਹੋਇਆ ਲਸਣ
ਅੱਧਾ ਛੋਟਾ ਚਮਚਾ ਪੀਸੀ ਹੋਈ ਲਾਲ ਮਿਰਚ
ਅੱਧਾ ਛੋਟਾ ਚਮਚਾ ਸੁੱਕਾ ਪੀਸਿਆ ਹੋਇਆ ਪੁਦੀਨਾ
ਲੂਣ ਤੇ ਕਾਲੀ ਮਿਰਚ ਸਵਾਦ ਅਨੁਸਾਰ
ਦੋ ਵੱਡੇ ਚਮਚੇ ਜੈਤੂਨ ਦਾ ਤੇਲ
ਅੱਧਾ ਕੱਪ ਹਰਾ ਪਿਆਜ ਕੱਟਿਆ ਹੋਇਆ
ਅੱਧਾ ਕੱਪ ਮਸ਼ਰੂਮ ਟੁਕੜੇ
ਅੱਧਾ ਕੱਪ ਲਾਲ ਸ਼ਿਮਲਾ ਮਿਰਚ ਕਿਊਬ
ਦੋ ਕੱਪ ਚਿਕਨ ਸਟਾਕ
ਅੱਧਾ ਕੱਪ ਹਰੀ ਸ਼ਿਮਲਾ ਮਿਰਚ
ਦੋ ਵੱਡੇ ਚਮਚੇ ਗਾੜ੍ਹੀ ਕਰੀਮ
ਦੋ ਵੱਡੇ ਚਮਚੇ ਗਾੜ੍ਹੀ ਦਹੀਂ
ਦੋ ਵੱਡੇ ਚਮਚੇ ਦੁੱਧ
ਮਸਾਲੇ : ਅੱਧਾ ਛੋਟਾ ਚਮਚਾ ਲਾਲ ਮਿਰਚ
ਅੱਧਾ ਛੋਟਾ ਚਮਚਾ ਸੁੱਕੀ ਤੁਲਸੀ ਪੱਤੇ
ਲੂਣ ਤੇ ਕਾਲੀ ਮਿਰਚ ਸਵਾਦ ਅਨੁਸਾਰ
ਸਜਾਵਟ : ਬੇਬੀ ਟੋਮੈਟੋ ਸਲਾਈਸ
ਕਿਸ ਨਾਲ ਪਰੋਸੀਏ : ਸਟੀਮ (ਭਾਫ਼) ਰਾਈਸ

ਢੰਗ ਤਰੀਕਾ

1. ਚਿਕਨ ਦੇ ਟੁਕੜਿਆਂ ਤੇ ਮੈਰੀਨੇਡ ਦੀ ਸਮੱਗਰੀ ਲਾਵੋ ਅਤੇ ਦਸ ਮਿੰਟ ਪਏ ਰਹਿਣ ਦੇਵੋ।

2. ਇਕ ਕੜਾਹੀ ਵਿਚ ਤੇਲ ਗਰਮ ਕਰੋ, ਇਕ ਮਿੰਟ ਤੱਕ ਹਰਾ ਪਿਆਜ ਭੁੰਨਣ ਦੇ ਬਾਦ, ਮਸ਼ਰੂਮ ਤੇ ਦੋਵੇਂ ਸ਼ਿਮਲਾ ਮਿਰਚ ਮਿਲਾਕੇ, ਦੋ ਮਿੰਟ ਲਗਾਤਾਰ ਭੁੰਨੋ, ਫੇਰ ਚਿਕਨ ਦੇ ਟੁਕੜੇ ਮਿਲਾ ਦੇਵੋ।

3. ਦਰਮਿਆਨੇ ਸੇਕ ਤੇ 4-5 ਮਿੰਟ ਪਕਾਵੋ, ਫੇਰ ਚਿਕਨ ਸਟਾਕ ਮਿਲਾ ਦੇਵੋ। ਉਬਾਲਾ ਆ ਜਾਣ ਤੇ ਸੇਕ ਘੱਟ ਕਰ ਲਵੋ। ਫੇਰ ਹਿਲਾਉਂਦੇ ਹੋਏ ਦੁੱਧ ਤੇ ਕਰੀਮ ਮਿਲਾ ਦੇਵੋ। ਗਾੜ੍ਹਾ ਹੋਣ ਤੱਕ ਪਕਾਵੋ।

4. ਸੇਕ ਤੋਂ ਹੇਠਾਂ ਲਾਹਕੇ ਕਟੋਰੇ ਵਿਚ ਕੱਢ ਲਵੋ, ਬੇਬੀ ਟਮਾਟਰ ਸਲਾਈਸ ਨਾਲ ਸਜਾਕੇ ਸਟੀਮ ਰਾਈਸ ਨਾਲ ਪਰੋਸੋ।

ਇਹ ਚਾਰ ਵਿਅਕਤੀਆਂ ਲਈ ਕਾਫ਼ੀ ਹੁੰਦਾ ਹੈ। ਇਸਨੂੰ ਬਣਾਉਣ ਵਿਚ ਪੰਤਾਲੀ ਮਿੰਟ ਲੱਗ ਜਾਂਦੇ ਹਨ।

ਪੁਦੀਨਾ ਪਰੌਂਠਾ ਚਿਕਨ

ਸਮੱਗਰੀ

ਪੁਦੀਨਾ ਪਰੌਂਠਾ ਦੇ ਲਈ :
ਦੋ ਕੱਪ ਕਣਕ ਦਾ ਆਟਾ
ਇਕ ਛੋਟਾ ਚਮਚਾ ਜ਼ਵੈਣ
ਦੋ ਵੱਡੇ ਚਮਚੇ ਦੇਸੀ ਘਿਉ
ਲੂਣ ਸਵਾਦ ਅਨੁਸਾਰ
ਪਾਣੀ ਲੋੜ ਅਨੁਸਾਰ
ਦੋ ਛੋਟੇ ਚਮਚੇ ਸੁੱਕਾ ਪੀਸਿਆ ਹੋਇਆ ਪੁਦੀਨਾ
ਘਿਉ/ਮੱਖਣ ਭਰਨ ਦੇ ਲਈ
ਦੋ ਵੱਡੇ ਚਮਚੇ ਤੇਲ
ਦੋ ਹਰੀ ਮਿਰਚ ਕੱਟੀ ਹੋਈ
ਪੌਣਾ ਕੱਪ ਪਿਆਜ ਕਿਊਬ
ਪੌਣਾ ਕੱਪ ਟਮਾਟਰ ਕਿਊਬ
ਡੇਢ ਕੱਪ ਬੋਨਲੈਸ ਚਿਕਨ ਪੱਕਿਆ ਤੇ ਕੱਟਿਆ ਹੋਇਆ
ਲੂਣ ਤੇ ਕਾਲੀ ਮਿਰਚ ਸਵਾਦ ਅਨੁਸਾਰ
ਅੱਧਾ ਛੋਟਾ ਚਮਚਾ ਚਾਟ ਮਸਾਲਾ
ਇਕ ਛੋਟਾ ਚਮਚਾ ਨਿੰਬੂ ਦਾ ਰਸ
ਇਕ ਛੋਟਾ ਚਮਚਾ ਸੁੱਕੀ ਕਸੂਰੀ ਮੇਥੀ
ਇਕ ਛੋਟਾ ਚਮਚਾ ਤੰਦੂਰੀ ਚਿਕਨ ਮਸਾਲਾ
ਸਜਾਵਟ : ਸਿਰਕਾ ਪਿਆਜ
ਕਿਸ ਨਾਲ ਪਰੋਸੀਏ : ਪੁਦੀਨਾ ਦਹੀਂ ਚਟਣੀ

ਢੰਗ ਤਰੀਕਾ

1. ਆਟਾ, ਜ਼ਵੈਣ, ਘਿਉ ਅਤੇ ਲੂਣ ਇਕ ਡੋਂਗੇ ਵਿਚ ਮਿਲਾਵੋ, ਪਾਣੀ ਮਿਲਾਕੇ ਆਟਾ ਗੁੰਨ੍ਹੋ ਅਤੇ ਰੱਖ ਲਵੋ। 2. ਆਟੇ ਦੇ ਚਾਰ ਪੇੜੇ ਬਣਾਉ ਅਤੇ ਪਰੌਂਠੇ ਵੇਲਕੇ ਅੱਧਾ ਚਮਚਾ ਪੀਸਿਆ ਹੋਇਆ ਪੁਦੀਨਾ ਭੁੱਕ ਦੇਵੋ। 3. ਪਰੌਂਠੇ ਦੇ ਦੋਵੇਂ ਪਾਸੇ ਘਿਉ/ਮੱਖਣ ਲਾ ਕੇ ਸੁਨਹਿਰਾ ਹੋਣ ਤੱਕ ਪਕਾਵੋ। 4. ਇਕ ਕੜਾਹੀ ਵਿਚ ਤੇਲ ਗਰਮ ਕਰੋ, ਹਰੀ ਮਿਰਚ, ਪਿਆਜ, ਸ਼ਿਮਲਾ ਮਿਰਚ ਤੇ ਟਮਾਟਰ ਮਿਲਾਕੇ 2-3 ਮਿੰਟ ਤੱਕ ਭੁੰਨੋ। ਫੇਰ ਚਿਕਨ, ਲੂਣ, ਕਾਲੀ ਮਿਰਚ, ਚਾਟ ਮਸਾਲਾ, ਨਿੰਬੂ ਦਾ ਰਸ, ਕਸੂਰੀ ਮੇਥੀ ਤੇ ਚਿਕਨ ਮਸਾਲਾ ਪਾ ਦੇਵੋ। 5. ਚੰਗੀ ਤਰ੍ਹਾਂ ਮਿਲਾਵੋ। ਵਾਧੂ ਨਮੀ ਸੁੱਕਣ ਤੱਕ ਪਕਾਵੋ। ਇਸ ਭਰਨ ਵਾਲੀ ਸਮੱਗਰੀ ਨੂੰ ਪਰੌਂਠੇ ਉਪਰ ਰੱਖਕੇ ਚਿਕਨ ਪਰੌਂਠਾ ਰੋਲ ਬਣਾਉ। ਸਿਰਕਾ ਪਿਆਜ ਨਾਲ ਸਜਾਕੇ, ਪੁਦੀਨਾ ਦਹੀਂ ਚਟਣੀ ਨਾਲ ਗਰਮ ਪਰੋਸੋ। ਇਹ ਚਾਰ ਵਿਅਕਤੀਆਂ ਲਈ ਕਾਫ਼ੀ ਹੁੰਦਾ ਹੈ। ਇਸਨੂੰ ਬਣਾਉਣ ਵਿਚ ਪੈਂਤੀ ਮਿੰਟ ਲੱਗ ਜਾਂਦੇ ਹਨ।

ਮਸਾਲਾ ਚਿਕਨ ਕਾਠੀ ਰੋਲ

ਸਮੱਗਰੀ

ਚਾਰ ਤਿਆਰ ਰੁਮਾਲੀ ਰੋਟੀ ਜਾਂ ਘਰੇ ਬਣੀ ਪਤਲੀ ਚਪਾਤੀ
ਘਿਉ/ਤੇਲ ਲਾਉਣ ਲਈ
ਭਰਨ ਦੇ ਲਈ :
ਚਾਰ ਵੱਡੇ ਚਮਚੇ ਤੇਲ
ਦੋ ਹਰੀ ਮਿਰਚ ਕੱਟੀ ਹੋਈ
ਇਕ ਛੋਟਾ ਚਮਚਾ ਲਸਣ ਕੱਦੂਕਸ਼ ਕੀਤਾ ਹੋਇਆ
ਪੌਣਾ ਕੱਪ ਪਿਆਜ ਸਲਾਈਸ
ਪੌਣਾ ਕੱਪ ਹਰੀ ਸ਼ਿਮਲਾ ਮਿਰਚ ਸਲਾਈਸ
ਪੌਣਾ ਕੱਪ ਟਮਾਟਰ ਸਲਾਈਸ
ਦੋ ਕੱਪ ਚਿਕਨ ਸੱਸੇਜ, ਸਲਾਈਸ ਤੇ ਪੱਕੇ ਹੋਏ
ਮਸਾਲੇ : ਇਕ ਵੱਡਾ ਚਮਚਾ ਨਿੰਬੂ ਦਾ ਰਸ
ਅੱਧਾ ਛੋਟਾ ਚਮਚਾ ਚਾਟ ਮਸਾਲਾ
ਅੱਧਾ ਛੋਟਾ ਚਮਚਾ ਕਾਲੀ ਮਿਰਚ ਦਰੜੀ ਹੋਈ
ਇਕ ਚੌਥਾਈ ਛੋਟੇ ਚਮਚਾ ਪੀਸੀ ਹੋਈ ਲਾਲ ਮਿਰਚ
ਲੂਣ ਸਵਾਦ ਅਨੁਸਾਰ
ਇਕ ਵੱਡਾ ਚਮਚਾ ਟੋਮੈਟੋ ਕੈਚਅਪ
ਛਿੜਕਣ/ਭੁੱਕਣ ਦੇ ਲਈ : ਆਮ ਪੁਦੀਨਾ ਚਟਣੀ
ਸਿਰਕਾ ਪਿਆਜ
ਸਜਾਵਟ : ਕੱਦੂਕਸ਼ ਕੀਤੀ ਹੋਈ ਮੂਲ਼ੀ
ਕਿਸ ਨਾਲ ਪਰੋਸੀਏ : ਟੋਮੈਟੋ ਕੈਚਅਪ

ਢੰਗ ਤਰੀਕਾ

1. ਇਕ ਕੜਾਹੀ ਵਿਚ ਤੇਲ ਗਰਮ ਕਰੋ। ਹਰੀ ਮਿਰਚ ਤੇ ਲਸਣ ਮਿਲਾਕੇ ਇਕ ਮਿੰਟ ਭੁੰਨਣ ਦੇ ਬਾਦ ਪਿਆਜ ਗੁਲਾਬੀ ਹੋਣ ਤੱਕ ਭੁੰਨੋ। ਫੇਰ ਸ਼ਿਮਲਾ ਮਿਰਚ ਤੇ ਟਮਾਟਰ ਮਿਲਾਵੋ ਅਤੇ ਸੱਸੇਜ ਤੇ ਮਸਾਲੇ ਵੀ ਮਿਲਾ ਦੇਵੋ। ਚਾਰ-ਪੰਜ ਮਿੰਟ ਨਮੀ ਸੁੱਕਣ ਤੱਕ ਪਕਾਵੋ।

2. ਰੋਟੀਆਂ ਨੂੰ ਥੋੜ੍ਹਾ ਜਿਹਾ ਘਿਉ ਲਾ ਕੇ ਗਰਮ ਤਵੇ ਤੇ ਟੋਸਟ ਕਰੋ। ਸਰਵਿੰਗ ਪਲੇਟ ਵਿਚ ਰੱਖੋ। ਹਰ ਇਕ ਰੋਟੀ ਤੇ ਇਕ ਚੌਥਾਈ ਭਰਨ ਵਾਲੀ ਸਮੱਗਰੀ ਰੱਖੋ। ਥੋੜ੍ਹੀ ਆਮ ਪੁਦੀਨਾ ਚਟਣੀ ਅਤੇ ਸਿਰਕਾ ਪਿਆਜ ਛਿੜਕੋ।

3. ਇਸਨੂੰ ਕਸਕੇ ਰੋਲ ਕਰੋ (ਪੋਪਲਾ ਜਿਹਾ ਬਣਾਵੋ) ਤਾਂ ਕਿ ਵਿਚਲੀ ਸਮੱਗਰੀ ਬਾਹਰ ਨਾ ਨਿੱਕਲੇ। ਦੋ ਟੁਕੜਿਆਂ ਵਿਚ ਕੱਟੋ। ਕੱਦੂਕਸ਼ ਮੂਲ਼ੀ ਨਾਲ ਸਜਾਕੇ ਟੋਮੈਟੋ ਕੈਚਅਪ ਨਾਲ ਪਰੋਸੋ।

ਇਹ ਚਾਰ ਵਿਅਕਤੀਆਂ ਲਈ ਕਾਫ਼ੀ ਹੁੰਦਾ ਹੈ। ਇਸਨੂੰ ਬਣਾਉਣ ਵਿਚ ਤੀਹ ਮਿੰਟ ਲੱਗ ਜਾਂਦੇ ਹਨ।

ਗਰਿੱਲਡ ਚਿਕਨ ਸਿਜ਼ਲਰ

ਸਮੱਗਰੀ

ਚਾਰ ਚਿਕਨ ਟੰਗਾਂ (ਲੈਗ ਪੀਸ)
ਚਾਰ ਚਿਕਨ ਬ੍ਰੈਸਟ (ਸੀਨਾ)
ਮੈਰੀਨੇਡ ਦੇ ਲਈ :
ਇਕ ਵੱਡਾ ਚਮਚਾ ਨਿੰਬੂ ਦਾ ਰਸ
ਦੋ ਵੱਡੇ ਚਮਚੇ ਗਾੜ੍ਹਾ ਦਹੀਂ
ਇਕ ਵੱਡਾ ਚਮਚਾ ਪੀਸਿਆ ਹੋਇਆ ਲਸਣ-ਅਦਰਕ
ਅੱਧਾ ਛੋਟਾ ਚਮਚਾ ਤੰਦੂਰੀ ਚਿਕਨ ਮਸਾਲਾ
ਅੱਧਾ ਛੋਟਾ ਚਮਚਾ ਪੀਸੀ ਹੋਈ ਲਾਲ ਮਿਰਚ
ਇਕ ਚੁਟਕੀ ਖਾਣ ਵਾਲਾ ਲਾਲ ਰੰਗ
ਇਕ ਚੁਟਕੀ ਪੀਸੀ ਹੋਈ ਇਲਾਇਚੀ
ਇਕ ਵੱਡਾ ਚਮਚਾ ਕਰੀਮ
ਘਿਉ/ਤੇਲ ਲਾਉਣ ਦੇ ਲਈ
ਰੱਖਣ ਦੇ ਲਈ ਪੱਤ ਗੋਭੀ ਦੇ ਪੱਤੇ
ਮੱਖਣ ਲੋੜ ਅਨੁਸਾਰ

ਸਜਾਵਟ : ਪਿਆਜ ਤੇ ਛੱਲੇ (ਰਿੰਗਜ), ਨਿੰਬੂ ਵੈਜਿਸ (ਟੁਕੜੇ)

ਕਿਸ ਨਾਲ ਪਰੋਸੀਏ : ਰੂਮਾਲੀ ਰੋਟੀ, ਦਾਲ ਮੱਖਣੀ, ਫਚਊਮਰ ਸਲਾਦ ਤੇ ਹਰੀ ਚਟਣੀ

ਢੰਗ ਤਰੀਕਾ

1. ਟੰਗਾਂ ਅਤੇ ਸੀਨੇ ਨੂੰ ਕਾਂਟੇ ਨਾਲ ਖੌਂਚਾ ਕਰੋ (ਫੇਟ ਕਰੋ), ਮੈਰੀਨੇਡ ਦੀ ਸਮੱਗਰੀ ਮਲਕੇ ਤੀਹ ਮਿੰਟ ਲਈ ਰੱਖ ਦੇਵੋ।

2. ਫੇਰ ਚਿਕਨ ਨੂੰ ਘਿਉ ਲਾਉਂਦੇ ਹੋਏ ਭੂਰਾ ਹੋਣ ਤੱਕ ਗਰਿਲ ਰੋਸਟ ਕਰੋ।

3. ਅਰੇਂਜ ਕਰਨ ਦੇ ਲਈ : ਸਿਜ਼ਲਰ ਦੀਆਂ ਦੋ ਆਇਰਨ ਪਲੇਟ ਸੇਕ ਤੇ ਰੱਖੋ, ਇਹਨਾਂ ਤੇ ਮੱਖਣ ਲਾ ਕੇ ਪੱਤ ਗੋਭੀ ਦੇ ਪੱਤੇ ਰੱਖੋ। ਫੇਰ ਚਿਕਨ ਲੈਗਜ ਅਤੇ ਬ੍ਰੈਸਟ ਨੂੰ ਰੂਮਾਲੀ ਰੋਟੀ, ਦਾਲ, ਸਲਾਦ ਤੇ ਚਟਣੀ ਦੇ ਨਾਲ ਪਰੋਸੋ।

ਇਹ ਚਾਰ ਵਿਅਕਤੀਆਂ ਲਈ ਕਾਫ਼ੀ ਹੁੰਦਾ ਹੈ। ਇਸਨੂੰ ਬਣਾਉਣ ਵਿਚ ਇਕ ਘੰਟਾ ਵੀਹ ਮਿੰਟ ਲੱਗ ਜਾਂਦੇ ਹਨ।

ਮੈਕਸੀਕਨ ਚਿਕਨ ਪਲੈਟਰ

ਸਮੱਗਰੀ

ਅੱਠ ਚਮੜੀ ਰਹਿਤ ਚਿਕਨ ਡਰੱਮ ਸਟਿੱਕ

ਛਿੜਕਣ ਦੇ ਲਈ :

ਲੂਣ ਤੇ ਕਾਲੀ ਮਿਰਚ ਸਵਾਦ ਅਨੁਸਾਰ

ਅੱਧਾ ਛੋਟਾ ਚਮਚਾ ਸੁੱਕੇ ਤੁਲਸੀ ਪੱਤੇ

ਇਕ ਛੋਟਾ ਚਮਚਾ ਨਿੰਬੂ ਦਾ ਰਸ

ਅੱਧਾ ਛੋਟਾ ਚਮਚਾ ਕਾਲੀ ਮਿਰਚ ਦਰੜੀ ਹੋਈ

ਅੱਧਾ ਛੋਟਾ ਚਮਚਾ ਟਾਕੋ ਮਸਾਲਾ (ਰੈਡੀਮੇਡ)

ਇਕ ਅੰਡਾ ਫੈਂਟਿਆ ਹੋਇਆ, ਲਪੇਟਣ ਦੇ ਲਈ

ਪੌਣਾ ਕੱਪ ਨਾਚੋ ਕੁੱਟੇ ਹੋਏ

ਇਕ ਚੌਥਾਈ ਕੱਪ ਸੁੱਕੀ ਬ੍ਰੈਡ ਦਾ ਚੂਰਾ

ਤੇਲ/ਘਿਉ ਲਾਉਣ ਦੇ ਲਈ

ਸਾਲਸਾ ਸੱਸ ਪਾਉਣ ਦੇ ਲਈ

ਬੀਨਸ, ਬਰੀਟੋਸ ਤੇ ਟਾਕੋਸ

ਸਜਾਵਟ : ਅਮਰੀਕਨ ਮੱਕੀ ਦੇ ਦਾਣੇ

ਕਿਸ ਨਾਲ ਪਰੋਸੀਏ : ਮੈਕਸੀਕਨ ਚਾਵਲ-ਰੀਫਰਾਈਡ

ਢੰਗ ਤਰੀਕਾ

1. ਚਿਕਨ ਡਰੱਮਸਟਿੱਕ ਇਕ ਡੋਂਗੇ ਵਿਚ ਰੱਖੋ, ਕਾਂਟੇ ਨਾਲ ਖੋਂਚਾ ਕਰੋ, ਮੈਰੀਨੇਡ ਦੀ ਸਮੱਗਰੀ ਮਲਕੇ ਦਸ ਮਿੰਟਾਂ ਲਈ ਇਕ ਪਾਸੇ ਰੱਖ ਦੇਵੋ।

2. ਪਹਿਲਾਂ ਤੋਂ ਅੱਧ ਉਬਲੀ ਚਿਕਨ ਟੰਗੜੀ (Leg) ਨੂੰ ਨਮੀ ਸੁੱਕਣ ਤੱਕ ਪਕਾਵੋ। ਫ਼ੈਂਟੇ ਅੰਡੇ ਦੇ ਘੋਲ ਵਿਚ ਪਾਵੋ, ਨਾਚੋ ਅਤੇ ਬ੍ਰੈਡ ਦੇ ਚੂਰੇ ਵਿਚ ਲਪੇਟੋ।

3. ਸਾਰੀਆਂ ਚਿਕਨ ਡਰੱਮਸਟਿੱਕ ਚੋਪੜੀ ਹੋਈ ਓਵਨ ਪਰੂਫ਼ ਡਿਸ਼ ਵਿਚ ਰੱਖੋ, ਫੇਰ ਇਸ ਉਪਰ ਮੱਖਣ/ਘਿਉ ਲਾ ਕੇ ਵੀਹ ਮਿੰਟਾਂ ਤੱਕ ਬੇਕ ਕਰੋ ਤਾਂ ਕਿ ਕ੍ਰਿਸਪੀ ਹੋ ਜਾਵੇ।

4. ਹਰ ਪਲੇਟ ਵਿਚ ਦੋ ਡਰੱਮ ਸਟਿੱਕ ਰੱਖੋ, ਇਹਨਾਂ ਉਪਰ ਸਾਲਸਾ ਸੱਸ ਪਾ ਕੇ ਮੈਕਸੀਕਨ ਚਾਵਲ, ਰੀਫਰਾਈਡ ਬੀਨਜ (Beans), ਬਰੀਟੋਸ ਤੇ ਟਾਕੋਸ ਦੇ ਨਾਲ ਗਰਮ ਪਰੋਸੋ।

ਇਹ ਚਾਰ ਵਿਅਕਤੀਆਂ ਲਈ ਕਾਫ਼ੀ ਹੁੰਦਾ ਹੈ। ਇਸਨੂੰ ਬਣਾਉਣ ਵਿਚ ਇਕ ਘੰਟਾ ਲੱਗ ਜਾਂਦਾ ਹੈ।

ਚਾਈਨਜ਼ ਚਿਕਨ ਪਲੈਟਰ

ਸਮੱਗਰੀ

350 ਗ੍ਰਾਮ ਚਮੜੀ ਰਹਿਤ, ਬੋਨਲੈਸ ਚਿਕਨ ਛੋਟੇ-ਛੋਟੇ ਟੁਕੜੇ
ਮੈਰੀਨੇਡ ਦੇ ਲਈ : ਇਕ ਵੱਡਾ ਚਮਚਾ ਨਿੰਬੂ ਦਾ ਰਸ
ਇਕ ਵੱਡਾ ਚਮਚਾ ਲਸਣ/ਅਦਰਕ ਪੀਸਿਆ ਹੋਇਆ
ਅੱਧਾ ਛੋਟਾ ਚਮਚਾ ਪੀਸੀ ਹੋਈ ਲਾਲ ਮਿਰਚ
ਇਕ ਚੌਥਾਈ ਛੋਟਾ ਚਮਚਾ ਚਾਈਨਜ ਫਾਈਵ ਸਪਾਈਸ ਪਾਊਡਰ
ਲੂਣ ਤੇ ਕਾਲੀ ਮਿਰਚ ਸਵਾਦ ਅਨੁਸਾਰ
ਇਕ ਛੋਟਾ ਚਮਚਾ ਸੋਇਆ ਸੱਸ
ਸੱਸ ਦੇ ਲਈ : ਦੋ ਵੱਡੇ ਚਮਚੇ ਮੂੰਗਫਲੀ ਦਾ ਤੇਲ
ਇਕ ਕੱਪ ਹਰਾ ਪਿਆਜ ਬਾਰੀਕ ਕੱਟਿਆ ਹੋਇਆ
ਇਕ ਛੋਟਾ ਚਮਚਾ ਲਸਣ ਕੱਦੂਕਸ਼ ਕੀਤਾ ਹੋਇਆ
ਅੱਧਾ ਛੋਟਾ ਚਮਚਾ ਮੋਟੀ ਕੁੱਟੀ ਹੋਈ ਲਾਲ ਮਿਰਚ
ਲੂਣ ਤੇ ਕਾਲੀ ਮਿਰਚ ਸਵਾਦ ਅਨੁਸਾਰ
ਇਕ ਸਾਥ ਮਿਲਾਵੋ
ਇਕ ਕੱਪ ਪਾਣੀ
ਇਕ ਵੱਡਾ ਚਮਚਾ ਸਿਰਕਾ
ਇਕ ਛੋਟਾ ਚਮਚਾ ਸੋਇਆ ਸੱਸ
ਇਕ ਵੱਡਾ ਚਮਚਾ ਟੋਮੈਟੋ ਕੈਚਅਪ
ਇਕ ਵੱਡਾ ਚਮਚਾ ਸਵੀਟ ਚਿੱਲੀ ਸੱਸ
ਇਕ ਛੋਟਾ ਚਮਚਾ ਮੱਕੀ ਦਾ ਆਟਾ
ਸਜਾਵਟ : ਕੱਟਿਆ ਹਰਾ ਧਨੀਆ ਦੇ ਪੱਤੇ/ਅਜਮੋਦ
ਕਿਸ ਨਾਲ ਪਰੋਸੀਏ : ਹੱਕਾ ਨਿਊਡਲਜ, ਫਰਾਈਡ ਰਾਈਸ ਜਾਂ ਕਿਮਚੀ ਸਲਾਦ

ਢੰਗ ਤਰੀਕਾ

1. ਚਿਕਨ ਦੇ ਟੁਕੜੇ ਮੈਰੀਨੇਟ ਕਰੋ ਅਤੇ ਪੰਦਰਾਂ ਮਿੰਟ ਤੱਕ ਪਏ ਰਹਿਣ ਦੇਵੋ। 2. ਇਕ ਕੜਾਹੀ ਵਿਚ ਤੇਲ ਗਰਮ ਕਰੋ, ਹਰਾ ਪਿਆਜ, ਲਸਣ, ਲਾਲ ਮਿਰਚ, ਲੂਣ ਤੇ ਕਾਲੀ ਮਿਰਚ ਭੁੰਨਣ ਦੇ ਬਾਦ ਚਿਕਨ ਦੇ ਟੁਕੜੇ ਮਿਲਾ ਦੇਵੋ ਅਤੇ ਪੌਣਾ ਪੱਕਣ ਤੱਕ ਭੁੰਨੋ। 3. ਸੱਸ ਦੀ ਸਮੱਗਰੀ ਮਿਲਾਕੇ ਕੜਾਹੀ ਵਿਚ ਰੱਖੋ। ਘੱਟ ਸੇਕ ਤੇ ਉਸਨੂੰ ਪੰਜ ਮਿੰਟ ਪਕਾਵੋ। ਸੱਸ ਗਾੜ੍ਹੀ ਹੋ ਜਾਵੇ ਤੇ ਚਿਕਨ ਨਰਮ ਹੋ ਜਾਵੇ ਤਾਂ ਉਤਾਰ ਲਵੋ। 4. ਅਰੇਂਜ ਕਰਨ ਦੇ ਲਈ : ਨਿਊਡਲਜ਼, ਫਰਾਈਡ ਰਾਈਸ ਤੇ ਸਲਾਦ ਇਕ ਪਲੇਟ ਵਿਚ ਰੱਖੋ। ਇਹਨਾਂ ਤੇ ਚਿਕਨ ਪਾ ਕੇ ਕੱਟਿਆ ਧਨੀਆ ਭੁੱਕੋ। ਹੱਕਾ ਨਿਊਡਲਜ, ਫਰਾਈਡ ਰਾਈਸ ਤੇ ਸਲਾਦ ਦੇ ਨਾਲ ਗਰਮ ਪਰੋਸੋ। ਇਹ ਚਾਰ ਵਿਅਕਤੀਆਂ ਲਈ ਕਾਫ਼ੀ ਹੁੰਦਾ ਹੈ। ਇਸਨੂੰ ਬਣਾਉਣ ਵਿਚ ਪੰਤਾਲੀ ਮਿੰਟ ਲੱਗ ਜਾਂਦੇ ਹਨ।

ਇਟੈਲੀਅਨ ਚਿਕਨ ਪਲੈਟਰ

ਸਮੱਗਰੀ

ਅੱਠ ਚਮੜੀ ਤੋਂ ਬਿਨਾਂ ਬੋਨਲੈਸ ਚਿਕੇਨ ਬ੍ਰੈਸਟ/ਫਿਲੇਟ
ਮੈਰੀਨੇਡ : ਦੋ ਵੱਡੇ ਚਮਚੇ ਪੇਸਟੋ ਸੱਸ (ਰੈਡੀਮੇਡ)
ਇਕ ਵੱਡਾ ਚਮਚਾ ਨਿੰਬੂ ਦਾ ਰਸ
ਅੱਧਾ ਛੋਟਾ ਚਮਚਾ ਔਰੀਗੇਨੋ
ਇਕ ਛੋਟਾ ਚਮਚਾ ਪੀਸਿਆ ਲਸਣ ਅਦਰਕ
ਲੂਣ, ਕਾਲੀ ਤੇ ਲਾਲ ਮਿਰਚ ਸਵਾਦ ਅਨੁਸਾਰ
ਇਕ ਅੰਡੇ ਦੀ ਸਫ਼ੈਦੀ ਲਪੇਟਣ ਦੇ ਲਈ
ਪੌਣਾ ਕੱਪ ਸੁੱਕੀ ਬ੍ਰੈਡ ਦਾ ਚੂਰਾ
ਲਪੇਟਣ ਦੇ ਲਈ
ਪੌਣਾ ਕੱਪ ਕੱਦੂਕਸ਼ ਮੌਜਰੇਲਾ ਪਨੀਰ
ਛਿੜਕਣ ਦੇ ਲਈ
ਮੱਖਣ/ਜੈਤੂਨ ਦਾ ਤੇਲ
ਸਜਾਵਟ : ਤਾਜ਼ੀ ਕੱਟੀ ਹੋਈ ਅਜ਼ਮੋਦ (ਖੁਰਾਸਾਨੀ ਜਵੈਣ)
ਕਿਸ ਨਾਲ ਪਰੋਸੀਏ : ਬੇਸਿਲ ਟੋਮੈਟੋ ਪਾਸਤਾ, ਗਾਰਲਿਕ ਬ੍ਰੈਡ ਤੇ ਆਲੂ ਵੈਜਿਸ

ਢੰਗ ਤਰੀਕਾ

1. ਚਿਕਨ ਬ੍ਰੈਸਟ ਤੇ ਮੈਰੀਨੇਡ ਮਲਕੇ ਦਸ ਮਿੰਟ ਇਕ ਪਾਸੇ ਰੱਖ ਦੇਵੋ।

2. ਫਿਰ ਚਿਕਨ ਦੇ ਟੁਕੜੇ, ਅੰਡੇ ਦੀ ਸਫੈਦੀ ਵਿਚ ਡੁਬੋਕੇ ਬ੍ਰੈਡ ਚੂਰਾ ਵਿਚ ਲਪੇਟੋ।

3. ਇਕ ਬੇਕਿੰਗ ਡਿਸ਼ ਵਿਚ ਘਿਉ/ਤੇਲ ਲਾਕੇ ਇਹਨਾਂ ਨੂੰ ਰੱਖ ਦੇਵੋ। ਉਪਰ ਦੀ ਮੌਜ਼ਰੇਲਾ ਪਨੀਰ ਭੂਕੋ, ਪਹਿਲਾਂ ਤੋਂ ਗਰਮ ਓਵਨ ਵਿਚ 180 ਡਿਗਰੀ ਸੈਲਸੀਅਸ ਤੇ 35-40 ਮਿੰਟ ਬੇਕ ਕਰੋ। ਚਿਕਨ ਪੱਕਣ ਤੱਕ ਸਾਈਡ ਪਲਟਦੇ ਰਹੋ।

4. ਅਰੇਂਜ ਕਰਨ ਦੇ ਲਈ : ਦੋ ਚਿਕਨ ਬ੍ਰੈਸਟ ਸਰਵਿੰਗ ਪਲੇਟ ਵਿਚ ਰੱਖੋ। ਤਾਜੀ ਕੱਟੀ ਹੋਈ ਅਜਮੋਦ ਨਾਲ ਸਜਾਕੇ ਬੇਸਿਲ ਟੋਮੈਟੋ ਪਾਸਤਾ, ਗਾਰਲਿਕ ਬ੍ਰੈਡ ਅਤੇ ਆਲੂ ਵੈਜਿਸ ਨਾਲ ਗਰਮ ਪਰੋਸੋ।

ਇਹ ਚਾਰ ਵਿਅਕਤੀਆਂ ਲਈ ਕਾਫ਼ੀ ਹੁੰਦਾ ਹੈ। ਇਸਨੂੰ ਬਣਾਉਣ ਵਿਚ ਇਕ ਘੰਟਾ ਪੰਜਾਹ ਮਿੰਟ ਲੱਗ ਜਾਂਦੇ ਹਨ।

ਥਾਈ ਚਿਕਨ ਪਲੈਟਰ

ਸਮੱਗਰੀ

250 ਗ੍ਰਾਮ ਚਿਕਨ ਕੀਮਾ
ਦੋ ਹਰੀ ਮਿਰਚ ਪੀਸੀ ਹੋਈ
ਦੋ ਬ੍ਰੈਡ ਸਲਾਈਸ ਮਸਲੇ ਹੋਏ
ਇਕ ਵੱਡਾ ਚਮਚਾ ਹਰਾ ਧਨੀਆ ਕੱਟਿਆ ਹੋਇਆ
ਦੋ ਵੱਡੇ ਚਮਚੇ ਹਰਾ ਪਿਆਜ ਕੱਟਿਆ ਹੋਇਆ
ਇਕ ਵੱਡਾ ਚਮਚਾ ਫਿਸ਼ ਸਾਸ
ਇਕ ਛੋਟਾ ਚਮਚਾ ਲਾਲ ਕਰੀ ਪੇਸਟ (ਰੈਡੀਮੇਡ)
ਅੱਧਾ ਕੱਪ ਉਬਲੇ ਹੋਏ ਚਾਵਲ, ਮਸਲੇ ਹੋਏ,
ਸਵੀਟ ਚਿੱਲੀ ਸੱਸ ਪਾਉਣ ਦੇ ਲਈ
ਮੂੰਗਫਲੀ ਦਾ ਤੇਲ ਤਲਣ ਦੇ ਲਈ

ਸਜਾਵਟ : ਗਾਜਰ ਦੇ ਟੁਕੜੇ

ਕਿਸ ਨਾਲ ਪਰੋਸੀਏ : ਥਾਈ ਨਿਊਡਲਜ਼, ਗਰੀਨ ਵੈਜ਼ ਕਰੀ ਤੇ ਭਾਫ਼ ਵਿਚ ਪਕਾਏ ਹੋਏ ਚਾਵਲ

ਢੰਗ ਤਰੀਕਾ :

1. ਸਾਰੀ ਸਮੱਗਰੀ ਇਕ ਡੌਂਗੇ ਵਿਚ ਮਿਲਾਕੇ ਆਟੇ ਮਿਸ਼ਰਣ ਗੁੰਨ੍ਹ ਲਵੋ।

2. ਮਿਸ਼ਰਣ ਦੇ ਅੱਠ ਹਿੱਸੇ ਕਰਕੇ ਗੋਲ ਕਟਲੇਟ ਬਣਾਉ, ਮੱਕੀ ਦਾ ਆਟਾ ਲਪੇਟੋ, ਕਿਸੇ ਠੰਢੀ ਜਗਾਹ ਤੇ ਦਸ ਮਿੰਟ ਰੱਖ ਦੇਵੋ।

3. ਇਕ ਪੈਨ ਵਿਚ ਤੇਲ ਗਰਮ ਕਰੋ ਅਤੇ ਇਹਨਾਂ ਨੂੰ ਭੂਰਾ ਹੋਣ ਤੱਕ ਪਲਟਦੇ (ਥੱਲਦੇ ਹੋਏ) ਹੋਏ ਤਲੋ।

4. ਅਰੇਂਜ ਕਰਨ ਦੇ ਲਈ ਸਰਵਿੰਗ ਪਲੇਟ ਵਿਚ ਦੋ ਕਟਲੇਟ ਇਕ ਦੂਜੇ ਦੇ ਉਪਰ ਰੱਖੋ। ਸੇਲੇਰੀ ਦੀਆਂ ਪੱਟੀਆਂ ਤੇ ਗਾਜਰ ਨਾਲ ਸਜਾਕੇ ਥਾਈ ਨਿਊਡਲਜ਼, ਗਰੀਨ ਵੈਜ਼ ਕਰੀ ਤੇ ਪੱਕੇ ਹੋਏ ਚਾਵਲਾਂ ਨਾਲ ਪਰੋਸੋ।

ਇਹ ਚਾਰ ਵਿਅਕਤੀਆਂ ਲਈ ਕਾਫ਼ੀ ਹੁੰਦਾ ਹੈ। ਇਸਨੂੰ ਬਣਾਉਣ ਵਿਚ ਪੰਤਾਲੀ ਮਿੰਟ ਲੱਗ ਜਾਂਦੇ ਹਨ।

ਇੰਡੀਅਨ ਤੰਦੂਰੀ ਪਲੈਟਰ

ਸਮੱਗਰੀ

ਅੱਠ ਚਮੜੀ ਰਹਿਤ ਬੋਨਲੈਸ ਚਿਕਨ ਬ੍ਰੈਸਟ

ਮੈਰੀਨੇਡ ਦੇ ਲਈ : ਇਕ ਛੋਟਾ ਚਮਚਾ ਪੀਸਿਆ ਹੋਇਆ ਅਦਰਕ

ਇਕ ਛੋਟਾ ਚਮਚਾ ਪੀਸਿਆ ਹੋਇਆ ਲਸਣ

ਇਕ ਵੱਡਾ ਚਮਚਾ ਨਿੰਬੂ ਦਾ ਰਸ

ਦੋ ਵੱਡੇ ਚਮਚੇ ਦਹੀਂ

ਡੇਢ ਛੋਟਾ ਚਮਚਾ ਤੰਦੂਰੀ ਚਿਕਨ ਮਸਾਲਾ ਪੀਸਿਆ ਹੋਇਆ

ਅੱਧਾ ਛੋਟਾ ਚਮਚਾ ਲਾਲ ਮਿਰਚ

ਲੂਣ ਸਵਾਦ ਅਨੁਸਾਰ

ਇਕ ਚੁਟਕੀ ਖਾਣ ਵਾਲਾ ਲਾਲ ਰੰਗ

ਇਕ ਚੁਟਕੀ ਪੀਸੀ ਹੋਈ ਹਰੀ ਇਲਾਇਚੀ

ਅੱਧਾ ਛੋਟਾ ਚਮਚਾ ਕਾਲੀ ਮਿਰਚ ਦਰੜੀ ਹੋਈ

ਇਕ ਛੋਟਾ ਚਮਚਾ ਤੇਲ

ਤੇਲ/ਮੱਖਣ, ਲਾਉਣ ਦੇ ਲਈ

ਚਾਟ ਮਸਾਲਾ ਤੇ ਨਿੰਬੂ ਦਾ ਰਸ ਛਿੜਕਣ ਦੇ ਲਈ

ਸਜਾਵਟ : ਸਿਰਕਾ ਪਿਆਜ

ਕਿਸ ਨਾਲ ਪਰੋਸੀਏ : ਦਾਲ ਮੱਖਣੀ, ਨੱਾਨ ਪਰੌਂਠਾ, ਮਿਕਸਵੈਜ਼ ਅਤੇ ਅੰਬ ਦੀ ਚਟਣੀ

ਢੰਗ ਤਰੀਕਾ

1. ਚਿਕਨ ਬ੍ਰੈਸਟ ਇਕ ਡੋਂਗੇ ਵਿਚ ਰੱਖੋ। ਮੈਰੀਨੇਡ ਦੀ ਸਾਰੀ ਸਮੱਗਰੀ ਮਲਣ ਦੇ ਬਾਦ ਇਕ ਘੰਟੇ ਤੱਕ ਪਿਆ ਰਹਿਣ ਦੇਵੋ।

2. ਚਿਕਨ ਦੇ ਟੁਕੜੇ ਸਕੀਵਰਜ (ਸੀਖਾਂ) ਵਿਚ ਪਰੋਕੇ ਗਰਿਲ ਵਿਚ ਸੁਨਹਿਰੇ ਭੂਰੇ ਹੋਣ ਤੱਕ ਪਕਾਵੋ। ਵਿਚ-ਵਿਚ ਦੀ ਘਿਉ/ਤੇਲ ਤੇ ਮੈਰੀਨੇਡ ਦੀ ਸਮੱਗਰੀ ਲਾਉਂਦੇ ਰਹੇ।

3. ਅਰੇਂਜ ਕਰਨ ਦੇ ਲਈ : ਦੋ-ਦੋ ਸਕੀਵਰਜ ਇਕ ਪਲੇਟ ਵਿਚ ਰੱਖੋ। ਸਿਰਕਾ ਪਿਆਜ ਨਾਲ ਸਜਾਕੇ ਦਾਲ ਮੱਖਣੀ, ਨੱਾਨ-ਪਰੌਂਠਾ, ਮਿਕਸ ਵੈਜ਼ ਤੇ ਅੰਬਾਂ ਦੀ ਚਟਣੀ ਨਾਲ ਪਰੋਸੋ।

ਇਹ ਚਾਰ ਵਿਅਕਤੀਆਂ ਦੇ ਲਈ ਕਾਫ਼ੀ ਹੁੰਦਾ ਹੈ। ਇਸਨੂੰ ਬਣਾਉਣ ਵਿਚ ਦੋ ਘੰਟੇ ਲੱਗ ਜਾਂਦੇ ਹਨ।

ਦਹੀਂ ਵਾਲਾ ਚਿਕਨ

ਸਮੱਗਰੀ

ਤਿੰਨ ਵੱਡੇ ਚਮਚੇ ਤੇਲ
ਇਕ ਕੱਪ ਪਿਆਜ ਬਾਰੀਕ ਕੱਟਿਆ ਹੋਇਆ
ਇਕ ਛੋਟਾ ਚਮਚਾ ਬਰਿਆਣੀ ਮਸਾਲਾ
ਇਕ ਤੇਜ ਪੱਤਾ ਕੁੱਟਿਆ ਹੋਇਆ
ਇਕ ਛੋਟਾ ਚਮਚਾ ਲਸੂਣ ਪੇਸਟ
ਇਕ ਛੋਟਾ ਚਮਚਾ ਅਦਰਕ ਪੇਸਟ
ਪੰਜ ਸੌ ਗ੍ਰਾਮ ਚਿਕਨ ਟੁਕੜੇ (ਬੋਨ ਸਹਿਤ)
ਲੂਣ ਸਵਾਦ ਅਨੁਸਾਰ
ਅੱਧਾ ਛੋਟਾ ਚਮਚਾ ਪੀਸੀ ਹੋਈ ਲਾਲ ਮਿਰਚ
ਅੱਧਾ ਛੋਟਾ ਚਮਚਾ ਪੀਸਿਆ ਹੋਇਆ ਜੀਰਾ
ਇਕ ਛੋਟਾ ਚਮਚਾ ਚਿਕਨ ਮਸਾਲਾ
ਪੌਣਾ ਕੱਪ ਪਾਣੀ
ਪੌਣਾ ਕੱਪ ਗਾੜ੍ਹਾ ਦਹੀਂ
ਪੌਣਾ ਕੱਪ ਟਮਾਟਰ, ਬਲਾਂਚ ਤੇ ਮਸਲੇ ਹੋਏ
ਸਜਾਵਟ : ਤਾਜੇ ਆਨਾਰ ਦੇ ਦਾਣੇ, ਧਨੀਏ ਦੇ ਪੱਤੇ

ਢੰਗ ਤਰੀਕਾ

1. ਇਕ ਕੁੱਕਰ ਜਾਂ ਕੜਾਹੀ ਵਿਚ ਤੇਲ ਗਰਮ ਕਰੋ, ਤੇਜ ਪੱਤਾ, ਬਰਿਆਣੀ ਮਸਾਲਾ, ਅਦਰਕ-ਲਸਣ ਦੇ ਨਾਲ ਪਿਆਜ ਨੂੰ ਗੁਲਾਬੀ ਹੋਣ ਤੱਕ ਭੁੰਨੋ।

2. ਫੇਰ ਚਿਕਨ ਦੇ ਟੁਕੜੇ, ਲੂਣ, ਮਿਰਚ, ਪੀਸਿਆ ਹੋਇਆ ਜੀਰਾ ਤੇ ਚਿਕਨ ਮਸਾਲਾ ਮਿਲਾਵੋ। ਲਗਾਤਾਰ ਹਿਲਾਉਂਦੇ ਹੋਏ ਪੌਣਾ ਕੱਪ ਪਾਣੀ ਮਿਲਾਵੋ ਅਤੇ ਅੱਧ ਗਲਿਆ ਹੋਣ ਤੱਕ ਪਕਾਵੋ।

3. ਹੁਣ ਗਾੜ੍ਹਾ ਦਹੀਂ ਤੇ ਟਮਾਟਰ ਪਾ ਕੇ ਘੱਟ ਸੇਕ ਤੇ ਪਕਾਵੋ, ਜਦੋਂ ਚਿਕਨ ਨਰਮ ਹੋ ਜਾਵੇ ਤਾਂ ਸੇਕ ਤੇਜ ਕਰਕੇ ਪਾਣੀ ਸੁਕਾ ਲਵੋ।

4. ਇਕ ਡੋਂਗੇ ਵਿਚ ਪਾ ਲਵੋ। ਤਾਜੇ ਆਨਾਰ ਦੇ ਦਾਣੇ ਜਾਂ ਧਨੀਏ ਦੇ ਪੱਤੇ ਨਾਲ ਸਜਾਕੇ ਪਰੌਂਠਾ, ਚਪਾਤੀ, ਖੱਟੇ ਆਲੂ ਦਾਲ ਅਤੇ ਪੁਦੀਨਾ ਰਾਇਤਾ ਨਾਲ ਪਰੋਸੋ।

ਇਹ ਚਾਰ ਵਿਅਕਤੀਆਂ ਦੇ ਲਈ ਕਾਫ਼ੀ ਹੁੰਦਾ ਹੈ। ਇਸਨੂੰ ਬਣਾਉਣ ਵਿਚ ਇਕ ਘੰਟਾ ਲੱਗ ਜਾਂਦਾ ਹੈ।

ਮੁਗਲਈ ਚਿਕਨ ਮਸਾਲਾ

ਸਮੱਗਰੀ

ਚਾਰ ਵੱਡੇ ਚਮਚੇ ਤੇਲ/ਘਿਉ
ਇਕ ਕੱਪ ਪੀਸਿਆ ਹੋਇਆ ਪਿਆਜ
ਦੋ ਛੋਟੇ ਚਮਚ ਅਦਰਕ-ਲਸਣ ਪੇਸਟ
ਦੋ ਹਰੀ ਮਿਰਚ ਕੱਟੀ ਹੋਈ
ਇਕ ਤੇਜ ਪੱਤਾ ਕੁੱਟਿਆ ਹੋਇਆ
ਪੌਣਾ ਛੋਟਾ ਚਮਚਾ ਜੀਰਾ
ਡੇਢ ਕੱਪ ਟਮਾਟਰ ਪੀਸੇ ਹੋਏ
ਇਕ ਛੋਟਾ ਚਮਚਾ ਬਰਿਆਨੀ ਮਸਾਲਾ
ਮਸਾਲੇ : ਅੱਧਾ ਛੋਟਾ ਚਮਚਾ ਚਿਕਨ ਮਸਾਲਾ
ਅੱਧਾ ਛੋਟਾ ਚਮਚਾ ਪੀਸੀ ਹੋਈ ਲਾਲ ਮਿਰਚ
ਇਕ ਚੌਥਾਈ ਛੋਟਾ ਚਮਚਾ ਪੀਸਿਆ ਹੋਇਆ ਜੀਰਾ
ਇਕ ਚੌਥਾਈ ਛੋਟਾ ਚਮਚਾ ਗਰਮ ਮਸਾਲਾ
ਇਕ ਚੁਟਕੀ ਪੀਸਿਆ ਹੋਇਆ ਜਾਇਫਲ
ਲੂਣ ਸਵਾਦ ਅਨੁਸਾਰ
500 ਗ੍ਰਾਮ ਚਿਕਨ ਬੋਨਲੈਸ/ਵਿਦ ਬੋਨਜ਼
ਅੱਧਾ ਕੱਪ ਪਾਣੀ
ਦੋ ਵੱਡੇ ਚਮਚੇ ਕਰੀਮ
ਇਕ ਚੌਥਾਈ ਕੱਪ ਖੋਇਆ
ਕੁੱਝ ਕਾਜੂ
ਸਜਾਵਟ : ਹਰੇ ਧਨੀਏ ਦੇ ਪੱਤੇ
ਕਿਸ ਨਾਲ ਪਰੋਸੀਏ : ਲੱਛੇਦਾਰ ਪਰੌਂਠਾ, ਦਾਲ, ਮਿਕਸ ਵੈਜ ਤੇ ਰਾਇਤਾ

ਢੰਗ ਤਰੀਕਾ

1. ਇਕ ਕੜਾਹੀ ਵਿਚ ਤੇਲ ਗਰਮ ਕਰੋ, ਪੀਸਿਆ ਪਿਆਜ ਭੂਰਾ ਹੋਣ ਤੱਕ ਭੁੰਨੋ, ਫੇਰ ਅਦਰਕ, ਲਸਣ, ਤੇਜਪੱਤਾ ਤੇ ਜੀਰਾ ਮਿਲਾਉ। ਦੋ ਮਿੰਟ ਬਾਦ ਟਮਾਟਰ ਪਿਊਰੀ ਤੇ ਬਰਿਆਨੀ ਮਸਾਲਾ ਮਿਲਾ ਦੇਵੋ।

2. ਚੰਗੀ ਤਰ੍ਹਾਂ ਮਿਲਾਉਣ ਦੇ ਬਾਦ ਮਸਾਲੇ ਅਤੇ ਚਿਕਨ ਦੇ ਟੁਕੜੇ ਪਾਵੋ। ਫੇਰ ਲਗਾਤਾਰ ਹਿਲਾਉਂਦੇ ਹੋਏ ਅੱਧਾ ਕੱਪ ਪਾਣੀ ਮਿਲਾਵੋ। ਢੱਕਣ ਬੰਦ ਕਰਕੇ ਘੱਟ ਸੇਕ ਤੇ ਚਿਕਨ ਨਰਮ ਹੋਣ ਤੱਕ ਪਕਾਵੋ।

3. ਢੱਕਣ ਹਟਾਕੇ ਮਸਾਲੇ ਪਾਵੋ, ਕਰੀਮ, ਖੋਆ ਤੇ ਕਾਜੂ ਮਿਲਾਵੋ। ਦੋ ਮਿੰਟ ਪਕਾਉਣ ਦੇ ਬਾਦ ਹੇਠਾਂ ਲਾਹ ਲਵੋ।

4. ਇਕ ਡੋਂਗੇ ਵਿਚ ਕੱਢ ਲਵੋ। ਧਨੀਏ ਦੇ ਪੱਤਿਆਂ ਨਾਲ ਸਜਾਕੇ ਲੱਛੇਦਾਰ ਪਰੌਂਠਾ, ਦਾਲ, ਮਿਕਸ ਵੈਜ ਅਤੇ ਰਾਇਤੇ ਨਾਲ ਸਰਵ ਕਰੋ।

ਇਹ ਚਾਰ ਵਿਅਕਤੀਆਂ ਦੇ ਲਈ ਕਾਫ਼ੀ ਹੁੰਦਾ ਹੈ। ਇਸਨੂੰ ਬਣਾਉਣ ਵਿਚ ਪੰਤਾਲੀ ਮਿੰਟ ਲੱਗ ਜਾਂਦੇ ਹਨ।

ਇਟਲੀ ਦੇ ਮੀਟ ਗੋਲ਼ੇ

ਸਮੱਗਰੀ

ਇਕ ਕੱਪ ਮਟਨ ਬੋਨਲੈਸ ਪੱਕਾ ਹੋਇਆ ਤੇ ਟੁਕੜੇ ਕੱਟੇ ਹੋਏ
ਇਕ ਕੱਪ ਪਰਮਲ ਚਾਵਲ ਪੱਕੇ ਹੋਏ
ਇਕ ਕੱਪ ਆਲੂ ਉਬਲੇ ਤੇ ਮਸਲੇ ਹੋਏ
ਅੱਧਾ ਕੱਪ ਪਨੀਰ ਕੱਦੂਕਸ਼ ਕੀਤਾ ਹੋਇਆ
ਦੋ ਵੱਡੇ ਚਮਚੇ ਅਜਮੋਦ ਕੱਟੀ ਹੋਈ
ਦੋ ਵੱਡੇ ਚਮਚੇ ਮੱਕੀ ਦਾ ਆਟਾ
ਅੱਧਾ ਛੋਟਾ ਚਮਚਾ ਮੋਟੀ ਕੁੱਟੀ ਹੋਈ ਲਾਲ ਮਿਰਚ
ਮਸਾਲੇ : ਅੱਧਾ ਛੋਟਾ ਚਮਚਾ ਔਰੀਗੇਨੋ
ਅੱਧਾ ਛੋਟਾ ਚਮਚਾ ਸੁੱਕੇ ਮਿਕਸ ਹਰਬ
ਲੂਣ ਤੇ ਕਾਲੀ ਮਿਰਚ ਸਵਾਦ ਅਨੁਸਾਰ
ਡੀਪ ਫਰਾਈ ਦੇ ਲਈ ਤੇਲ
ਇਕ ਕੱਪ ਸੁੱਕੀ ਬ੍ਰੈਡ ਦਾ ਚੂਰਾ (ਲਪੇਟਣ ਦੇ ਲਈ)
ਸਜਾਵਟ : ਟਮਾਟਰ ਤੇ ਸ਼ਿਮਲਾ ਮਿਰਚ ਦੇ ਜੂਲੀਅਨਜ
ਕਿਸ ਨਾਲ ਪਰੋਸੀਏ : ਟਾਰਟਰ ਸੌਸ

ਢੰਗ ਤਰੀਕਾ

1. ਕੱਟੇ ਮਟਨ, ਆਲੂ, ਚਾਵਲ, ਪਨੀਰ, ਅਜਮੋਦ, ਮੱਕੀ ਦਾ ਆਟਾ ਇਕ ਡੋਂਗੇ ਵਿਚ ਪਾ ਕੇ ਸਾਰੇ ਮਸਾਲੇ ਮਿਲਾ ਦੇਵੋ।

2. ਫਿਰ ਇਸ ਮਿਸ਼ਰਣ ਨੂੰ ਮਿਲਾਕੇ ਗੁੰਨ੍ਹ ਲਵੋ। ਛੋਟੀ ਕਾਕਟੇਲ ਦੇ ਆਕਾਰ ਦੇ ਗੋਲ਼ੇ ਬਣਾਉ। ਬ੍ਰੈਡ ਦੇ ਚੂਰੇ ਵਿਚ ਲਪੇਟਕੇ 15 ਮਿੰਟ ਤੱਕ ਫਰਿਜ ਵਿਚ ਰੱਖੋ।

3. ਇਕ ਕੜਾਹੀ ਵਿਚ ਤੇਲ ਗਰਮ ਕਰੋ, ਮੀਟ ਤੇ ਰਾਈਸ ਦੇ ਗੋਲ਼ਿਆਂ ਨੂੰ ਤਲੋ। ਕਿਚਨ ਪੇਪਰ ਤੇ ਵਾਧੂ ਤੇਲ ਸੋਖ ਲਵੋ। ਇਕ ਸਨੈਕ ਪਲੈਟਰ ਵਿਚ ਕੱਢ ਲਵੋ। ਟਮਾਟਰ ਤੇ ਸ਼ਿਮਲਾ ਮਿਰਚ ਦੇ ਜੂਲੀਨਜ ਨਾਲ ਸਜਾਕੇ ਟਾਰਟਰ ਸੌਸ ਦੇ ਨਾਲ ਪਰੋਸੋ।

ਇਹ ਚਾਰ ਵਿਅਕਤੀਆਂ ਦੇ ਲਈ ਕਾਫ਼ੀ ਹੁੰਦਾ ਹੈ। ਇਸਨੂੰ ਬਣਾਉਣ ਵਿਚ ਪੰਜਾਹ ਮਿੰਟ ਲੱਗ ਜਾਂਦੇ ਹਨ।

ਮਿਸ ਸੌਸ ਵਿਚ ਗਾਰਲਿਕ ਪਾਸਤਾ

ਸਮੱਗਰੀ

ਪਾਸਤਾ ਦੇ ਲਈ : ਦੋ ਵੱਡੇ ਚਮਚੇ ਜੈਤੂਨ ਦਾ ਤੇਲ
ਇਕ ਵੱਡਾ ਚਮਚਾ ਮੱਖਣ
ਦੋ ਵੱਡੇ ਚਮਚੇ ਲਸਣ ਕੱਦੂਕਸ਼ ਕੀਤਾ ਹੋਇਆ
ਦੋ ਛੋਟੇ ਚਮਚੇ ਮਿਕਸ ਹਰਬ ਸੁੱਕੇ
ਇਕ ਛੋਟਾ ਚਮਚਾ ਲਾਲ ਮਿਰਚ
ਲੂਣ ਤੇ ਕਾਲੀ ਮਿਰਚ ਸਵਾਦ ਅਨੁਸਾਰ
ਚਾਰ ਕੱਪ ਉਬਲਿਆ ਪਾਸਤਾ ਜਾਂ ਮੈਕਰੋਨੀ (ਸੈਵੀਆਂ)
ਮਿਸ ਸਾਸ ਦੇ ਲਈ : ਦੋ ਵੱਡੇ ਚਮਚੇ ਜੈਤੂਨ ਦਾ ਤੇਲ
ਇਕ ਕੱਪ ਹਰਾ ਪਿਆਜ ਬਾਰੀਕ ਕੱਟਿਆ ਹੋਇਆ
ਅੱਧਾ ਕੱਪ ਸ਼ਿਮਲਾ ਮਿਰਚ ਟੁਕੜੇ
ਅੱਧਾ ਕੱਪ ਮਸ਼ਰੂਮ ਸਲਾਈਸ
ਅੱਧਾ ਕੱਪ ਪੱਤ ਗੋਭੀ ਕੱਟੀ ਹੋਈ
ਅੱਧ ਕੱਪ ਗਾਜਰ ਟੁਕੜੇ (ਉਬਲੇ ਹੋਏ)
ਇਕ ਕੱਪ ਮਟਨ ਕੀਮਾ (ਪੱਕਿਆ ਹੋਇਆ)
ਦੋ ਵੱਡੇ ਚਮਚੇ ਸੋਇਆ ਸੱਸ
ਤਿੰਨ ਵੱਡੇ ਚਮਚੇ ਸਵੀਟ ਚਿੱਲੀ ਸੱਸ
ਦੋ ਵੱਡੇ ਚਮਚੇ ਟੋਮੈਟੋ ਸੱਸ

ਦੋ ਵੱਡੇ ਚਮਚੇ ਸਿਰਕਾ

ਲੂਣ ਤੇ ਕਾਲੀ ਮਿਰਚ ਸਵਾਦ ਅਨੁਸਾਰ

ਦੋ ਕੱਪ ਪਾਣੀ

ਇਕ ਵੱਡਾ ਚਮਚਾ ਮੱਕੀ ਦਾ ਆਟਾ

ਸਜਾਵਟ : ਆਲੂ ਵੈਜਿਸ

ਕਿਸ ਨਾਲ ਪਰੋਸੀਏ : ਗਾਰਲਿਕ ਬ੍ਰੈਡ ਜਾਂ ਪਨੀਰ ਸੈਂਡਵਿਚ

ਢੰਗ ਤਰੀਕਾ

1. ਪਾਸਤਾ ਦੇ ਲਈ : ਇਕ ਨਾਨ-ਸਟਿਕ ਪੈਨ ਵਿਚ ਤੇਲ ਤੇ ਮੱਖਣ ਗਰਮ ਕਰੋ। ਲਸਣ ਪਾ ਕੇ ਇਕ ਮਿੰਟ ਭੁੰਨਣ ਦੇ ਬਾਦ ਲੂਣ, ਕਾਲੀ ਮਿਰਚ, ਸੁੱਕੇ ਮਿਕਸ ਹਰਬ, ਲਾਲ ਮਿਰਚ ਮਿਲਾਵੋ। ਫੇਰ ਉਬਲਿਆ ਪਾਸਤਾ ਜਾਂ ਮੈਕਰੋਨੀ ਪਾ ਕੇ ਹਿਲਾਵੋ। ਸੇਕ ਤੋਂ ਉਤਾਰਕੇ ਇਕ ਪਾਸੇ ਰੱਖ ਲਵੋ।

2. ਕੀਮਾ ਸੱਸ ਦੇ ਲਈ : ਇਕ ਕੜਾਹੀ ਵਿਚ ਤੇਲ ਗਰਮ ਕਰੋ। ਦੋ ਮਿੰਟ ਪਿਆਜ ਭੁੰਨਣ ਬਾਦ ਸ਼ਿਮਲਾ ਮਿਰਚ, ਮਸ਼ਰੂਮ, ਪੱਤ ਗੋਭੀ ਤੇ ਗਾਜਰ ਮਿਲਾ ਦੇਵੋ।

3. ਦੋ ਮਿੰਟ ਘੱਟ ਸੇਕ ਤੇ ਭੁੰਨੋ, ਪਹਿਲਾਂ ਪਕਾਇਆ ਮਟਨ ਕੀਮਾ, ਸੱਸ, ਸਿਰਕਾ, ਲੂਣ, ਕਾਲੀ ਮਿਰਚ ਮਿਲਾ ਦੇਵੋ।

4. ਚੰਗੀ ਤਰ੍ਹਾਂ ਹਿਲਾਉਣ ਦੇ ਬਾਦ ਉਬਾਲਾ ਆਉਣ ਦੇਵੋ। ਫੇਰ ਮੱਕੀ ਦੇ ਆਟੇ ਦਾ ਘੋਲ ਮਿਲਾ ਦੇਵੋ।

5. ਸੱਸ ਗਾੜ੍ਹੀ ਹੋਣ ਤੱਕ ਪਕਾਵੋ, ਤਿਆਰ ਪਾਸਤਾ ਇਕ ਪਲੇਟ ਵਿਚ ਕੱਢੋ, ਗਾਰਲਿਕ ਪਾਸਤਾ ਤੇ ਗਰਮ ਕੀਮਾ ਸੱਸ ਪਾਵੋ।

6. ਆਲੂ ਵੈਜਿਸ ਨਾਲ ਸਜਾਕੇ ਗਾਰਲਿਕ ਬ੍ਰੈਡ ਜਾਂ ਪਨੀਰ ਸੈਂਡਵਿਚ ਨਾਲ ਸਰਵ ਕਰੋ।

ਇਹ ਚਾਰ ਵਿਅਕਤੀਆਂ ਦੇ ਲਈ ਕਾਫ਼ੀ ਹੁੰਦਾ ਹੈ। ਇਸਨੂੰ ਬਣਾਉਣ ਵਿਚ ਪੰਜਾਹ ਮਿੰਟ ਲੱਗ ਜਾਂਦੇ ਹਨ।

ਕੀਮਾ ਆਲੂ ਰਿਜ਼ੌਟੋ

ਸਮੱਗਰੀ

ਦੋ ਵੱਡੇ ਚਮਚੇ ਤੇਲ
ਇਕ ਵੱਡਾ ਚਮਚਾ ਮੱਖਣ
ਦੋ ਹਰੀ ਮਿਰਚ ਕੱਟੀ ਹੋਈ
ਪੌਣਾ ਕੱਪ ਪਿਆਜ ਬਾਰੀਕ ਕੱਟਿਆ ਹੋਇਆ
250 ਗ੍ਰਾਮ ਮਟਨ ਕੀਮਾ, ਲੂਣ ਕਾਲੀ ਮਿਰਚ ਨਿੰਬੂ ਦੇ ਰਸ ਨਾਲ ਭਾਫ ਵਿਚ ਪਕਾਇਆ ਹੋਇਆ
ਦੋ ਕੱਪ ਆਲੂ ਉਬਲੇ ਹੋਏ ਤੇ ਮਸਲੇ ਹੋਏ
ਇਕ ਕੱਪ ਬਾਰੀਕ ਪੀਸੀ ਹੋਈ ਤੋਰੀ
ਅੱਧਾ ਕੱਪ ਗਾਜਰ ਉਬਲੀ ਹੋਈ ਤੇ ਕੱਦੂਕਸ਼ ਕੀਤੀ ਹੋਈ
ਅੱਧਾ ਕੱਪ ਉਬਲੇ ਹੋਏ ਮਟਰ ਅੱਧ ਮਸਲੇ
ਅੱਧਾ ਕੱਪ ਪਨੀਰ ਕੱਦੂਕਸ਼ ਕੀਤਾ ਹੋਇਆ
ਇਕ ਕੱਪ ਸੁੱਕੀ ਬ੍ਰੈਡ ਦਾ ਚੂਰਾ
ਇਕ ਕੱਪ ਪਨੀਰ ਕੱਦੂਕਸ਼ ਕੀਤਾ ਹੋਇਆ
ਦੋ ਵੱਡੇ ਚਮਚੇ ਮੱਖਣ
ਮਸਾਲੇ : ਅੱਧਾ ਛੋਟਾ ਚਮਚਾ ਮੋਟੀ ਕੁੱਟੀ ਹੋਈ ਲਾਲ ਮਿਰਚ
ਇਕ ਛੋਟਾ ਚਮਚਾ ਧਨੀਆ ਦਰੜਿਆ ਹੋਇਆ
ਪੌਣਾ ਛੋਟਾ ਚਮਚਾ ਕਾਲੀ ਮਿਰਚ ਦਰੜੀ ਹੋਈ
ਪੌਣਾ ਕੱਪ ਛੋਟਾ ਚਮਚਾ ਸੁੱਕੀ ਔਰੀਗੇਨੋ
ਅੱਧਾ ਛੋਟਾ ਚਮਚਾ ਅਮਚੂਰ
ਲੂਣ ਸਵਾਦ ਅਨੁਸਾਰ
ਸਜਾਵਟ : ਬੇਕਡ ਬੀਨਜ, ਵੇਫਰਜ਼
ਕਿਸ ਨਾਲ ਪਰੋਸੀਏ : ਮਸਟਰਡ ਸੱਸ

ਢੰਗ ਤਰੀਕਾ

1. ਇਕ ਕੜਾਹੀ ਵਿਚ ਤੇਲ ਤੇ ਮੱਖਣ ਗਰਮ ਕਰੋ, ਹਰੀ ਮਿਰਚ ਤੇ ਪਿਆਜ ਪਾ ਕੇ ਭੂਰਾ ਗੁਲਾਬੀ ਹੋਣ ਤੱਕ ਭੁੰਨਕੇ ਮਟਨ ਕੀਮਾ ਮਿਲਾ ਦੇਵੋ। 2. ਦੋ ਮਿੰਟ ਤੱਕ ਦਰਮਿਆਨੇ ਸੇਕ ਤੇ ਭੁੰਨਣ ਬਾਦ, ਆਲੂ, ਪਾਲਕ, ਮਟਰ, ਗਾਜਰ ਤੇ ਪਨੀਰ ਮਿਲਾਕੇ ਹਿਲਾਵੋ। 3. ਸੱਭ ਕੁੱਝ ਮਿਲਾਉਣ ਦੇ ਬਾਦ ਸੁੱਕੀ ਬ੍ਰੈਡ ਦਾ ਚੂਰਾ, ਪਨੀਰ, ਮਸਾਲੇ ਪਾ ਦੇਵੋ। 4. ਮਿਸ਼ਰਣ ਦੇ ਚਾਰ ਹਿੱਸੇ ਕਰੋ, ਪਹਿਲਾਂ ਤੋਂ ਗਰਮ ਤਵੇ ਤੇ ਮੱਖਣ ਲਾ ਕੇ ਰੋਸਟੀ ਮਿਸ਼ਰਣ ਪਾਵੋ। ਇਸਨੂੰ ਪਲਟੇ ਨਾਲ ਫੈਲਾ ਕੇ ਦੋਵਾਂ ਪਾਸਿਆਂ ਤੋਂ ਸੁਨਹਿਰਾ ਪਕਾਵੋ ਅਤੇ ਥੋੜ੍ਹਾ-ਥੋੜ੍ਹਾ ਮੱਖਣ ਲਾਵੋ। 5. ਰੋਸਟੀ ਇਕ ਟਰੇਅ ਵਿਚ ਰੱਖੋ, ਬੇਕਡ ਬੀਨਜ ਤੇ ਵੇਫਰਜ਼ ਨਾਲ ਸਜਾਕੇ ਮਸਟਰਡ ਸੱਸ ਨਾਲ ਪਰੋਸੋ। ਇਹ ਚਾਰ ਵਿਅਕਤੀਆਂ ਲਈ ਕਾਫ਼ੀ ਹੁੰਦਾ ਹੈ। ਇਸਨੂੰ ਬਣਾਉਣ ਵਿਚ ਇਕ ਘੰਟਾ ਲੱਗਦਾ ਹੈ।

ਅਚਾਰੀ ਗੁਰਦਾ ਕਲੇਜੀ

ਸਮੱਗਰੀ

500 ਗ੍ਰਾਮ ਗੁਰਦਾ ਕਲੇਜੀ
ਇਕ ਕੱਪ ਗਾੜ੍ਹਾ ਦਹੀਂ
ਦੋ ਤਿੰਨ ਵੱਡੇ ਚਮਚੇ ਪਕਾਉਣ ਦਾ ਤੇਲ
ਦੋ-ਤਿੰਨ ਸੁੱਕੀ ਲਾਲ ਮਿਰਚ
ਅੱਧਾ ਛੋਟਾ ਚਮਚਾ ਮੇਥੀ ਦਾਣਾ
ਅੱਧਾ ਛੋਟਾ ਚਮਚਾ ਜ਼ਵੈਣ
ਪੌਣਾ ਛੋਟਾ ਚਮਚਾ ਸੌਂਫ
ਤਿੰਨ ਕੱਪ ਪਿਆਜ ਬਾਰੀਕ ਕੱਟਿਆ ਹੋਇਆ
ਪੌਣਾ ਛੋਟਾ ਚਮਚਾ ਪੀਸੀ ਹੋਈ ਲਾਲ ਮਿਰਚ
ਅੱਧਾ ਛੋਟਾ ਚਮਚਾ ਚਾਟ ਮਸਾਲਾ
ਲੂਣ ਸਵਾਦ ਅਨੁਸਾਰ
ਸਜਾਵਟ : ਕਰੀ ਪੱਤਾ
ਕਿਸ ਨਾਲ ਪਰੋਸੀਏ : ਪੁਦੀਨਾ ਪਰੌਂਠਾ ਜਾਂ ਬਟਰ ਨਾਨ

ਢੰਗ ਤਰੀਕਾ

1. ਇਕ ਨਾਨ-ਸਟਿਕ ਪੈਨ ਵਿਚ ਤੇਲ ਗਰਮ ਕਰੋ, ਮੇਥੀ ਦਾਣਾ, ਕਲੌਂਜੀ, ਸੌਂਫ ਤੇ ਜ਼ਵੈਣ ਮਿਲਾਕੇ ਭੁੰਨੋ, ਫੇਰ ਪਿਆਜ ਭੁੰਨੋ, ਜਦੋਂ ਭੂਰਾ ਹੋ ਜਾਵੇ ਤਾਂ ਲਾਲ ਮਿਰਚ, ਚਾਟ ਮਸਾਲਾ ਤੇ ਲੂਣ ਵੀ ਮਿਲਾ ਦੇਵੋ।

2. ਗੁਰਦਾ-ਕਲੇਜੀ ਪਾ ਕੇ ਭੂਰੀ ਹੋਣ ਤੱਕ ਭੁੰਨੋ। ਦਹੀਂ ਪਾ ਕੇ ਢਕ ਦੇਵੋ ਅਤੇ ਗੁਰਦਾ-ਕਲੇਜੀ ਗਰਮ ਹੋਣ ਤੱਕ ਪਕਾਵੋ।

3. ਢੱਕਣ ਉਤਾਰ ਕੇ ਤੇਜ ਸੇਕ ਤੇ ਭੁੰਨੋ। ਫੇਰ ਇਕ ਪਲੇਟ ਵਿਚ ਕੱਢ ਲਵੋ, ਕਰੀ ਪੱਤੇ ਨਾਲ ਸਜਾਕੇ ਪੁਦੀਨਾ ਪਰੌਂਠਾ ਜਾਂ ਬਟਰ ਨੱਨ ਨਾਲ ਸਰਵ ਕਰੋ।

ਇਹ ਚਾਰ ਵਿਅਕਤੀਆਂ ਦੇ ਲਈ ਕਾਫ਼ੀ ਹੁੰਦਾ ਹੈ। ਇਸਨੂੰ ਬਣਾਉਣ ਵਿਚ ਪੰਜਾਹ ਮਿੰਟ ਲੱਗ ਜਾਂਦੇ ਹਨ।

ਮਿਸ ਕਵੈਡੀਲਾਸ

ਸਮੱਗਰੀ

ਚਾਰ ਮੈਕਸੀਕਨ ਟਾਰਟਿਲਾ (ਬਾਜਾਰ ਵਿਚ ਉਪਲਬਧ, ਰੋਟੀ ਜਾਂ ਘਰ ਵਿਚ ਬਣੀਆਂ ਮੈਦੇ ਦੀਆਂ ਰੋਟੀਆਂ)

ਦੋ ਵੱਡੇ ਚਮਚੇ ਪਾਸਤਾ ਸੱਸ

ਦੋ ਵੱਡੇ ਚਮਚੇ ਪੀਲਾ ਮੱਖਣ/ਜੈਤੂਨ ਦਾ ਤੇਲ

ਇਕ ਕੱਪ ਪਨੀਰ ਕੱਦੂਕਸ਼ ਕੀਤਾ ਹੋਇਆ

ਭਰਨ ਦੇ ਲਈ : ਦੋ ਵੱਡੇ ਚਮਚੇ ਜੈਤੂਨ ਦਾ ਤੇਲ

ਅੱਧਾ ਕੱਪ ਪਿਆਜ ਬਾਰੀਕ ਸਲਾਈਸ

ਇਕ ਕੱਪ ਸ਼ਿਮਲਾ ਮਿਰਚ ਸਲਾਈਸ

ਇਕ ਕੱਪ ਟਮਾਟਰ ਬਾਰੀਕ ਸਲਾਈਸ

ਦੋ ਕੱਪ ਮਟਨ ਕੀਮਾ ਭਾਫ਼ ਵਿਚ ਪਕਾਇਆ ਹੋਇਆ

ਮਸਾਲੇ : ਅੱਧਾ ਛੋਟਾ ਚਮਚਾ ਮੋਟੀ ਕੁੱਟੀ ਹੋਈ ਲਾਲ ਮਿਰਚ

ਅੱਧਾ ਛੋਟਾ ਚਮਚਾ ਕਾਲੀ ਮਿਰਚ ਦਰੜੀ ਹੋਈ

ਦੋ ਛੋਟੇ ਚਮਚੇ ਸੁੱਕੀ ਅਜਮੋਦ (ਖੁਰਾਸਾਨੀ ਜ਼ਵੈਣ)

ਇਕ ਵੱਡਾ ਚਮਚਾ ਨਿੰਬੂ ਦਾ ਰਸ

ਲੂਣ ਸਵਾਦ ਅਨੁਸਾਰ

ਸਜਾਵਟ : ਆਈਸ ਬਰਗ ਸਲਾਦ ਪੱਤੇ

ਕਿਸ ਨਾਲ ਪਰੋਸੀਏ ਸੌਰ (ਖੱਟੀ) ਕਰੀਮ (ਇਕ ਸਾਥ ਮਿਲਾਉ : ਅੱਧਾ ਕੱਪ ਗਾੜ੍ਹਾ ਦਹੀਂ, ਇਕ ਚੌਥਾਈ ਕੱਪ ਕਰੀਮ, ਇਕ ਵੱਡਾ ਚਮਚਾ ਨਿੰਬੂ ਦਾ ਰਸ, ਦੋ ਵੱਡੇ ਚਮਚੇ ਪਨੀਰ ਸਪ੍ਰੇਡ ਤੇ ਸਫ਼ੈਦ (ਭੂਰੀ) ਮਿਰਚ ਸਵਾਦ ਅਨੁਸਾਰ)

ਢੰਗ ਤਰੀਕਾ

1. ਇਕ ਨਾਨ-ਸਟਿਕ ਪੈਨ ਵਿਚ ਤੇਲ ਗਰਮ ਕਰੋ। ਪਿਆਜ ਭੂਰਾ ਹੋਣ ਤੱਕ ਭੁੰਨੋ ਤੇ ਸ਼ਿਮਲਾ ਮਿਰਚ ਮਿਲਾ ਦੇਵੋ।

2. ਤੇਜ ਸੇਕ ਤੇ ਤਿੰਨ ਮਿੰਟ ਭੁੰਨਣ ਬਾਦ ਭਾਫ਼ ਵਿਚ ਪਕਾਇਆ ਹੋਇਆ ਕੀਮਾ ਤੇ ਮਸਾਲੇ ਮਿਲਾਕੇ ਘੱਟ ਸੇਕ ਤੇ ਪਕਾਵੋ।

3 ਤਵੇ ਤੇ ਥੋੜ੍ਹੀ ਜਿਹੀ ਚਿਕਨਾਈ (ਤੇਲ) ਲਾ ਕੇ ਟਾਰਟਿਲਾ ਨੂੰ ਦੋਵੇਂ ਪਾਸਿਆਂ ਤੋਂ ਸੇਕੋ।

4. ਫਿਰ ਰੋਟੀ ਤੇ ਪਾਸਤਾ ਸੱਸ ਤੇ ਭਰਨ ਵਾਲੀ ਸਮੱਗਰੀ ਦੀ ਪਰਤ ਲਾਕੇ ਅੱਧਾ ਕੱਪ ਪਨੀਰ ਭੁੱਕੋ।

5. ਇਸ ਉਪਰ ਦੂਜੀ ਰੋਟੀ ਰੱਖੋ ਅਤੇ ਪਨੀਰ ਪਿਘਲਣ ਤੱਕ ਪਈ ਰਹਿਣ ਦੇਵੋ, ਕਿਨਾਰੇ ਦਬਾ ਦੇਵੋ।

6. ਇਸਨੂੰ ਇਕ ਪਲੇਟ ਵਿਚ ਰੱਖੋ। ਪੀਜ਼ਾ ਕਟਰ ਨਾਲ ਚਾਰ ਹਿੱਸਿਆਂ ਵਿਚ ਕੱਟੋ। ਸਲਾਦ ਪਰਤ ਨਾਲ ਸਜਾਕੇ ਸੌਰ (Sour) ਕਰੀਮ ਨਾਲ ਸਰਵ ਕਰੋ।

ਇਹ ਚਾਰ ਵਿਅਕਤੀਆਂ ਦੇ ਲਈ ਕਾਫ਼ੀ ਹੁੰਦਾ ਹੈ। ਇਸਨੂੰ ਬਣਾਉਣ ਵਿਚ ਇਕ ਘੰਟਾ ਲੱਗ ਜਾਂਦਾ ਹੈ।

ਮਿੰਸ (ਕੀਮਾ) ਮਸ਼ਰੂਮ ਰਾਈਸ ਸਟਿਕ

ਸਮੱਗਰੀ

ਦੋ ਕੱਪ ਮਟਨ ਕੀਮਾ ਪਕਾਇਆ ਹੋਇਆ (Mince)
ਇਕ ਕੱਪ ਉਬਲੇ ਚਾਵਲ ਮਸਲੇ ਹੋਏ
ਦੋ ਕੱਪ ਆਲੂ ਉਬਲੇ ਮਸਲੇ ਹੋਏ
ਇਕ ਕੱਪ ਮਸ਼ਰੂਮ, ਅੱਠ ਬਲਾਂਚ ਬਾਰੀਕ
ਅੱਧਾ ਕੱਪ ਸੁੱਕੀ ਬ੍ਰੈਡ ਦਾ ਚੂਰਾ
ਦੋ ਵੱਡੇ ਚਮਚੇ ਮੱਕੀ ਦਾ ਆਟਾ
ਇਕ ਵੱਡਾ ਚਮਚਾ ਧਨੀਆ ਕੱਟਿਆ ਹੋਇਆ
ਦੋ-ਤਿੰਨ ਹਰੀ ਮਿਰਚ ਕੱਟੀ ਹੋਈ
ਅੱਧਾ ਛੋਟਾ ਚਮਚਾ ਕਾਲੀ ਮਿਰਚ ਦਰੜੀ ਹੋਈ
ਅੱਧਾ ਛੋਟਾ ਚਮਚਾ ਪੀਸੀ ਹੋਈ ਲਾਲ ਮਿਰਚ
ਅੱਧਾ ਛੋਟਾ ਚਮਚਾ ਸੁੱਕੇ ਤੁਲਸੀ ਪੱਤੇ
ਅੱਧਾ ਛੋਟਾ ਚਮਚਾ ਪੀਸਿਆ ਹੋਇਆ ਅਨਾਰਦਾਨਾ
ਅੱਧਾ ਛੋਟਾ ਚਮਚਾ ਚਾਟ ਮਸਾਲਾ
ਲੂਣ ਸਵਾਦ ਅਨੁਸਾਰ
ਤਲਣ ਦੇ ਲਈ ਤੇਲ
ਸਜਾਵਟ : ਆਲੂ ਵੈਜਿਸ ਤੇ ਭਾਫ਼ ਵਿਚ ਪਕਾਈਆਂ ਸਬਜ਼ੀਆਂ
ਕਿਸ ਨਾਲ ਪਰੋਸੀਏ : ਮਸਟਰਡ ਸੱਸ

ਢੰਗ ਤਰੀਕਾ

1. ਸਾਰੀ ਸਮੱਗਰੀ ਇਕ ਡੌਂਗੇ ਵਿਚ ਪਾ ਕੇ ਮਿਸ਼ਰਣ ਬਣਾ ਲਵੋ।

2. ਮਿਸ਼ਰਣ ਦੇ ਅੱਠ ਹਿੱਸੇ ਕਰਕੇ ਮਨਚਾਹੇ ਆਕਾਰ ਦੇ ਕਟਲੇਟ ਬਣਾਵੋ, ਦਸ ਮਿੰਟ ਫਰਿੱਜ ਵਿਚ ਰੱਖੋ।

3. ਇਕ ਵੱਡੇ ਨਾਨ-ਸਟਿਕ ਤਵੇ ਤੇ ਤੇਲ ਲਾ ਕੇ ਸਟੀਮ ਕਟਲੇਟ ਨੂੰ ਸੁਨਹਿਰੀ ਭੂਰਾ ਤਿਆਰ ਕਰੋ।

4. ਤੁਸੀਂ ਇਹਨਾਂ ਨੂੰ ਗਰਿੱਲ ਵੀ ਕਰ ਸਕਦੇ ਹੋ।

5. ਫੇਰ ਇਕ ਸਨੈਕ ਪਲੇਟ ਵਿਚ ਰੱਖੋ। ਆਲੂ ਵੈਜਿਸ, ਸਟੀਮਡ ਵੈਜ ਨਾਲ ਸਜਾਕੇ ਮਸਟਰਡ ਸੱਸ ਨਾਲ ਸਰਵ ਕਰੋ।

ਇਸ ਚਾਰ ਵਿਅਕਤੀਆਂ ਲਈ ਕਾਫ਼ੀ ਹੁੰਦਾ ਹੈ। ਇਸਨੂੰ ਬਣਾਉਣ ਵਿਚ ਇਕ ਘੰਟਾ ਲੱਗ ਜਾਂਦਾ ਹੈ।

ਸ਼ਾਹੀ ਮਟਨ ਮਸਾਲਾ

ਸਮੱਗਰੀ

ਚਾਰ ਵੱਡੇ ਚਮਚੇ ਤੇਲ/ਘਿਉ
ਇਕ ਕੱਪ ਪੀਸਿਆ ਹੋਇਆ ਪਿਆਜ
ਦੋ ਛੋਟੇ ਚਮਚੇ ਪੀਸਿਆ ਹੋਇਆ ਅਦਰਕ-ਲਸ਼ਣ
ਦੋ ਹਰੀ ਮਿਰਚ ਕੱਟੀ ਹੋਈ
ਇਕ ਤੇਜ ਪੱਤਾ ਕੁੱਟਿਆ ਹੋਇਆ
ਪੌਣਾ ਛੋਟਾ ਚਮਚਾ ਜੀਰਾ
ਡੇਢ ਕੱਪ ਟਮਾਟਰ ਕੱਦੂਕਸ਼ ਕੀਤਾ ਹੋਇਆ
ਅੱਧਾ ਕੱਪ ਟਮਾਟਰ ਪਿਊਰੀ
ਇਕ ਛੋਟਾ ਚਮਚਾ ਬਰਿਆਨੀ ਮਸਾਲਾ
ਇਕ ਚੌਥਾਈ ਛੋਟਾ ਚਮਚਾ ਗਰਮ ਮਸਾਲਾ
ਇਕ ਚੁਟਕੀ ਪੀਸਿਆ ਹੋਇਆ ਜਾਇਫ਼ਲ
ਲੂਣ ਸਵਾਦ ਅਨੁਸਾਰ
500 ਗ੍ਰਾਮ ਮਟਨ/ਲੈਂਬ (Lamb) ਬੋਨਲੈਸ ਜਾਂ ਬੋਨ ਸਹਿਤ
ਪੌਣਾ ਕੱਪ ਪਾਣੀ
ਦੋ ਵੱਡੇ ਚਮਚੇ ਕਰੀਮ
ਇਕ ਚੌਥਾਈ ਕੱਪ ਖੋਆ
ਕੁੱਝ ਕਾਜੂ
ਸਜਾਵਟ : ਹਰੇ ਧਨੀਏਂ ਦੇ ਪੱਤੇ
ਕਿਸ ਨਾਲ ਪਰੋਸੀਏ : ਰੂਮਾਲੀ ਰੋਟੀ ਜਾਂ ਤਵਾ ਪਰੌਂਠਾ

ਢੰਗ ਤਰੀਕਾ

1. ਕੜਾਹੀ ਜਾਂ ਕੂੱਕਰ ਵਿਚ ਤੇਲ ਘਿਉ ਗਰਮ ਕਰੋ। ਪੀਸਿਆ ਹੋਇਆ ਪਿਆਜ ਭੁੰਨਣ ਦੇ ਬਾਦ ਅਦਰਕ, ਲਸਣ, ਹਰੀ ਮਿਰਚ, ਤੇਜ ਪੱਤਾ ਤੇ ਜੀਰਾ ਮਿਲਾਕੇ ਦੋ ਮਿੰਟ ਹਿਲਾਵੋ। ਫੇਰ ਟਮਾਟਰ, ਟਮਾਟਰ ਪਿਊਰੀ, ਬਰਿਆਣੀ ਮਸਾਲਾ ਮਿਲਾ ਦੇਵੋ।

2. ਚੰਗੀ ਤਰ੍ਹਾਂ ਮਿਲਾਉਣ ਦੇ ਬਾਦ ਮਸਾਲੇ ਤੇ ਮਟਨ ਦੇ ਟੁਕੜੇ ਮਿਲਾਵੋ। ਮਸਾਲੇ ਦੀ ਪਰਤ ਚੜ੍ਹ ਜਾਵੇ ਤਾਂ ਪੌਣਾ ਕੱਪ ਪਾਣੀ ਪਾ ਕੇ ਢੱਕਣ ਬੰਦ ਕਰਕੇ ਨਰਮ ਹੋਣ ਤੱਕ ਪਕਾਵੋ।

3. ਢੱਕਣ ਉਤਾਰਕੇ ਮਸਾਲੇ, ਕਰੀਮ, ਕੱਦੂਕਸ਼ ਖੋਆ ਪਾਵੋ। ਦੋ ਮਿੰਟ ਪਕਾਉਣ ਦੇ ਬਾਦ ਸੇਕ ਤੋਂ ਹੇਠਾਂ ਲਾਹ ਲਵੋ।

4. ਇਕ ਡੋਂਗੇ ਵਿਚ ਪਲਟ ਲਵੋ। ਧਨੀਆ ਪੱਤੇ ਨਾਲ ਸਜਾਕੇ ਰੋਟੀ ਜਾਂ ਤਵਾ ਪਰੌਂਠਾ ਨਾਲ ਸਰਵ ਕਰੋ।

ਇਹ ਚਾਰ ਵਿਅਕਤੀਆਂ ਦੇ ਲਈ ਕਾਫ਼ੀ ਹੁੰਦਾ ਹੈ। ਇਸਨੂੰ ਬਣਾਉਣ ਵਿਚ ਇਕ ਘੰਟਾ ਤੀਹ ਮਿੰਟ ਲੱਗ ਜਾਂਦੇ ਹਨ।

ਪਾਲਕ ਮੀਟ

ਸਮੱਗਰੀ

ਚਾਰ ਵੱਡੇ ਚਮਚੇ ਤੇਲ
ਇਕ ਛੋਟਾ ਚਮਚਾ ਜੀਰਾ
ਦੋ ਹਰੀ ਮਿਰਚ ਕੱਟੀ ਹੋਈ
ਇਕ ਛੋਟਾ ਚਮਚਾ ਅਦਰਕ-ਲਸਣ ਪੇਸਟ
ਅੱਧਾ ਕੱਪ ਭੁੰਨਿਆ ਹੋਇਆ ਪਿਆਜ
ਅੱਧਾ ਕੱਪ ਟਮਾਟਰ ਕੱਦੂਕਸ਼ ਕੀਤੇ ਹੋਏ
ਮਸਾਲੇ : ਅੱਧਾ ਛੋਟਾ ਚਮਚਾ ਗਰਮ ਮਸਾਲਾ
ਅੱਧਾ ਛੋਟਾ ਚਮਚਾ ਮੀਟ ਮਸਾਲਾ
ਅੱਧਾ ਛੋਟਾ ਚਮਚਾ ਲਾਲ ਮਿਰਚ
ਅੱਧਾ ਛੋਟਾ ਚਮਚਾ ਹਲਦੀ
ਅੱਧਾ ਛੋਟਾ ਚਮਚਾ ਚਾਟ ਮਸਾਲਾ
ਅੱਧਾ ਛੋਟਾ ਚਮਚਾ ਬਰਿਆਣੀ ਮਸਾਲਾ
ਇਕ ਚੁਟਕੀ ਦਾਲਚੀਨੀ ਪੀਸੀ ਹੋਈ
ਲੂਣ ਸਵਾਦ ਅਨੁਸਾਰ
500 ਗ੍ਰਾਮ ਬੋਨਲੈਸ ਮਟਨ
ਦੋ ਕੱਪ ਪਾਲਕ ਪੇਸਟ (500 ਗ੍ਰਾਮ ਅਧਉਬਲੇ ਪਾਲਕ ਪੀਸ ਲਵੋ)
ਪੰਜ ਵੱਡੇ ਚਮਚੇ ਮੱਖਣ/ਘਿਉ
ਸਜਾਵਟ : ਟਮਾਟਰ ਤੇ ਅਦਰਕ ਜੂਲੀਅਨਜ਼
ਕਿਸੇ ਨਾਲ ਪਰੋਸੀਏ : ਲੱਛੇਦਾਰ ਪਰੌਂਠੇ

ਢੰਗ ਤਰੀਕਾ

1. ਇਕ ਕੁੱਕਰ ਵਿਚ ਤੇਲ ਗਰਮ ਕਰੋ, ਜੀਰਾ, ਹਰੀ ਮਿਰਚ, ਪੀਸਿਆ ਅਦਰਕ-ਲਸਣ ਮਿਲਾਕੇ ਭੁੰਨੋ, ਇਕ ਮਿੰਟ ਭੁੰਨਣ ਦੇ ਬਾਦ ਮਸਾਲੇ ਤੇ ਮਟਨ ਦੇ ਟੁਕੜੇ ਮਿਲਾ ਦੇਵੋ।

2. ਚੰਗੀ ਤਰ੍ਹਾਂ ਹਿਲਾਵੋ ਤੇ 8-10 ਮਿੰਟ ਭੁੰਨਣ ਦੇ ਬਾਦ ਪੀਸਿਆ ਪਾਲਕ ਪਾ ਕੇ ਢੱਕਣ ਬੰਦ ਕਰ ਦੇਵੋ। 10-12 ਮਿੰਟ ਹੋਰ ਪਕਾਵੋ ਘੱਟ ਸੇਕ ਤੇ।

3. ਮਟਨ ਨਰਮ ਹੋ ਜਾਵੇ ਅਤੇ ਪਾਲਕ ਦੀ ਵਾਧੂ ਨਮੀ ਸੁੱਕ ਜਾਵੇ ਤਾਂ ਦੋ ਚਮਚੇ ਤੇਲ/ਘਿਓ ਮਿਲਾਕੇ ਤੇਜ ਸੇਕ ਤੇ ਭੁੰਨੋ।

4. ਇਕ ਡੋਂਗੇ ਵਿਚ ਕੱਢ ਲਵੋ, ਟਮਾਟਰ ਤੇ ਅਦਰਕ ਦੇ ਟੁਕੜਿਆਂ ਨਾਲ ਸਜਾਕੇ ਲੱਛੇਦਾਰ ਪਰੌਂਠੇ ਨਾਲ ਸਰਵ ਕਰੋ।

ਇਹ ਚਾਰ ਵਿਅਕਤੀਆਂ ਦੇ ਲਈ ਕਾਫ਼ੀ ਹੁੰਦਾ ਹੈ। ਇਸਨੂੰ ਬਣਾਉਣ ਵਿਚ ਇਕ ਘੰਟਾ ਲੱਗ ਜਾਂਦਾ ਹੈ।

ਸੂਪ ਕੌਨਾ

ਚਿਕਨ ਅਤੇ ਧਨੀਆ ਦਾ ਸੂਪ

ਸਮੱਗਰੀ

ਇਕ ਵੱਡਾ ਚਮਚਾ ਮੱਖਣ
ਅੱਧਾ ਕੱਪ ਹਰਾ ਪਿਆਜ ਬਾਰੀਕ ਕੱਟਿਆ ਹੋਇਆ
ਅੱਧਾ ਕੱਪ ਗਾਜਰ ਕੱਦੂਕਸ਼ ਕੀਤੀ ਹੋਈ
ਇਕ ਚੌਥਾਈ ਕੱਪ ਫਰੈਂਚ ਬੀਨ (ਸੋਇਆ ਬੀਨ) ਛੋਟੇ ਟੁਕੜੇ
ਸਾਢੇ ਚਾਰ ਕੱਪ ਚਿਕਨ ਸਟਾਕ/ਦੋ ਸੂਪ ਨਿਊਬ ਯੁਕਤ
ਇਕ ਕੱਪ ਚਿਕਨ ਉਬਲਿਆ ਹੋਇਆ ਟੁਕੜਿਆਂ ਵਿਚ ਕੁਤਰਿਆ ਹੋਇਆ
ਮਸਾਲੇ : ਇਕ ਵੱਡਾ ਚਮਚਾ ਨਿੰਬੂ ਦਾ ਰਸ
ਇਕ ਚੌਥਾਈ ਛੋਟਾ ਚਮਚਾ ਮੋਟੀ ਕੁੱਟੀ ਹੋਈ ਲਾਲ ਮਿਰਚ
ਇਕ ਚੌਥਾਈ ਛੋਟਾ ਚਮਚਾ ਕਾਲੀ ਮਿਰਚ ਦਰੜੀ ਹੋਈ
ਇਕ ਛੋਟਾ ਚਮਚਾ ਗਰੀਨ ਚਿੱਲੀ (ਹਰੀ ਮਿਰਚ) ਸੱਸ
ਇਕ ਛੋਟਾ ਚਮਚਾ ਸੋਇਆ ਸੱਸ
ਇਕ ਛੋਟਾ ਚਮਚਾ ਸਿਰਕਾ
ਦੋ ਚਮਚੇ ਛੋਟੇ ਕਾਰਨਫਲੋਰ (ਮੱਕੀ ਦਾ ਆਟਾ) ਪਾਣੀ ਵਿਚ ਘੋਲਿਆ ਹੋਇਆ
ਦੋ ਵੱਡੇ ਚਮਚੇ ਹਰੇ ਧਨੀਏ ਦੇ ਪੱਤੇ ਬਾਰੀਕ ਕੱਟੇ ਹੋਏ
ਸਜਾਵਟ : ਤਾਜਾ ਅਜਮੋਦ ਕੱਟੀ ਹੋਈ
ਕਿਸ ਨਾਲ ਪਰੋਸੇ : ਚਾਈਨਜ਼ ਸਲਾਦ/ਸੂਪ ਬਨ

ਜੇਕਰ ਚਾਹੋ ਤਾਂ ਨਵਾਂਪਣ ਲਿਆਉਣ ਦੇ ਲਈ ਫਰੈਂਚ ਬੀਨ ਦੀ ਥਾਂ ਤੇ ਇਕ ਚੌਥਾਈ ਕੱਪ ਕੱਟੀ ਹੋਈ ਪੱਤ ਗੋਭੀ ਮਿਲਾ ਸਕਦੇ ਹੋ।

ਢੰਗ ਤਰੀਕਾ

1. ਇਕ ਸੱਸਪੈਨ ਵਿਚ ਮੱਖਣ ਗਰਮ ਕਰੋ। ਗਾਜਰ, ਹਰਾ ਪਿਆਜ ਤੇ ਫਰੈਂਚ ਬੀਨ ਮਿਲਾਕੇ ਇਕ ਮਿੰਟ ਤੱਕ ਭੁੰਨੋ। ਫੇਰ ਚਿਕਨ ਸਟਾਕ ਜਾਂ ਮਸਾਲੇ ਵਾਲਾ ਪਾਣੀ ਮਿਲਾ ਦੇਵੋ। 2. ਚੰਗੀ ਤਰ੍ਹਾਂ ਹਿਲਾਵੋ ਅਤੇ ਉਬਾਲਾ ਆ ਜਾਣ ਦੇਵੋ। ਫੇਰ ਇਸ ਵਿਚ ਚਿਕਨ ਦੇ ਕੁਤਰੇ ਹੋਏ ਟੁਕੜੇ ਅਤੇ ਮਸਾਲੇ ਮਿਲਾ ਦੇਵੋ। ਘੱਟ ਸੇਕ ਤੇ 5-6 ਮਿੰਟ ਪਕਾਵੋ। 3. ਕਾਰਨਫਲੋਰ ਦਾ ਘੋਲ ਮਿਲਾਕੇ ਸੂਪ ਗਾੜ੍ਹਾ ਹੋਣ ਤੱਕ ਹਿਲਾਉਂਦੇ ਰਹੋ। ਫੇਰ ਧਨੀਆ ਪੱਤੇ ਪਾ ਕੇ ਹੇਠਾਂ ਲਾਹ ਲਵੋ। 4. ਗਰਮ ਸੂਪ, ਸੂਪ ਦੇ ਕਟੋਰਿਆਂ ਵਿਚ ਪਾਕੇ ਅਜਮੋਦ ਦਾ, ਖੁਰਾਸਾਨੀ ਅਜਵਾਇਣ (ਪਾਰਸਲੀ Parsley) ਨਾਲ ਸਜਾਕੇ ਚੀਨੀ ਸਲਾਦ ਅਤੇ ਸੂਪ ਬਨ ਦੇ ਨਾਲ ਪਰੋਸੋ।

ਇਸਨੂੰ ਤਿਆਰ ਕਰਨ ਵਿਚ 35 ਮਿੰਟ ਲੱਗਦੇ ਹਨ। ਇਹ ਚਾਰ ਵਿਅਕਤੀਆਂ ਲਈ ਕਾਫ਼ੀ ਹੁੰਦਾ ਹੈ।

ਅੰਡਾ ਡਰਾਪ ਚਿਕਨ ਸੂਪ

ਸਮੱਗਰੀ

ਇਕ ਵੱਡਾ ਚਮਚਾ ਮੱਖਣ
ਅੱਧਾ ਛੋਟਾ ਚਮਚਾ ਮੋਟੀ ਕੁੱਟੀ ਹੋਈ ਲਾਲ ਮਿਰਚ
ਅੱਧਾ ਛੋਟਾ ਚਮਚਾ ਔਰੀਗੇਨੋ
ਅੱਧਾ ਕੱਪ ਹਰਾ ਪਿਆਜ ਬਾਰੀਕ ਕੱਟਿਆ ਹੋਇਆ
ਇਕ ਵੱਡਾ ਚਮਚਾ ਬਾਰੀਕ ਅਜਮੋਦ ਕੱਟੀ ਹੋਈ
ਪੌਣਾ ਕੱਪ ਬੋਨਲੈਸ (ਬਿਨਾਂ ਹੱਡੀ) ਚਿਕਨ ਕੁਤਰਿਆ ਹੋਇਆ
ਸਾਢੇ ਚਾਰ ਕੱਪ ਚਿਕਨ ਸਟਾਕ
ਮਸਾਲੇ : ਇਕ ਵੱਡਾ ਚਮਚਾ ਸਿਰਕਾ
ਇਕ ਵੱਡਾ ਚਮਚਾ ਗਰੀਨ ਚਿੱਲੀ ਸੱਸ
ਇਕ ਵੱਡਾ ਚਮਚਾ ਸੋਇਆ ਸੱਸ
ਲੂਣ, ਕਾਲੀ ਮਿਰਚ ਸਵਾਦ ਅਨੁਸਾਰ
ਇਕ ਅੰਡਾ ਫੈਂਟਿਆ ਹੋਇਆ
ਇਕ ਦੋ ਚਮਚੇ ਕਾਰਨਫਲੋਰ ਪਾਣੀ ਵਿਚ ਘੁਲਿਆ ਹੋਇਆ
ਸਜਾਵਟ : ਹਰੇ ਪਿਆਜ ਦੀਆਂ ਭੂਕਾਂ
ਕਿਸ ਨਾਲ ਪਰੋਸੀਏ : ਬ੍ਰੈਡ ਕ੍ਰੋਟਨ

ਢੰਗ ਤਰੀਕਾ

1. ਇਕ ਸੱਸਪੈਨ ਵਿਚ ਮੱਖਣ ਪਿਘਲਾਵੋ, ਮੋਟੀ ਕੁੱਟੀ ਹੋਈ ਲਾਲ ਮਿਰਚ, ਔਰੀਗਨੋ, ਹਰਾਪਿਆਜ ਅਤੇ ਤਾਜੀ ਅਜਮੋਦ ਮਿਲਾਵੋ, ਇਕ ਮਿੰਟ ਹਿਲਾਉਂਦੇ ਹੋਏ ਚਿਕਨ ਪਾਵੋ ਅਤੇ ਚਿਕਨ ਸਟਾਕ ਮਿਲਾ ਦੇਵੋ।

2. ਉਬਾਲਾ ਆ ਜਾਣ ਦੇਵੋ, ਫੇਰ ਮਸਾਲੇ ਮਿਲਾਕੇ 2-3 ਮਿੰਟ ਪਕਾਵੋ, ਫੇਰ ਗਰਮ ਸੂਪ ਨੂੰ ਹਿਲਾਉਂਦੇ ਹੋਏ ਫੈਂਟੇ ਹੋਏ ਅੰਡੇ ਨੂੰ ਧਾਰ ਬੰਨ੍ਹਕੇ ਮਿਲਾ ਦੇਵੋ।

3. ਦੋ ਮਿੰਟ ਤੱਕ ਹੋਰ ਪਕਾਵੋ, ਫੇਰ ਕਾਰਨਫਲੋਰ ਦਾ ਘੋਲ ਮਿਲਾਵੋ। ਸੂਪ ਨੂੰ ਗਾੜ੍ਹਾ ਹੋਣ ਤੱਕ ਹਿਲਾਵੋ। ਸੂਪ ਨੂੰ ਕਟੋਰੀਆਂ ਵਿਚ ਪਰੋਸੋ। ਹਰੇ ਪਿਆਜ ਦੀਆਂ ਭੂਕਾਂ ਨਾਲ ਸਜਾਕੇ ਬ੍ਰੈਡ ਨਾਲ ਸਰਵ ਕਰੋ।

ਜੇਕਰ ਚਾਹੋ ਤਾਂ ਉਬਲੇ ਮੱਕੀ ਦੇ ਦਾਣੇ ਵੀ ਮਿਲਾ ਸਕਦੇ ਹੋ।

ਇਹ ਸੂਪ ਪਕਾਉਣ ਵਿਚ 35 ਮਿੰਟ ਲੱਗਦੇ ਹਨ ਅਤੇ ਚਾਰ ਵਿਅਕਤੀਆਂ ਲਈ ਕਾਫ਼ੀ ਹੁੰਦਾ ਹੈ।

ਕਰੀਮ ਚਿਕਨ ਸੂਪ

ਸਮੱਗਰੀ

ਸਟਾਕ ਦੇ ਲਈ : 5 ਕੱਪ ਪਾਣੀ

250 ਗ੍ਰਾਮ ਚਿਕਨ ਹੱਡੀਆਂ ਸਮੇਤ

2 ਵੱਡੇ ਚਮਚੇ ਪਿਆਜ ਬਾਰੀਕ ਕੱਟਿਆ ਹੋਇਆ

1 ਛੋਟਾ ਚਮਚਾ ਅਦਰਕ ਕੱਦੂਕਸ਼ ਕੀਤਾ ਹੋਇਆ

1 ਦਰਮਿਆਨਾ ਆਲੂ ਟੁਕੜੇ ਕੱਟੇ ਹੋਏ

1 ਤੇਜ ਪੱਤਾ ਕੁਚਲਿਆ ਹੋਇਆ

ਅੱਧਾ ਛੋਟਾ ਚਮਚਾ ਬਰਿਆਣੀ ਮਸਾਲਾ

1 ਵੱਡਾ ਚਮਚਾ ਮੱਖਣ

1 ਵੱਡਾ ਚਮਚਾ ਮੈਦਾ

2 ਵੱਡੇ ਚਮਚੇ ਦੁੱਧ

2 ਵੱਡੇ ਚਮਚੇ ਗਾੜ੍ਹੀ ਕਰੀਮ

ਲੂਣ ਕਾਲੀ ਮਿਰਚ ਸਵਾਦ ਅਨੁਸਾਰ

ਸਜਾਵਟ : ਥੋੜ੍ਹੀ ਕਰੀਮ ਅਤੇ ਦਰੜੀ ਹੋਈ ਕਾਲੀ ਮਿਰਚ

ਕਿਸ ਨਾਲ ਪਰੋਸੀਏ : ਸਲਾਦ/ਸਟਾਰਟਰ

ਢੰਗ ਤਰੀਕਾ

1. ਸਟਾਕ ਦੀ ਸਾਰੀ ਸਮੱਗਰੀ ਇਕ ਪ੍ਰੈਸ਼ਰ ਕੂਕਰ ਵਿਚ ਪਾ ਕੇ ਚਿਕਨ ਨਰਮ ਹੋਣ ਤੱਕ ਪਕਾਵੋ। ਫੇਰ ਸਟਾਕ ਅਤੇ ਮਟਨ ਦੇ ਟੁਕੜੇ ਪੁਣਕੇ ਅਲੱਗ ਰੱਖ ਲਵੋ।
2. ਚਿਕਨ ਦੇ ਟੁਕੜੇ ਹੱਡੀਆਂ ਤੋਂ ਵੱਖ ਕਰੋ ਅਤੇ ਚਿਕਨ ਨੂੰ ਕੁਤਰ ਲਵੋ। ਛਾਣਿਆ/ਪੁਣਿਆ ਸੂਪ ਇਕ ਪੈਨ ਵਿਚ ਪਾ ਕੇ ਗਰਮ ਹੋਣ ਲਈ ਰੱਖੋ।
3. ਇਕ ਪੈਨ ਵਿਚ ਮੱਖਣ ਗਰਮ ਕਰੋ, ਮੈਦਾ ਮਿਲਾਕੇ ਲਗਾਤਾਰ ਦੋ ਮਿੰਟ ਹਿਲਾਵੋ। ਫੇਰ ਸੂਪ ਮਿਲਾਕੇ ਹਿਲਾਵੋ, ਤਾਂ ਕਿ ਗੱਠਾਂ ਨਾ ਪੈ ਜਾਣ।
4. ਫੇਰ ਕੁਤਰਿਆ ਚਿਕਨ, ਦੁੱਧ, ਗਾੜ੍ਹੀ ਕਰੀਮ, ਲੂਣ, ਕਾਲੀ ਮਿਰਚ ਪਾ ਕੇ ਸੂਪ ਗਾੜ੍ਹਾ ਹੋਣ ਤੱਕ ਪਕਾਵੋ।
5. ਸੂਪ ਕਟੋਰਿਆਂ ਵਿਚ ਕੱਢੋ, ਥੋੜ੍ਹੀ ਕਰੀਮ ਅਤੇ ਦਰੜੀ ਹੋਈ ਕਾਲੀ ਮਿਰਚ ਨਾਲ ਸਜਾਕੇ ਸਲਾਦ ਜਾਂ ਸਟਾਰਟਰ ਨਾਲ ਪਰੋਸੋ।

ਇਸ ਵਿਚ ਕੱਦੂਕਸ਼ ਕੀਤਾ ਪਨੀਰ ਵੀ ਮਿਲਾ ਸਕਦੇ ਹੋ।

ਇਹ ਚਾਰ ਵਿਅਕਤੀਆਂ ਲਈ ਕਾਫ਼ੀ ਹੁੰਦਾ ਹੈ। ਤਿਆਰ ਹੋਣ ਵਿਚ 45 ਮਿੰਟ ਲੱਗਦੇ ਹਨ।

ਵੈਜ ਕਾਰਨ ਚਿਕਨ ਸੂਪ

ਸਮੱਗਰੀ

ਇਕ ਵੱਡਾ ਚਮਚਾ ਮੱਖਣ
ਅੱਧਾ ਛੋਟਾ ਚਮਚਾ ਸੁਕੇ ਤੁਲਸੀ ਪੱਤੇ
ਇਕ ਚੌਥਾਈ ਛੋਟਾ ਚਮਚਾ ਮੋਟੀ ਕੁੱਟੀ ਲਾਲ ਮਿਰਚ
ਇਕ ਚੌਥਾਈ ਕੱਪ ਹਰਾ ਪਿਆਜ ਕੱਟਿਆ ਹੋਇਆ
ਇਕ ਕੱਪ ਮਿਕਸ ਵੈਜ ਬਾਰੀਕ ਕੱਟੀ ਹੋਈ
(ਬ੍ਰੋਕਲੀ, ਗਾਜਰ, ਫਰੈਂਚਬੀਨ, ਪੱਤ ਗੋਭੀ)
ਅੱਧਾ ਕੱਪ ਮੱਕੀ ਦੇ ਦਾਣੇ ਉਬਲੇ ਹੋਏ
ਪੌਣਾ ਕੱਪ ਚਿਕਨ, ਉਬਲਿਆ ਅਤੇ ਕੁਤਰਿਆ ਹੋਇਆ
ਸਾਢੇ ਚਾਰ ਕੱਪ ਚਿਕਨ ਸਟਾਕ
ਦੋ ਵੱਡੇ ਚਮਚੇ ਪਨੀਰ ਕੱਦੂਕੱਸ਼ ਕੀਤਾ ਹੋਇਆ ਜਾਂ ਚੀਜ ਪਾਊਡਰ
ਇਕ ਚੌਥਾਈ ਕੱਪ ਦੁੱਧ
ਮਸਾਲੇ : ਇਕ ਚੌਥਾਈ ਛੋਟਾ ਚਮਚਾ ਸੁੱਕੀ ਔਰੀਗੇਨੋ
ਇਕ ਚੌਥਾਈ ਛੋਟਾ ਚਮਚਾ ਚਾਟ ਮਸਾਲਾ
ਇਕ ਛੋਟਾ ਚਮਚਾ ਕਾਰਨਫਲੋਰ ਥੋੜੇ ਜਿਹੇ ਪਾਣੀ ਵਿਚ ਘੋਲਿਆ ਹੋਇਆ
ਲੂਣ ਕਾਲੀ ਮਿਰਚ ਸਵਾਦ ਅਨੁਸਾਰ
ਸਜਾਵਟ : ਗਾਜਰ ਜੂਲੀਅਨਜ
ਕਿਸ ਨਾਲ ਪਰੋਸੀਏ : ਫਰੈਂਚ ਬ੍ਰੈਡ ਸਲਾਈਸ

ਢੰਗ ਤਰੀਕਾ

1. ਇਕ ਸੱਸਪੈਨ ਵਿਚ ਮੱਖਣ ਪਿਘਲਾਉ। ਤੁਲਸੀ ਪੱਤਾ, ਹਰਾ ਪਿਆਜ ਅਤੇ ਮਿਰਚ ਮਿਲਾਕੇ ਇਕ ਮਿੰਟ ਹਿਲਾਵੋ। ਫੇਰ ਕੱਟੀਆਂ ਸਬਜੀਆਂ ਮਿਲਾਕੇ 2-3 ਮਿੰਟ ਤੱਕ ਭੁੰਨੋ। ਇਸ ਵਿਚ ਮੱਕੀ ਦੇ ਦਾਣੇ ਅਤੇ ਕੁਤਰਿਆ ਹੋਇਆ ਚਿਕਨ ਮਿਲਾ ਦੇਵੋ।
2. ਚਿਕਨ ਸਟਾਕ ਅਤੇ ਮਸਾਲੇ ਮਿਲਾਕੇ ਚੰਗੀ ਤਰ੍ਹਾਂ ਹਿਲਾਵੋ ਅਤੇ ਉਬਾਲਾ ਆਉਣ ਦੇਵੋ। 2-3 ਮਿੰਟ ਪਕਾਉਣ ਦੇ ਬਾਦ ਸੇਕ ਘੱਟ ਕਰ ਦੇਵੋ। ਲਗਾਤਾਰ ਹਿਲਾਉਂਦੇ ਰਹੋ, ਪਨੀਰ ਅਤੇ ਦੁੱਧ ਮਿਲਾਵੋ। ਫੇਰ ਕਾਰਨਫਲੋਰ ਦਾ ਪੇਸਟ ਮਿਲਾ ਦੇਵੋ।
3. ਦੋ-ਤਿੰਨ ਮਿੰਟ ਹੋਰ ਪਕਾਵੋ ਤਾਂ ਕਿ ਸੂਪ ਗਾੜ੍ਹਾ ਹੋ ਜਾਵੇ। ਉਸਨੂੰ ਕਟੋਰੀਆਂ ਵਿਚ ਪਾ ਲਵੋ। ਗਾਜਰ ਜੂਲੀਅਨਜ ਨਾਲ ਸਜਾਕੇ ਫਰੈਂਚ ਬਰੈਡ ਸਲਾਈਸ ਨਾਲ ਗਰਮ ਗਰਮ ਪਰੋਸੋ।

ਇਹ ਚਾਰ ਵਿਅਕਤੀਆਂ ਲਈ ਕਾਫ਼ੀ ਹੁੰਦਾ ਹੈ। ਬਣਾਉਣ ਵਿਚ 40 ਮਿੰਟ ਲੱਗਦੇ ਹਨ।

ਕੀਮਾ ਮਿਨਸਟਰੋਨ ਸੂਪ

ਸਮੱਗਰੀ

ਇਕ ਵੱਡਾ ਚਮਚਾ ਤੇਲ
ਇਕ ਹਰੀ ਮਿਰਚ ਕੱਟੀ ਹੋਈ
ਅੱਧਾ ਕੱਪ ਹਰਾ ਪਿਆਜ ਬਾਰੀਕ ਕੱਟਿਆ ਹੋਇਆ
ਇਕ ਚੌਥਾਈ ਕੱਪ ਗਾਜਰ ਕੱਦੂਕਸ਼ ਕੀਤੀ ਹੋਈ
ਇਕ ਚੌਥਾਈ ਕੱਪ ਪੱਤ ਗੋਭੀ ਬਾਰੀਕ ਕਤਰੀ ਹੋਈ
ਇਕ ਚੌਥਾਈ ਕੱਪ ਫਰੈਂਚ ਬੀਨ ਬਾਰੀਕ ਕੱਟੀ ਹੋਈ
ਇਕ ਚੌਥਾਈ ਕੱਪ ਹਰੇ ਮਟਰ ਉਬਲੇ ਹੋਏ
ਪੌਣਾ ਕੱਪ ਹੱਡੀਆਂ ਤੋਂ ਬਿਨਾਂ (ਬੋਨਲੈਸ) ਮਟਨ, ਪੱਕਿਆ ਤੇ ਟੁਕੜਿਆਂ ਵਿਚ
ਅੱਧਾ ਕੱਪ ਮਟਨ ਸਟਾਕ

ਮਸਾਲੇ : ਇਕ ਵੱਡਾ ਚਮਚਾ ਨਿੰਬੂ ਦਾ ਰਸ
ਅੱਧਾ ਛੋਟਾ ਚਮਚਾ ਮੋਟੀ ਕੁੱਟੀ ਹੋਈ ਲਾਲ ਮਿਰਚ
ਅੱਧਾ ਛੋਟਾ ਚਮਚਾ ਸੁੱਕੀ ਔਰਗੇਨੀ
ਅੱਧਾ ਛੋਟਾ ਚਮਚਾ ਸੋਇਆ ਸੱਸ
ਲੂਣ ਤੇ ਕਾਲੀ ਮਿਰਚ ਸਵਾਦ ਅਨੁਸਾਰ
ਇਕ ਕੱਪ ਪਾਸਤਾ ਉਬਲਿਆ ਹੋਇਆ ਟੁਕੜਿਆਂ ਵਿਚ
ਅੱਧਾ ਕੱਪ ਬੇਕਡ ਬੀਨਸ ਡਿੱਬਾਬੰਦ
ਇਕ ਵੱਡਾ ਚਮਚਾ ਕਾਰਨਫਲੋਰ (ਮੱਕੀ ਦਾ ਆਟਾ) ਥੋੜੇ ਪਾਣੀ ਵਿਚ ਘੁਲਿਆ ਹੋਇਆ

ਸਜਾਵਟ : ਉੱਬਲੇ ਮੱਕੀ ਦੇ ਦਾਣੇ
ਕਿਸ ਨਾਲ ਪਰੋਸੀਏ : ਪਨੀਰ ਸੈਂਡਵਿਚ

ਢੰਗ ਤਰੀਕਾ

1. ਇਕ ਸੱਸਪੈਨ ਵਿਚ ਤੇਲ ਗਰਮ ਕਰੋ। ਹਰੀ ਮਿਰਚ ਤੇ ਹਰਾ ਪਿਆਜ ਪਾ ਕੇ ਇਕ ਮਿੰਟ ਤੱਕ ਹਿਲਾਵੋ। ਫੇਰ ਬਾਕੀ ਸਬਜ਼ੀਆਂ ਪਾ ਦੇਵੋ ਅਤੇ 2-3 ਮਿੰਟ ਤੱਕ ਪਕਾਵੋ। ਹੁਣ ਮਟਨ (ਮੀਟ) ਦੇ ਟੁਕੜੇ ਅਤੇ ਸਟਾਕ ਵੀ ਮਿਲਾ ਦੇਵੋ।

2. ਚੰਗੀ ਤਰ੍ਹਾਂ ਰਿੰਨ੍ਹੋ ਤੇ ਉਬਾਲਾ ਆ ਜਾਣ ਦੇਵੋ। ਮਸਾਲੇ, ਕੱਟਿਆ ਹੋਇਆ ਪਾਸਤਾ ਅਤੇ ਬੇਕਡ ਬੀਨਜ ਮਿਲ ਦੇਵੋ, ਮਿਲਾਉਂਦੇ ਹੋਏ 2-3 ਮਿੰਟ ਪਕਾਵੋ। ਹੁਣ ਕਾਰਨਫਲੋਰ ਦਾ ਘੋਲ ਮਿਲਾ ਦੇਵੋ।

3. ਸੂਪ ਗਾੜ੍ਹਾ ਹੋਣ ਤੱਕ ਰਿੰਨ੍ਹੋ, ਫੇਰ ਅੱਗ ਤੋਂ ਲਾਹ ਲਵੋ।

4. ਸੂਪ ਨੂੰ ਕਟੋਰੀਆਂ ਵਿਚ ਪਰੋਸੋ। ਉਬਲੇ ਮੱਕੀ ਦੇ ਦਾਣਿਆਂ ਨਾਲ ਸਜਾਕੇ ਚੀਜ਼ (ਪਨੀਰ) ਸੈਂਡਵਿਚ ਨਾਲ ਸਰਵ ਕਰੋ।

ਜੇਕਰ ਚਾਹੋ ਤਾਂ ਪਾਸਤਾ ਦੀ ਥਾਂ ਤੇ ਉਬਲੀ ਤੇ ਕੱਟੀ ਹੋਈ ਨੂਡਲਜ ਜਾਂ ਸਪੈਗਟੀ ਮਿਲਾ ਸਕਦੇ ਹੋ।

ਇਹ ਸੂਪ ਚਾਰ ਵਿਅਕਤੀਆਂ ਲਈ ਕਾਫ਼ੀ ਹੁੰਦਾ ਹੈ। ਬਣਾਉਣ ਲਈ 50 ਮਿੰਟ ਲੱਗਦੇ ਹਨ।

ਵੈਜ਼ ਐਗ ਡਰਾਪ ਸੂਪ

ਸਮੱਗਰੀ

ਇਕ ਵੱਡਾ ਚਮਚਾ ਮੱਖਣ
ਅੱਧਾ ਛੋਟਾ ਚਮਚਾ ਮੋਟੀ ਕੁੱਟੀ ਹੋਈ ਲਾਲ ਮਿਰਚ
ਅੱਧਾ ਛੋਟਾ ਚਮਚਾ ਔਰੀਗੇਨੋ
ਅੱਧਾ ਕੱਪ ਹਰਾ ਕੱਟਿਆ ਹੋਇਆ ਪਿਆਜ
ਇਕ ਵੱਡਾ ਚਮਚਾ ਤਾਜੀ ਅਜਮੋਦ (ਖੁਰਾਸਾਨੀ ਅਜਵਾਇਣ) ਕੱਟੀ ਹੋਈ
ਇਕ ਕੱਪ ਮਿਲੀਆਂ-ਜੁਲੀਆਂ (ਮਿਕਸਡ) ਸਬਜ਼ੀਆਂ ਬਾਰੀਕ ਕੱਟੀ ਹੋਈ
ਸਾਢੇ ਚਾਰ ਕੱਪ ਵੈਜ਼ ਸਟਾਕ

ਮਸਾਲੇ :

ਇਕ ਵੱਡਾ ਚਮਚਾ ਸਿਰਕਾ
ਇਕ ਵੱਡਾ ਚਮਚਾ ਗਰੀਨ ਚਿੱਲੀ ਸੱਸ
ਇਕ ਵੱਡਾ ਚਮਚਾ ਸੋਇਆ ਸੱਸ
ਲੂਣ, ਕਾਲੀ ਮਿਰਚ ਸਵਾਦ ਅਨੁਸਾਰ
ਇਕ ਅੰਡਾ ਫੈਂਟਿਆ ਹੋਇਆ
ਇਕ ਵੱਡਾ ਚਮਚਾ ਕਾਰਨਫਲੌਰ, ਪਾਣੀ ਵਿਚ ਘੁਲਿਆ ਹੋਇਆ।

ਸਜਾਵਟ : ਹਰੇ ਪਿਆਜ ਦੀਆਂ ਭੂਕਾਂ
ਕਿਸ ਨਾਲ ਪਰੋਸੀਏ : ਬ੍ਰੈਡ ਕ੍ਰੋਟੋਨ

ਢੰਗ ਤਰੀਕਾ

1. ਇਕ ਸੱਸਪੈਨ ਵਿਚ ਮੱਖਣ ਗਰਮ ਕਰੋ, ਮੋਟੀ ਕੁੱਟੀ ਹੋਈ ਲਾਲ ਮਿਰਚ, ਔਰੀਗੇਨੋ, ਹਰਾ ਪਿਆਜ, ਅਜਮੋਦ (ਖੁਰਾਸਾਨੀ ਅਜਵਾਇਣ) ਮਿਲਾਵੋ। ਇਕ ਮਿੰਟ ਲਗਾਤਾਰ ਰਿੰਨ੍ਹੋ, ਬਾਕੀ ਕੱਟੀਆਂ ਸਬਜ਼ੀਆਂ ਵੀ ਮਿਲਾ ਦੇਵੋ, ਦੋ ਮਿੰਟ ਤੱਕ ਭੁੰਨੋ, ਵੈਜ਼ ਸਟਾਕ ਮਿਲਾਵੋ।

2. ਉਬਾਲਾ ਆ ਜਾਣ ਤੇ ਸਾਰੇ ਮਸਾਲੇ ਮਿਲਾ ਦੇਵੋ। ਦੋ-ਤਿੰਨ ਮਿੰਟ ਪਕਾਵੋ। ਗਰਮ ਸੂਪ ਨੂੰ ਲਗਾਤਾਰ ਹਿਲਾਉਂਦੇ ਰਹੋ। ਫੈਂਟੇ ਹੋਏ ਅੰਡੇ ਨੂੰ ਹੌਲ਼ੀ ਹੌਲੀ ਧਾਰ ਬੰਨ੍ਹਕੇ ਮਿਲਾਵੋ।

3. ਦੋ ਮਿੰਟ ਤੱਕ ਹੋਰ ਪਕਾਉਣ ਦੇ ਬਾਦ ਕਾਰਨਫਲੌਰ ਦਾ ਪੇਸਟ ਮਿਲਾਵੋ ਤਾਂ ਕਿ ਸੂਪ ਗਾੜ੍ਹਾ ਹੋ ਜਾਵੇ। ਇਸ ਦੌਰਾਨ ਸੂਪ ਨੂੰ ਹਿਲਾਉਂਦੇ ਰਹੋ। ਸੂਪ ਨੂੰ ਕਟੋਰੀਆਂ ਵਿਚ ਪਾ ਕੇ ਕੱਟੇ ਹਰੇ ਪਿਆਜ ਨਾਲ ਸਜਾਕੇ ਬ੍ਰੈਡ ਕ੍ਰੋਟੋਨ ਨਾਲ ਪਰੋਸੋ।

ਇਹ ਸੂਪ ਚਾਰ ਵਿਅਕਤੀਆਂ ਲਈ ਕਾਫ਼ੀ ਹੈ। ਬਣਾਉਣ ਵਿਚ 45 ਮਿੰਟ ਲੱਗਦੇ ਹਨ।

ਮੈਕਸੀਕਨ ਚਾਵਲ ਐਗ (ਅੰਡੇ) ਦਾ ਸੂਪ

ਸਮੱਗਰੀ

ਇਕ ਵੱਡਾ ਚਮਚਾ ਮੱਖਣ
ਅੱਧਾ ਛੋਟਾ ਚਮਚਾ ਕੁੱਟੀ ਹੋਈ ਲਾਲ ਮਿਰਚ
ਅੱਧਾ ਛੋਟਾ ਚਮਚਾ ਸੁੱਕੀ ਮਿਕਸ ਜੜ੍ਹੀ ਬੂਟੀਆਂ
ਅੱਧਾ ਕੱਪ ਹਰਾ ਪਿਆਜ ਬਾਰੀਕ ਕੱਟਿਆ ਹੋਇਆ
ਅੱਧਾ ਕੱਪ ਰਾਜਮਾਂਹ ਉਬਲੇ ਹੋਏ
ਅੱਧਾ ਕੱਪ ਅਮਰੀਕੀ ਕਾਰਨ (ਮੱਕੀ) ਉਬਲੀ ਹੋਈ
ਅੱਧਾ ਕੱਪ ਉਬਲੇ/ਪੱਕੇ ਚਾਵਲ
ਚਾਰ ਸਖਤ ਉਬਲੇ ਅੰਡਿਆਂ ਦੀ ਸਫ਼ੈਦੀ ਟੁਕੜਿਆਂ ਵਿਚ
ਚਾਰ ਕੱਪ ਵੈਜ਼ ਸਟਾਕ
ਇਕ ਪੈਕਟ ਵੈਜ਼ ਸਵੀਟ ਕਾਰਨ ਮਿਕਸ
ਮਸਾਲੇ : ਅੱਧਾ ਛੋਟਾ ਚਮਚਾ ਗਰੀਨ ਚਿੱਲੀ ਸੱਸ
ਇਕ ਵੱਡਾ ਚਮਚਾ ਸਾਲਸਾ ਸੱਸ
ਇਕ ਵੱਡਾ ਚਮਚਾ ਸਿਰਕਾ
ਲੂਣ ਤੇ ਕਾਲੀ ਮਿਰਚ ਸਵਾਦ ਅਨੁਸਾਰ
ਸਜਾਵਟ : ਕੱਟੀ ਹੋਈ ਖੁਰਾਸਾਨੀ ਅਜਵਾਇਣ

ਜੇਕਰ ਚਾਹੋ ਤਾਂ ਸੂਪ ਵਿਚ ਫਰੈਂਚ ਬੀਨਜ, ਗਾਜਰ ਤੇ ਪੀਲੀ ਸ਼ਿਮਲਾ ਮਿਰਚ ਵਰਗੀਆਂ ਸਬਜ਼ੀਆਂ ਬਾਰੀਕ ਕੱਟਕੇ ਮਿਲਾ ਸਕਦੇ ਹੋ। ਇਸਨੂੰ ਟਾਰਟਿਲਾ ਰੈਪ ਦੇ ਨਾਲ ਪਰੋਸੋ।

ਢੰਗ ਤਰੀਕਾ

1. ਸੱਸ ਪੈਨ ਵਿਚ ਮੱਖਣ ਪਿਘਲਾਵੋ, ਫੇਰ ਮੋਟੀ ਕੁੱਟੀ ਹੋਈ ਲਾਲ ਮਿਰਚ, ਮਿਕਸ ਜੜ੍ਹੀ ਬੂਟੀਆਂ, ਹਰਾ ਪਿਆਜ, ਰਾਜਮਾਂਹ, ਕਾਰਨ ਤੇ ਚਾਵਲ ਮਿਲਾਕੇ ਲਗਾਤਾਰ 2-3 ਮਿੰਟ ਰਿੰਨ੍ਹੋ। ਫੇਰ ਅੰਡੇ ਦੀ ਸਫ਼ੈਦੀ ਦੇ ਟੁਕੜੇ ਅਤੇ ਵੈਜ਼ ਸਟਾਕ ਮਿਲਾ ਦੇਵੋ।

2. ਉਬਾਲਾ ਆ ਜਾਣ ਤੇ ਸੇਕ ਘੱਟ ਕਰ ਦੇਵੋ ਅਤੇ ਸਟਾਕ ਉਪਰ ਸੂਪ ਮਿਕਸ ਛਿੜਕੋ, ਲਗਾਤਾਰ ਹਿਲਾਉਂਦੇ ਰਹੋ ਤਾਂ ਕਿ ਗੱਠਾਂ ਨਾ ਪੈ ਜਾਣ।

3. ਚਿੱਲੀ ਸੱਸ, ਸਾਲਸਾ ਸੱਸ, ਸਿਰਕਾ, ਲੂਣ, ਕਾਲੀ ਮਿਰਚ ਮਿਲਾਵੋ ਤੇ ਘੱਟ ਸੇਕ ਤੇ ਪੰਜ ਮਿੰਟ ਪੱਕਣ ਦੇਵੋ।

4. ਸੇਕ ਤੋਂ ਲਾਹਕੇ ਕਟੋਰੀਆਂ ਵਿਚ ਪਾਕੇ ਕੱਟੀ ਹੋਈ ਖੁਰਾਸਾਨੀ ਜ਼ਵੈਣ ਨਾਲ ਸਜਾਕੇ ਪਰੋਸੋ।

ਇਹ ਸੂਪ ਚਾਰ ਵਿਅਕਤੀਆਂ ਦੇ ਲਈ ਕਾਫ਼ੀ ਹੁੰਦਾ ਹੈ। ਬਣਾਉਣ ਵਿਚ 40 ਮਿੰਟ ਲੱਗਦੇ ਹਨ।

ਸਲਾਦ ਕਾਰਨਰ

ਚਿਕਨ ਸ਼ਹਿਦ ਮਸਟਰਡ ਸਲਾਦ

ਸਮੱਗਰੀ

ਦੋ ਵੱਡੇ ਚਮਚੇ ਮੂੰਗਫਲੀ ਦਾ ਤੇਲ
4-5 ਲਸਣ ਕਲੀ ਕੁੱਟੀ/ਪੀਸੀ ਹੋਈ
ਅੱਧਾ ਛੋਟਾ ਚਮਚਾ ਪੀਸੀ ਹੋਈ ਲਾਲ ਮਿਰਚ
ਇਕ ਛੋਟਾ ਚਮਚਾ ਕਲੌਂਜੀ
ਅੱਧਾ ਕੱਪ ਪਿਆਜ ਕੱਟਿਆ ਹੋਇਆ
ਅੱਧਾ ਕੱਪ ਟਮਾਟਰ ਕੱਟਿਆ ਹੋਇਆ
ਅੱਧਾ ਕੱਪ ਅਸਪਾਰਾਗਸ ਸਾਫ਼ ਟੁਕੜਿਆਂ ਵਿਚ
ਅੱਧਾ ਕੱਪ ਬ੍ਰੌਕਲੀ ਦੇ ਛੋਟੇ ਫੁੱਲ
ਅੱਧਾ ਕੱਪ ਹਰੀ ਸ਼ਿਮਲਾ ਮਿਰਚ ਕੱਟੀ ਹੋਈ
ਡੇਢ ਕੱਪ ਚਿਕਨ ਸਾਸੇਜ ਕੱਟੇ ਹੋਏ
ਡਰੈਸਿੰਗ : ਇਕ ਛੋਟਾ ਚਮਚਾ ਗਰੀਨ ਚਿੱਲੀ ਸੱਸ
ਇਕ ਵੱਡਾ ਚਮਚਾ ਨਿੰਬੂ ਦਾ ਰਸ
ਇਕ ਵੱਡਾ ਚਮਚਾ ਮਸਟਰਡ ਸੱਸ
ਇਕ ਵੱਡਾ ਚਮਚਾ ਸ਼ਹਿਦ
ਲੂਣ ਅਤੇ ਕਾਲੀ ਮਿਰਚ ਸਵਾਦ ਅਨੁਸਾਰ
ਸਜਾਵਟ : ਗਾਜਰ ਜੂਲੀਅਨਜ
ਕਿਸ ਨਾਲ ਪਰੋਸੀਏ : ਸੂਪ ਅਤੇ ਸਟਾਰਟਰ

ਢੰਗ ਤਰੀਕਾ

1. ਇਕ ਵੱਡੇ ਪੈਨ ਵਿਚ ਤੇਲ ਗਰਮ ਕਰੋ। ਲਸਣ, ਲਾਲ ਮਿਰਚ ਕਲੌਂਜੀ ਪਾ ਕੇ ਇਕ ਮਿੰਟ ਪਕਾਵੋ। ਫੇਰ ਪਿਆਜ ਪਾ ਕੇ ਭੂਰਾ ਜਿਹਾ ਹੋ ਜਾਣ ਤੱਕ ਭੁੰਨੋ।

2. ਫੇਰ ਟਮਾਟਰ, ਆਸਪਰਾਗਤਾ, ਬ੍ਰੌਕਲੀ, ਸ਼ਿਮਲਾ ਮਿਰਚ, ਸੱਸੇਜ ਪਾ ਕੇ 2-3 ਮਿੰਟ ਤੇਜ ਸੇਕ ਤੇ ਭੁੰਨੋ। ਹੇਠਾਂ ਉਤਾਰਕੇ ਡੋਂਗੇ ਵਿਚ ਕੱਢ ਲਵੋ।

3. ਡਰੈਸਿੰਗ ਦੀ ਸਮੱਗਰੀ ਕੱਪ ਵਿਚ ਬਣਾਕੇ ਸਲਾਦ ਉਪਰ ਪਾ ਦੇਵੋ। ਟੱਸ ਕਰਕੇ ਮਿਲਾਵੋ। ਪੰਦਰਾਂ ਮਿੰਟ ਠੰਢਾ ਕਰੋ। ਸਲਾਦ ਡਿਸ਼ ਵਿਚ ਕੱਢਕੇ ਗਾਜਰ ਜੂਲੀਅਨਜ ਨਾਲ ਸਜਾਉ, ਸੂਪ ਤੇ ਸਟਾਰਟਰ ਨਾਲ ਪਰੋਸੋ।

ਇਹ ਸਲਾਦ ਚਾਰ ਵਿਅਕਤੀਆਂ ਲਈ ਕਾਫ਼ੀ ਹੁੰਦਾ ਹੈ। ਇਸਨੂੰ ਬਣਾਉਣ ਵਿਚ 35 ਮਿੰਟ ਲੱਗਦੇ ਹਨ।

ਚਿਕਨ ਅਨਾਨਾਸ (ਪਾਈਨੈਪਲ) ਸਲਾਦ

ਸਮੱਗਰੀ

250 ਗ੍ਰਾਮ ਬੋਨਲੈਸ (ਹੱਡੀ ਬਿਨਾਂ) ਚਿਕਨ ਭਾਫ ਵਿਚ ਪੱਕਿਆ ਤੇ ਕੱਟਿਆ ਹੋਇਆ

ਪੌਣਾ ਕੱਪ ਸਲਾਦ ਪੱਤਾ ਕੱਟਿਆ ਹੋਇਆ

ਪੌਣਾ ਕੱਪ ਅਨਾਨਾਸ ਦੇ ਟੁਕੜੇ

ਅੱਧਾ ਕੱਪ ਖੀਰੇ ਦੇ ਟੁਕੜੇ

ਅੱਧਾ ਕੱਪ ਟਮਾਟਰ ਦੇ ਟੁਕੜੇ

ਡਰੈਸਿੰਗ : 2 ਵੱਡੇ ਚਮਚੇ ਬਿਨਾਂ ਅੰਡੇ ਦੇ ਮੇਯੋਨੀਜ

2 ਵੱਡੇ ਚਮਚੇ ਚੀਜ਼ (ਪਨੀਰ) ਸਪ੍ਰੈਡ

1 ਵੱਡਾ ਚਮਚਾ ਗਾੜ੍ਹੀ ਕਰੀਮ

ਲੂਣ ਅਤੇ ਕਾਲੀ ਮਿਰਚ ਸਵਾਦ ਅਨੁਸਾਰ

ਇਕ ਚੌਥਾਈ ਛੋਟਾ ਚਮਚਾ ਸੁੱਕੇ ਮਿਕਸ ਹਰਬ

ਇਕ ਚੌਥਾਈ ਛੋਟਾ ਚਮਚਾ ਕਾਲੀ ਮਿਰਚ ਅੱਧ ਕੁੱਟੀ ਹੋਈ

ਸਜਾਵਟ : ਤਾਜੀ ਅਜਮੋਦ (ਖੁਰਾਸਾਨੀ ਜ਼ਵੈਣ) ਕੱਟ ਹੋਈ

ਕਿਸ ਨਾਲ ਪਰੋਸੀਏ : ਗਾਰਲਿਕ (ਲਸਣ) ਬ੍ਰੈਡ ਸਲਾਈਸ

ਢੰਗ ਤਰੀਕਾ

1. ਮੇਯੋਨੀਜ ਤੇ ਚੀਜ਼ ਸਪ੍ਰੈਡ ਨੂੰ ਬਾਕੀ ਸਮੱਗਰੀ ਦੇ ਨਾਲ ਮਿਲਾਕੇ ਇਕ ਕੱਪ ਵਿਚ ਰੱਖੋ ਅਤੇ ਡਰੈਸਿੰਗ ਬਣਾ ਲਵੋ।

2. ਚਿਕਨ ਦੇ ਟੁਕੜੇ, ਸਲਾਦ ਦੇ ਪੱਤੇ, ਅਨਾਨਾਸ, ਲਾਲ ਮਿਰਚ, ਖੀਰਾ, ਟਮਾਟਰ ਇਕ ਡੋਂਗੇ ਵਿਚ ਕੱਢੋ, ਕਾਂਟੇ ਨਾਲ ਹਿਲਾਕੇ ਉਪਰ ਡਰੈਸਿੰਗ ਪਾਵੋ।

3. ਟੱਸ ਕਰਕੇ ਮਿਲਾਵੋ, ਇਕ ਸਰਵਿੰਗ ਪਲੇਟ ਵਿਚ ਕੱਢੋ, ਕੱਟੀ ਅਜਮੋਦ ਨਾਲ ਸਜਾਕੇ ਗਾਰਲਿਕ ਬ੍ਰੈਡ ਸਲਾਈਸ ਨਾਲ ਪਰੋਸੋ।

ਇਹ ਸਲਾਕ ਚਾਰ ਵਿਅਕਤੀਆਂ ਲਈ ਕਾਫ਼ੀ ਹੁੰਦਾ ਹੈ। ਇਸਨੂੰ ਬਣਾਉਣ ਵਿਚ ਤੀਹ ਮਿੰਟ ਲੱਗਦੇ ਹਨ।

ਟਿਊਨਾ ਪਾਸਤਾ ਸਲਾਦ

ਸਮੱਗਰੀ

ਦੋ ਕੱਪ ਪੈਨੇ/ਛੱਲ, ਪਾਸਤਾ ਉਬਲਿਆ ਅੱਧ ਗਲਿਆ
ਇਕ ਡਿੱਬਾ ਟਿਊਨਾ ਫਿਸ਼ (ਬਾਜ਼ਾਰ ਵਿਚੋਂ ਮਿਲਦੀ ਹੈ)
ਇਕ ਵੱਡਾ ਚਮਚਾ ਤੇਲ/ਮੱਖਣ ਭੁੰਨਣ ਦੇ ਲਈ
ਅੱਧਾ ਕੱਪ ਖੀਰਾ ਕੱਟੇ ਹੋਏ
ਅੱਧਾ ਕੱਪ ਟਮਾਟਰ ਕੱਟੇ ਹੋਏ
ਅੱਧਾ ਕੱਪ ਹਰੀ ਸ਼ਿਮਲਾ ਮਿਰਚ ਕੱਟੀ ਹੋਈ
ਅੱਧਾ ਕੱਪ ਪੀਲੀ ਸ਼ਿਮਲਾ ਮਿਰਚ ਕੱਟੀ ਹੋਈ
ਅੱਧਾ ਕੱਪ ਅਮਰੀਕੀ ਮੱਕੀ ਦੇ ਦਾਣੇ ਉਬਲੇ ਹੋਏ
ਡਰੈਸਿੰਗ : ਦੋ ਵੱਡੇ ਚਮਚੇ ਟਾਰਟਰ ਸੱਸ
ਦੋ ਵੱਡੇ ਚਮਚੇ ਕਰੀਮ
ਦੋ ਵੱਡੇ ਚਮਚੇ ਚੀਜ਼ (ਪਨੀਰ) ਸਪ੍ਰੈਡ
ਲੂਣ ਤੇ ਕਾਲੀ ਮਿਰਚ ਸਵਾਦ ਅਨੁਸਾਰ
ਅੱਧਾ ਛੋਟਾ ਚਮਚਾ ਮੋਟੀ ਕੁੱਟੀ ਲਾਲ ਮਿਰਚ
ਅੱਧਾ ਛੋਟਾ ਚਮਚਾ ਸੁੱਕੀ ਮਿਕਸ ਹਰਬ
ਸਜਾਵਟ : ਲਾਲ ਤੇ ਹਰੀ ਮਿਰਚ ਜੂਲੀਅਨਜ

ਢੰਗ ਤਰੀਕਾ

1. ਇਕ ਪੈਨ ਵਿਚ ਘਿਉ ਜਾਂ ਤੇਲ ਗਰਮ ਕਰੋ, ਟਿਊਨਾ ਦਾ ਡਿੱਬਾ ਖੋਹਲੋ ਅਤੇ ਸਮੱਗਰੀ ਪੈਨ ਵਿਚ ਪਾਵੋ। ਉਸਨੂੰ ਭੁੰਨੋ, ਪਾਣੀ ਸੁੱਕਣ ਤੱਕ ਰਿੰਨ੍ਹੋ। ਫੇਰ ਇਕ ਵੱਡੇ ਕਟੋਰੇ ਵਿਚ ਕੱਢ ਲਵੋ।

2. ਡੋਂਗੇ ਵਿਚ ਉਬਲਿਆ ਪਾਸਤਾ, ਖੀਰਾ, ਟਮਾਟਰ, ਹਰੀ ਮਿਰਚ, ਪੀਲੀ ਬੈਲ ਪੈਪਰ ਅਤੇ ਮੱਕੀ ਦੇ ਦਾਣੇ ਪਾਕੇ ਮਿਲਾਵੋ।

3. ਡਰੈਸਿੰਗ ਦੀ ਸਾਰੀ ਸਮੱਗਰੀ ਮਿਲਾਕੇ ਇਕ ਸਾਰ ਕਰੋ ਅਤੇ ਸਲਾਦ ਉਪਰ ਪਾ ਕੇ ਮਿਲਾਵੋ। ਸਲਾਦ ਨੂੰ ਇਕ ਟਰੇਅ ਵਿਚ ਕੱਢ ਲਵੋ।

4. ਲਾਲ ਤੇ ਹਰੀ ਮਿਰਚ ਜੂਲੀਅਨਜ ਨਾਲ ਸਜਾਵੋ ਅਤੇ ਪਰੋਸਣ ਤੋਂ ਪਹਿਲਾਂ 10-15 ਮਿੰਟ ਠੰਢਾ ਕਰੋ।

ਇਹ ਸਲਾਦ 4 ਵਿਅਕਤੀਆਂ ਲਈ ਕਾਫ਼ੀ ਹੁੰਦਾ ਹੈ। ਇਸਨੂੰ ਬਣਾਉਣ ਵਿਚ ਤੀਹ ਮਿੰਟ ਦਾ ਸਮਾਂ ਲੱਗਦਾ ਹੈ।

ਸਲਾਈਸਡ ਮਟਨ ਸਲਾਦ

ਸਮੱਗਰੀ

250 ਗ੍ਰਾਮ ਹੱਡੀ ਬਿਨਾਂ ਭਾਫ਼ ਵਿਚ ਪਕਾਇਆ ਹੋਇਆ ਮਟਨ
ਕਟੀ ਜਾਂ ਮਟਨ ਸੱਸੇਜ ਟੁਕੜਿਆਂ ਵਿਚ
ਪੌਣਾ ਕੱਪ ਸਲਾਦ ਪੱਤਾ, ਬਾਰੀਕ ਕਤਰਿਆ ਹੋਇਆ
ਪੌਣਾ ਕੱਪ ਅਨਾਨਾਸ ਦੇ ਟੁਕੜੇ
ਅੱਧਾ ਕੱਪ ਖੀਰਾ
ਅੱਧਾ ਕੱਪ ਟਮਾਟਰ
ਡਰੈਸਿੰਗ : ਦੋ ਵੱਡੇ ਚਮਚੇ ਥਾਈਲੈਂਡ ਆਈਲੈਂਡ ਡਰੈਸਿੰਗ
ਦੋ ਵੱਡੇ ਚਮਚੇ ਚੀਜ਼ (ਪਨੀਰ) ਸਪ੍ਰੈਡ
ਇਕ ਵੱਡਾ ਚਮਚਾ ਗਾੜ੍ਹੀ ਕਰੀਮ
ਲੂਣ ਅਤੇ ਕਾਲੀ ਮਿਰਚ ਸਵਾਦ ਅਨੁਸਾਰ
ਅੱਧਾ ਛੋਟਾ ਚਮਚਾ ਸੁੱਕੀ ਤੁਲਸੀ ਪੱਤਾ
ਅੱਧਾ ਛੋਟਾ ਚਮਚਾ ਕਾਲੀ ਮਿਰਚ ਦਰੜੀ ਹੋਈ
ਸਜਾਵਟ : ਤਾਜਾ ਧਨੀਆ ਕੱਟਿਆ ਹੋਇਆ
ਕਿਸ ਨਾਲ ਪਰੋਸੀਏ : ਗਾਰਲਿਕ ਬ੍ਰੈਡ ਸਲਾਈਸ

ਢੰਗ ਤਰੀਕਾ

1. ਡਰੈਸਿੰਗ, ਚੀਜ਼ ਸਪ੍ਰੈਡ ਅਤੇ ਬਾਕੀ ਸਾਰੀ ਸਮੱਗਰੀ ਇਕ ਕੱਪ ਵਿਚ ਮਿਲਾਕੇ ਇਕ ਸਾਰ ਡਰੈਸਿੰਗ ਤਿਆਰ ਕਰ ਲਵੋ।

2. ਫੇਰ ਮਟਨ, ਸਲਾਦ ਪੱਤਾ, ਅਨਾਨਾਸ, ਖੀਰਾ ਅਤੇ ਟਮਾਟਰ ਇਕ ਡੋਂਗੇ ਵਿਚ ਕੱਢ ਲਵੋ, ਕਾਂਟੇ ਨਾਲ ਹਿਲਾਕੇ ਇਸ ਉਪਰ ਡਰੈਸਿੰਗ ਪਾ ਦੇਵੋ।

3. ਟੱਸ ਕਰਕੇ ਮਿਲਾਵੋ, ਟਰੇਅ ਵਿਚ ਪਾ ਲਵੋ, ਕੱਟੇ ਧਨੀਏ ਨਾਲ ਸਜਾਕੇ ਗਾਰਲਿਕ ਬ੍ਰੈਡ ਸਲਾਈਸ ਨਾਲ ਪਰੋਸੋ।

ਇਹ ਸਲਾਦ ਚਾਰ ਵਿਅਕਤੀਆਂ ਲਈ ਕਾਫ਼ੀ ਹੁੰਦਾ ਹੈ। ਇਸਨੂੰ ਤਿਆਰ ਕਰਨ ਵਿਚ 45 ਮਿੰਟ ਦਾ ਸਮਾਂ ਲੱਗਦਾ ਹੈ।

ਕੋਲਡ ਰਾਈਸ ਪ੍ਰੌਨ ਸਲਾਦ

ਸਮੱਗਰੀ

250 ਗ੍ਰਾਮ ਦਰਮਿਆਨੇ ਆਕਾਰ ਦੀ ਪ੍ਰਾਨ, ਡੀ ਵੈਂਡ ਅਤੇ ਪੂਛ ਤੋਂ ਬਿਨਾਂ
ਤਿੰਨ ਕੱਪ ਭਾਫ ਵਿਚ ਪਕਾਏ ਹੋਏ ਚਾਵਲ
ਮੈਰੀਨੇਡ ਦੇ ਲਈ :
ਇਕ ਛੋਟਾ ਚਮਚਾ ਨਿੰਬੂ ਦਾ ਰਸ/ਸਿਰਕਾ
ਅੱਧਾ ਛੋਟਾ ਚਮਚਾ ਮੋਟੀ ਕੁੱਟੀ ਹੋਈ ਲਾਲ ਮਿਰਚ
ਅੱਧਾ ਛੋਟਾ ਚਮਚਾ ਰਗੜਿਆ ਲਸਣ
ਲੂਣ ਤੇ ਕਾਲੀ ਮਿਰਚ ਸਵਾਦ ਅਨੁਸਾਰ
ਤੇਲ ਤਲਣ ਦੇ ਲਈ
ਪੌਣਾ ਕੱਪ ਟਮਾਟਰ ਜੂਲੀਅਨਜ
ਪੌਣਾ ਕੱਪ ਪੱਤ ਗੋਭੀ ਜੂਲੀਅਨਜ
ਪੌਣਾ ਕੱਪ ਹਰੀ ਸ਼ਿਮਲਾ ਮਿਰਚ ਜੂਲੀਅਨਜ
ਪੌਣਾ ਕੱਪ ਪੀਲੀ ਸ਼ਿਮਲਾ ਮਿਰਚ ਜੂਲੀਅਨਜ
ਮਸਾਲੇ : ਅੱਧਾ ਛੋਟਾ ਚਮਚਾ ਸੁੱਕੇ ਤੁਲਸੀ ਪੱਤੇ
ਅੱਧਾ ਛੋਟਾ ਚਮਚਾ ਮਿਕਸ ਹਰਬ
ਇਕ ਛੋਟਾ ਚਮਚਾ ਪੀਸੀ ਹੋਈ ਲਾਲ ਮਿਰਚ
ਇਕ ਛੋਟਾ ਚਮਚਾ ਬਰਾਊਨ ਸ਼ੂਗਰ
ਇਕ ਵੱਡਾ ਚਮਚਾ ਸਵੀਟ ਚਿੱਲੀ ਸੱਸ
ਅੱਧਾ ਛੋਟਾ ਚਮਚਾ ਹਲਕੀ ਸੋਇਆ ਸੱਸ
ਲੂਣ ਤੇ ਕਾਲੀ ਭੂਰੀ ਮਿਰਚ ਸਵਾਦ ਅਨੁਸਾਰ
ਸਜਾਵਟ : ਤਾਜੇ ਤੁਲਸੀ ਦੇ ਪੱਤੇ

ਢੰਗ ਤਰੀਕਾ

1. ਮੈਰੀਨੇਡ ਦੀ ਸਮੱਗਰੀ ਨੂੰ ਇਕ ਡੋਂਗੇ ਵਿਚ ਪਾਕੇ ਮਿਲਾਵੋ, ਪ੍ਰਾਨ ਤੇ ਮਲਕੇ ਪੰਜ ਮਿੰਟ ਤੱਕ ਮੈਰੀਨੇਟ ਕਰੋ। ਇਕ ਨਾਨ-ਸਟਿਕ ਪੈਨ ਵਿਚ ਤੇਲ ਗਰਮ ਕਰਕੇ ਪ੍ਰੌਨ ਨੂੰ 3-5 ਮਿੰਟ ਭੁੰਨੋ। ਨਰਮ ਹੋ ਜਾਣ ਤੇ ਸੇਕ ਤੋਂ ਉਤਾਰ ਕੇ ਠੰਢਾ ਹੋਣ ਦੇਵੋ।

2. ਟਮਾਟਰ ਸਲਾਦ ਦੇ ਡੋਂਗੇ ਵਿਚ ਰੱਖੋ, ਇਸ ਵਿਚ ਪੱਤ ਗੋਭੀ, ਹਰੀ ਮਿਰਚ, ਪੀਲੀ ਮਿਰਚ, ਮਸਾਲੇ ਪਾਉਣ ਦੇ ਬਾਦ ਲਗਾਤਾਰ ਹਿਲਾਉਂਦੇ ਹੋਏ ਪ੍ਰੌਨ ਅਤੇ ਚਾਵਲ ਵੀ ਮਿਲਾ ਦੇਵੋ।

3. ਸਲਾਦ ਨੂੰ ਟਰੇਅ ਵਿਚ ਪਾ ਲਵੋ, ਕਮਰੇ ਦੇ ਤਾਪਮਾਨ ਤੇ, ਗਰਮ ਅਤੇ ਖੱਟੇ ਪ੍ਰੌਨ ਸੂਪ ਦੇ ਨਾਲ ਪਰੋਸੋ।

ਇਹ ਸਲਾਦ ਚਾਰ ਵਿਅਕਤੀਆਂ ਲਈ ਕਾਫ਼ੀ ਹੁੰਦਾ ਹੈ। ਤਿਆਰ ਕਰਨ ਵਿਚ 40 ਮਿੰਟ ਦਾ ਸਮਾਂ ਲਗਦਾ ਹੈ।

ਪ੍ਰੌਨ ਅਤੇ ਆਲੂ ਸਲਾਦ

ਸਮੱਗਰੀ

250 ਗ੍ਰਾਮ ਛੋਟੇ ਆਕਾਰ ਦੇ ਪ੍ਰੌਨ/ਸ਼ਰਿਪ
ਛਿੜਕਣ/ਭੁੱਕਣ ਦੇ ਲਈ
ਇਕ ਛੋਟਾ ਲਸਣ ਬਾਰੀਕ ਕੱਟਿਆ ਹੋਇਆ
ਇਕ ਛੋਟਾ ਚਮਚਾ ਜੈਤੂਨ ਦਾ ਤੇਲ
ਅੱਧਾ ਛੋਟਾ ਚਮਚਾ ਮੋਟੀ ਕੁੱਟੀ ਹੋਈ ਲਾਲ ਮਿਰਚ
ਇਕ ਚੌਥਾਈ ਛੋਟਾ ਚਮਚਾ ਪੀਸੀ ਹੋਈ ਹਲਦੀ
ਇਕ ਵੱਡਾ ਚਮਚਾ ਨਿੰਬੂ ਦਾ ਰਸ
ਦੋ ਕੱਪ ਛੋਟੇ ਆਲੂ ਉਬਲੇ ਹੋਏ, ਛਿਲਕੇ ਦੇ ਬਿਨਾਂ, ਦੋ ਟੁਕੜਿਆਂ ਵਿਚ
ਦੋ ਅੰਡੇ ਸਖਤ ਉਬਲੇ ਹੋਏ, ਚਾਰ ਟੁਕੜਿਆਂ ਵਿਚ
ਇਕ ਕੱਪ ਸਲਾਦ ਪੱਤਾ ਕਤਰਿਆ ਹੋਇਆ
ਦੋ ਵੱਡੇ ਚਮਚੇ ਖੀਰਾ ਕੱਟਿਆ ਹੋਇਆ
ਡਰੈਸਿੰਗ : ਅੱਧਾ ਕੱਪ ਗਾੜ੍ਹਾ ਦਹੀਂ
ਅੱਧਾ ਕੱਪ ਕਰੀਮ
ਇਕ ਛੋਟਾ ਚਮਚਾ ਨਿੰਬੂ ਦਾ ਰਸ
ਇਕ ਚੁਟਕੀ ਕੈਸਟਰ ਸ਼ੂਗਰ
ਇਕ ਵੱਡਾ ਚਮਚਾ ਚੀਜ਼ ਸਪ੍ਰੈਡ
ਲੂਣ ਤੇ ਕਾਲੀ ਮਿਰਚ ਸਵਾਦ ਅਨੁਸਾਰ
ਪੌਣਾ ਛੋਟਾ ਚਮਚਾ ਸੁੱਕੀ ਖੁਰਾਸਾਨੀ ਜ਼ਵੈਣ (ਪਾਰਸਲੇ)
ਸਜਾਵਟ : ਜੈਤੂਨ (ਬੀਜ ਰਹਿਤ ਟੁਕੜੇ)
ਕਿਸ ਨਾਲ ਪਰੋਸੀਏ : ਚੀਜ਼ (ਪਨੀਰ) ਪੈਟੀਜ ਜਾਂ ਟੋਸਟ

ਢੰਗ ਤਰੀਕਾ

1. ਪ੍ਰੌਨ ਧੋ ਕੇ ਸੁਕਾ ਲਵੋ। ਇਸ ਉਪਰ ਲਸਣ, ਜੈਤੂਨ ਤੇਲ, ਲਾਲ ਮਿਰਚ, ਹਲਦੀ, ਨਿੰਬੂ ਦਾ ਰਸ ਛਿੜਕੋ, ਚੰਗੀ ਤਰ੍ਹਾਂ ਮਲੋ, ਕਿਸੇ ਠੰਢੀ ਥਾਂ ਤੇ 10 ਮਿੰਟਾਂ ਲਈ ਰੱਖ ਦੇਵੋ।

2. ਪ੍ਰੌਨ ਭਾਫ਼ ਵਿਚ ਪਕਾ ਕੇ ਵੱਡੇ ਡੋਂਗੇ ਵਿਚ ਰੱਖੋ, ਛੋਲੇ ਆਲੂ, ਅੰਡਾ, ਸਲਾਦ ਪੱਤਾ ਅਤੇ ਖੀਰਾ ਮਿਲਾਵੋ। ਟੱਸ ਕਰੋ।

3. ਡਰੈਸਿੰਗ ਦੀ ਸਾਰੀ ਸਮੱਗਰੀ ਇਕੱਠੀ ਹੀ ਮਿਲਾ ਲਵੋ, ਸਲਾਦ ਉਪਰ ਪਾਵੋ, ਚੰਗੀ ਤਰ੍ਹਾਂ ਮਿਲਾਵੋ ਤਾਂ ਕਿ ਸਲਾਦ ਉਪਰ ਡਰੈਸਿੰਗ ਆ ਜਾਵੇ। ਇਕ ਟਰੇਅ ਵਿਚ ਪਾਕੇ ਚੀਜ਼ ਪੈਟੀਜ ਜਾਂ ਟੋਸਟ ਨਾਲ ਪਰੋਸੋ।

ਇਹ ਸਲਾਦ ਚਾਰ ਵਿਅਕਤੀਆਂ ਲਈ ਕਾਫ਼ੀ ਹੁੰਦਾ ਹੈ। ਤਿਆਰ ਕਰਨ ਵਿਚ 40 ਮਿੰਟ ਲੱਗ ਜਾਂਦੇ ਹਨ।

ਪ੍ਰੌਨ ਅਤੇ ਐਗ (ਅੰਡਾ) ਸਲਾਦ

ਸਮੱਗਰੀ

250 ਗ੍ਰਾਮ ਛੋਟੇ ਆਕਾਰ ਦੀ ਪ੍ਰੌਨ ਜਾਂ ਝੀਂਗਾ ਮੱਛੀ
ਛਿੜਕਣ ਲਈ : ਇਕ ਛੋਟਾ ਚਮਚਾ ਲਸਣ ਕੱਦੂਕਸ਼ ਕੀਤਾ ਹੋਇਆ
ਇਕ ਛੋਆ ਚਮਚਾ ਜੈਤੂਨ ਦਾ ਤੇਲ
ਅੱਧਾ ਛੋਟਾ ਚਮਚਾ ਮੋਟੀ ਕੁੱਟੀ ਹੋਈ ਲਾਲ ਮਿਰਚ
ਇਕ ਚੌਥਾਈ ਚਮਚਾ ਪੀਸੀ ਹੋਈ ਹਲਦੀ
ਪੌਣਾ ਕੱਪ ਚੈਰੀ ਟਮਾਟਰ, ਅੱਧੇ ਕੱਟੇ
ਚਾਰ ਅੰਡੇ, ਸਖਤ ਉਬਲੇ ਹੋਏ, ਚਾਰ ਟੁਕੜਿਆਂ ਵਿਚ ਕੱਟੇ ਹੋਏ
ਇਕ ਕੱਪ ਸਲਾਦ ਪੱਤਾ ਕਤਰਿਆ ਹੋਇਆ
ਦੋ ਵੱਡੇ ਚਮਚੇ ਖੀਰਾ ਕੱਟਿਆ ਹੋਇਆ
ਡਰੈਸਿੰਗ : ਅੱਧਾ ਕੱਪ ਗਾੜ੍ਹਾ ਦਹੀਂ
ਅੱਧਾ ਕੱਪ ਕਰੀਮ
ਅੱਧਾ ਛੋਟਾ ਚਮਚਾ ਨਿੰਬੂ ਦਾ ਰਸ
ਇਕ ਚੁਟਕੀ ਕੈਸਟਰ ਸ਼ੂਗਰ
ਇਕ ਵੱਡਾ ਚਮਚਾ ਚੀਜ਼ ਸਪ੍ਰੈਡ
ਲੂਣ ਤੇ ਕਾਲੀ ਮਿਰਚ ਸਵਾਦ ਅਨੁਸਾਰ
ਪੌਣਾ ਛੋਟਾ ਚਮਚਾ ਸੁੱਕੀ ਅਜਮੋਦ (ਖੁਰਾਸਾਨੀ ਜਵੈਣ)
ਸਜਾਵਟ : ਜੈਤੂਨ (ਗੁਠਲੀ ਦੇ ਬਿਨਾਂ, ਸਲਾਈਸ ਕੀਤੇ ਹੋਏ)
ਕਿਸ ਦੇ ਨਾਲ ਪਰੋਸੀਏ : ਚੀਜ਼ ਪੈਟੀ ਜਾਂ ਟੋਸਟ

ਢੰਗ ਤਰੀਕਾ

1. ਝੀਂਗੇ ਧੋ ਕੇ ਸੁਕਾ ਲਵੋ ਅਤੇ ਉਹਨਾਂ ਉਪਰ ਲਸਣ, ਜੈਤੂਨ ਦਾ ਤੇਲ, ਲਾਲ ਕੁੱਟੀ ਹੋਈ ਮਿਰਚ, ਪੀਸੀ ਹੋਈ ਹਲਦੀ ਅਤੇ ਨਿੰਬੂ ਦਾ ਰਸ ਛਿੜਕੋ। ਚੰਗੀ ਤਰ੍ਹਾਂ ਮਲਕੇ ਦਸ ਮਿੰਟ ਲਈ ਕਿਸੇ ਠੰਢੀ ਥਾਂ ਤੇ ਰੱਖ ਦੇਵੋ।

2. ਪ੍ਰੌਨ ਨੂੰ ਭਾਫ਼ ਵਿਚ ਪਕਾਵੋ, ਵੱਡੇ ਕਟੋਰੇ ਵਿਚ ਕੱਢ ਲਵੋ, ਇਸ ਵਿਚ ਚੈਰੀ ਟਮਾਟਰ, ਅੰਡਾ, ਸਲਾਦ ਪੱਤਾ, ਖੀਰਾ ਮਿਲਾਕੇ ਹਿਲਾਵੋ।

3. ਡਰੈਸਿੰਗ ਦੀ ਸਮੱਗਰੀ ਇਕਸਾਰ ਮਿਲਾਕੇ ਸਲਾਦ ਉਪਰ ਪਾ ਦੇਵੋ ਤਾਂ ਕਿ ਡਰੈਸਿੰਗ ਦੀ ਪਰਤ ਚੜ੍ਹ ਜਾਵੇ। ਟਰੇਅ ਵਿਚ ਕੱਢ ਲਵੋ, ਜੈਤੂਨ ਨਾਲ ਸਜਾਕੇ ਪਨੀਰ (ਚੀਜ਼) ਪੈਟੀ ਜਾਂ ਟੋਸਟ ਨਾਲ ਪਰੋਸੋ।

ਇਹ ਸੱਲਾਦ ਚਾਰ ਵਿਅਕਤੀਆਂ ਲਈ ਕਾਫ਼ੀ ਹੁੰਦਾ ਹੈ। ਤਿਆਰ ਕਰਨ ਵਿਚ 50 ਮਿੰਟ ਦਾ ਸਮਾਂ ਲੱਗ ਜਾਂਦਾ ਹੈ।

ਮਿਕਸ ਅੰਕੁਰਿਤ ਐਗ ਸਲਾਦ

ਸਮੱਗਰੀ

ਇਕ ਕੱਪ ਮਿਲ ਜੁਲੇ ਅੰਕੁਰਿਤ, ਉਬਲੇ ਹੋਏ
ਚਾਰ ਅੰਡਿਆਂ ਦੀ ਸਫ਼ੈਦੀ ਸਖਤ ਤੇ ਟੁਕੜਿਆਂ ਵਿਚ ਕੱਟੀ ਹੋਈ
ਅੱਧਾ ਕੱਪ ਲਾਲ ਸ਼ਿਮਲਾ ਮਿਰਚ ਬਾਰੀਕ ਕੱਟੀ ਹੋਈ
ਅੱਧਾ ਕੱਪ ਪੀਲੀ ਸ਼ਿਮਲਾ ਮਿਰਚ ਬਾਰੀਕ ਕੱਟੀ ਹੋਈ
ਅੱਧਾ ਕੱਪ ਖੀਰਾ, ਕੱਟਿਆ ਹੋਇਆ
ਅੱਧਾ ਕੱਪ ਮੱਕੀ ਦੇ ਦਾਣੇ ਡਿੱਬਾਬੰਦ
ਮਸਾਲੇ : ਇਕ ਵੱਡਾ ਚਮਚਾ ਸਿਰਕਾ
ਇਕ ਵੱਡਾ ਚਮਚਾ ਗਰੀਨ ਚਿੱਲੀ ਸੱਸ
ਇਕ ਵੱਡਾ ਚਮਚਾ ਸੋਇਆ ਸੱਸ
ਲੂਣ ਤੇ ਕਾਲੀ ਮਿਰਚ ਸਵਾਦ ਅਨੁਸਾਰ
ਇਕ ਅੰਡਾ ਫੈਂਟਿਆ ਹੋਇਆ
ਇਕ ਵੱਡਾ ਚਮਚਾ ਮੱਕੀ ਦਾ ਆਟਾ, ਪਾਣੀ ਵਿਚ ਘੁਲਿਆ ਹੋਇਆ
ਸਜਾਵਟ : ਹਰੇ ਪਿਆਜ ਦਾ ਹਰਾ ਭਾਗ (ਭੂਕਾਂ)
ਕਿਸ ਨਾਲ ਪਰੋਸੀਏ : ਬ੍ਰੈਡ ਕਰੋਟੋਨ

ਢੰਗ ਤਰੀਕਾ

1. ਸਲਾਦ ਵਾਲੇ ਡੋਂਗੇ ਵਿਚ ਮਿਕਸ ਅੰਕੁਰਿਤ, ਅੰਡੇ ਦੀ ਸਫ਼ੈਦੀ ਅਤੇ ਬਾਕੀ ਸਮੱਗਰੀ ਪਾ ਕੇ ਚੰਗੀ ਤਰ੍ਹਾਂ ਮਿਲਾ ਲਵੋ।

2. ਲਗਾਤਾਰ ਮਿਲਾਉਂਦੇ ਹੋਏ ਦਹੀਂ ਅਤੇ ਬਾਕੀ ਮਸਾਲੇ ਵੀ ਪਾ ਦੇਵੋ ਤਾਂ ਕਿ ਸਾਰੀ ਸਮੱਗਰੀ ਤੇ ਮਿਸ਼ਰਣ ਲੱਗ ਜਾਵੇ।

3. ਸਲਾਦ ਨੂੰ ਟਰੇਅ ਵਿਚ ਪਾ ਲਵੋ, ਖ਼ੁਰਾਸਾਨੀ ਅਜ਼ਵਾਇਣ ਨਾਲ ਸਜਾਕੇ ਸੈਂਡਵਿਚ ਨਾਲ ਪਰੋਸੋ।

ਇਹ ਸਲਾਦ ਚਾਰ ਵਿਅਕਤੀਆਂ ਲਈ ਕਾਫ਼ੀ ਹੁੰਦਾ ਹੈ। ਸਮਾਂ 40 ਮਿੰਟ ਲੱਗ ਜਾਂਦਾ ਹੈ।

ਪਾਸਤਾ ਐਗ ਸਲਾਦ

ਸਮੱਗਰੀ

ਦੋ ਕੱਪ ਪੈਨੀ, ਸ਼ੈਲ ਜਾਂ ਤਿਤਲੀ ਆਕਾਰ ਦਾ ਪਾਸਤਾ ਉਬਲਿਆ ਹੋਇਆ
ਚਾਰ ਅੰਡੇ ਚੰਗੀ ਤਰ੍ਹਾਂ ਫੈਂਟੇ ਹੋਏ
ਦੋ ਵੱਡੇ ਚਮਚੇ ਦੁੱਧ
ਲੂਣ, ਕਾਲੀ ਮਿਰਚ, ਲਾਲ ਕੁੱਟੀ ਮਿਰਚ ਸਵਾਦ ਅਨੁਸਾਰ
ਦੋ ਵੱਡੇ ਚਮਚੇ ਤੇਲ/ਮੱਖਣ
ਅੱਧਾ ਕੱਪ ਖੀਰਾ ਕੱਟਿਆ ਹੋਇਆ ਬਾਰੀਕ
ਅੱਧਾ ਕੱਪ ਟਮਾਟਰ ਕੱਟਿਆ ਹੋਇਆ ਬਾਰੀਕ
ਅੱਧਾ ਕੱਪ ਹਰੀ ਸ਼ਿਮਲਾ ਮਿਰਚ ਕੱਟੀ ਹੋਈ
ਅੱਧਾ ਕੱਪ ਅਮਰੀਕਨ ਮੱਕੀ ਉਬਲੀ ਹੋਈ
ਮਸਾਲੇ : ਅੱਧਾ ਛੋਟਾ ਚਮਚਾ ਗਰੀਨ ਚਿੱਲੀ ਸੱਸ
ਇਕ ਵੱਡਾ ਚਮਚਾ ਸਾਲਸਾ ਸੱਸ
ਇਕ ਵੱਡਾ ਚਮਚਾ ਸਿਰਕਾ
ਲੂਣ ਤੇ ਕਾਲੀ ਮਿਰਚ ਸਵਾਦ ਅਨੁਸਾਰ
ਸਜਾਵਟ : ਕੱਟੀ ਹੋਈ ਖੁਰਾਸਾਨੀ ਜਵੈਣ

ਢੰਗ ਤਰੀਕਾ

1. ਅੰਡਿਆਂ ਨੂੰ ਇਕ ਕਟੋਰੀ ਵਿਚ ਫੈਂਟ ਲਵੋ। ਫੇਰ ਇਸ ਵਿਚ ਦੁੱਧ, ਲੂਣ, ਕਾਲੀ ਮਿਰਚ, ਲਾਲ ਮਿਰਚ ਪਾ ਕੇ ਚੰਗੀ ਤਰ੍ਹਾਂ ਫੈਂਟ ਲਵੋ।

2. ਇਕ ਪੈਨ ਵਿਚ ਤੇਲ ਜਾਂ ਮੱਖਣ ਗਰਮ ਕਰੋ, ਫੈਂਟਿਆ ਮਿਸ਼ਰਣ ਪੈਨ ਵਿਚ ਪਾਵੋ। ਹਲਕੇ ਸੇਕ ਤੇ ਹਿਲਾਉਂਦੇ ਰਹੋ ਤਾਂ ਕਿ ਅੰਡਿਆਂ ਦੀ ਨਰਮ ਭੁਰਜੀ ਬਣ ਜਾਵੇ। ਇਸਨੂੰ ਵੱਡੇ ਡੋਂਗੇ ਵਿਚ ਕੱਢ ਲਵੋ।

3. ਇਸ ਵਿਚ ਉਬਲਿਆ ਪਾਸਤਾ, ਖੀਰਾ, ਟਮਾਟਰ, ਹਰੀ ਤੇ ਪੀਲੀ ਸ਼ਿਮਲਾ ਮਿਰਚ, ਮੱਕੀ ਦੇ ਦਾਣੇ ਮਿਲਾਕੇ ਹੱਥ ਨਾਲ ਹੌਲ਼ੀ ਹੌਲ਼ੀ ਮਿਲਾਵੋ।

4. ਟਰੇਅ ਵਿਚ ਕੱਢਕੇ ਪਰੋਸੋ।

ਇਹ ਸਲਾਦ ਚਾਰ ਵਿਅਕਤੀਆਂ ਲਈ ਕਾਫ਼ੀ ਹੁੰਦਾ ਹੈ। ਬਣਾਉਣ ਵਿਚ 40 ਮਿੰਟ ਲੱਗ ਜਾਂਦੇ ਹਨ।

ਗੁਰਦਾ ਕਲੇਜੀ ਬਰਿਆਣੀ

ਸਮੱਗਰੀ

ਦੋ ਛੋਟੇ ਕੱਪ ਬਾਸਮਤੀ ਚਾਵਲ
4 ਕੱਪ ਪਾਣੀ ਜਾਂ ਮਟਨ ਸਟਾਕ
500 ਗ੍ਰਾਮ ਮੀਟ ਦੀ ਮਿਕਸ ਗੁਰਦਾ-ਕਲੇਜੀ
ਮੈਰੀਨੇਡ : ਇਕ ਕੱਪ ਗਾੜ੍ਹਾ ਦਹੀਂ
ਇਕ ਵੱਡਾ ਚਮਚਾ ਨਿੰਬੂ ਦਾ ਰਸ
ਅੱਧਾ ਛੋਟਾ ਚਮਚਾ ਪੀਸੀ ਹੋਈ ਲਾਲ ਮਿਰਚ
ਲੂਣ ਸਵਾਦ ਅਨੁਸਾਰ
ਇਕ ਛੋਟਾ ਚਮਚਾ ਦਰੜੀ ਹੋਈ ਕਾਲੀ ਮਿਰਚ
ਮਸਾਲੇ ਦੇ ਲਈ : 4 ਵੱਡੇ ਚਮਚੇ ਤੇਲ/ਦੇਸੀ ਘਿਉ
ਦੋ ਹਰੀ ਮਿਰਚ ਕੱਟੀ ਹੋਈ ਬਾਰੀਕ
ਇਕ ਛੋਟਾ ਚਮਚਾ ਜੀਰਾ
ਦੋ ਕੱਪ ਬਾਰੀਕ ਕੱਟੇ ਹੋਏ ਪਿਆਜ
ਇਕ ਕੱਪ ਟਮਾਟਰ ਕੱਦੂਕਸ਼ ਕੀਤੇ ਹੋਏ
ਅੱਧਾ ਕੱਪ ਟਮਾਟਰ ਪਿਊਰੀ
ਦੋ ਵੱਡੇ ਚਮਚੇ ਟੋਮੈਟੋ ਕੈਚਅਪ

ਮਸਾਲੇ : ਅੱਧਾ ਛੋਟਾ ਚਮਚਾ ਗਰਮ ਮਸਾਲਾ
ਇਕ ਚੌਥਾਈ ਛੋਟਾ ਚਮਚਾ ਪੀਸਿਆ ਹੋਇਆ ਜੀਰਾ
ਅੱਧਾ ਛੋਟਾ ਚਮਚਾ ਬਰਿਆਣੀ ਮਸਾਲਾ
ਅੱਧਾ ਛੋਟਾ ਚਮਚਾ ਮੀਟ ਮਸਾਲਾ
ਇਕ ਚੁਟਕੀ ਪੀਸੀ ਹੋਈ ਹਲਦੀ
ਅੱਧਾ ਛੋਟਾ ਚਮਚਾ ਪੀਸਿਆ ਹੋਇਆ ਅਮਚੂਰ
ਸਜਾਵਟ : ਲੰਬੀ ਕੱਟੀ ਹਰੀ ਮਿਰਚ ਅਤੇ ਟਮਾਟਰ ਦੇ ਵੈਜਿਸ
ਕਿਸ ਨਾਲ ਪਰੋਸੀਏ : ਧਨੀਆ-ਪੁਦੀਨਾ ਰਾਇਤਾ

ਢੰਗ ਤਰੀਕਾ

1. ਗੁਰਦਾ-ਕਲੇਜੀ ਮਿਕਸ ਨੂੰ ਦਸ ਮਿੰਟ ਮੈਰੀਨੇਡ ਕਰਕੇ ਰੱਖੋ। ਚਾਵਲ ਸਾਫ਼ ਕਰਕੇ ਵੀਹ ਮਿੰਟਾਂ ਲਈ ਭਿਉਂ ਦੇਵੋ।

2. ਇਕ ਕੜਾਹੀ ਵਿਚ ਤੇਲ ਗਰਮ ਕਰਕੇ, ਹਰੀ ਮਿਰਚ ਤੇ ਜੀਰਾ ਪਾਵੋ, ਲਗਾਤਾਰ ਭੁੰਨਦੇ ਹੋਏ ਪਿਆਜ ਮਿਲਾ ਦੇਵੋ।

3. ਪਿਆਜ ਨੂੰ ਗੁਲਾਬੀ ਭੂਰਾ ਹੋਣ ਤੱਕ ਭੁੰਨਣ ਦੇ ਬਾਦ ਟਮਾਟਰ ਅਤੇ ਟਮਾਟਰ ਪਿਊਰੀ ਮਿਲਾਕੇ ਹਿਲਾਉਂਦੇ ਰਹੋ। ਸਾਰੇ ਮਸਾਲੇ ਅਤੇ ਮੈਰੀਨੇਟਡ ਗੁਰਦਾ-ਕਲੇਜੀ ਵੀ ਪਾ ਦੇਵੋ।

4. ਘੱਟ ਸੇਕ ਤੇ 3-4 ਮਿੰਟ ਭੁੰਨਣ ਦੇ ਬਾਦ ਪਾਣੀ ਮਿਲਾਵੋ, ਉਬਾਲਾ ਆ ਜਾਣ ਦੇਵੋ ਅਤੇ ਛਣੇ ਹੋਏ ਚਾਵਲ ਮਿਲਾ ਦੇਵੋ। ਫੇਰ ਢੱਕਣ ਬੰਦ ਕਰਕੇ ਘੱਟ ਸੇਕ ਤੇ 10-12 ਮਿੰਟ ਪਕਾਵੋ ਨਾ ਕਿ ਚਾਵਲਾਂ ਦੇ ਦਾਣੇ ਵਿੱਖਰ ਜਾਣ।

5. ਸੇਕ ਤੋਂ ਲਾਹ ਲਵੋ। ਪਰੋਸਣ ਵਾਲੀ ਟਰੇਅ ਵਿਚ ਕੱਢਕੇ ਲੰਬੀਆਂ ਕੱਟੀਆਂ ਮਿਰਚਾਂ ਅਤੇ ਟਮਾਟਰ ਦੇ ਟੁਕੜਿਆਂ ਨਾਲ ਸਜਾਕੇ ਧਨੀਆਂ ਪੁਦੀਨਾ ਰਾਇਤੇ ਦੇ ਨਾਲ ਪਰੋਸੋ।

ਇਹ ਚਾਰ ਵਿਅਕਤੀਆਂ ਲਈ ਕਾਫ਼ੀ ਹੁੰਦੀ ਹੈ। ਇਸਨੂੰ ਬਣਾਉਣ ਵਿਚ 35 ਮਿੰਟ ਲੱਗ ਜਾਂਦੇ ਹਨ।

ਲਖਨਊ ਦੀ ਮਟਨ ਬਰਿਆਣੀ

ਸਮੱਗਰੀ

600 ਗ੍ਰਾਮ ਮਟਨ (ਮੀਟ) ਹੱਡੀਆਂ ਸਮੇਤ
ਦੋ ਛੋਟੇ ਕੱਪ ਬਾਸਮਤੀ ਚਾਵਲ ਜਾਂ ਕੋਈ ਵੀ ਲੰਬੇ ਦਾਣੇ ਵਾਲੇ ਚਾਵਲ
ਅੱਧਾ ਕੱਪ ਘਿਉ
ਦੋ ਵੱਡੇ ਚਮਚੇ ਮੱਖਣ
ਮੈਰੀਨੇਡ ਦੇ ਲਈ : ਅੱਧਾ ਕੱਪ ਗਾੜ੍ਹਾ ਦਹੀਂ
ਪੌਣਾ ਛੋਟਾ ਚਮਚਾ ਪੀਸੀ ਹੋਈ ਲਾਲ ਮਿਰਚ
ਅੱਧਾ ਛੋਟਾ ਚਮਚਾ ਗਰਮ ਮਸਾਲਾ
ਇਕ ਛੋਟਾ ਚਮਚਾ ਪੀਸਿਆ ਹੋਇਆ ਅਦਰਕ
ਇਕ ਛੋਟਾ ਚਮਚਾ ਪੀਸਿਆ ਹੋਇਆ ਲਸਣ
ਇਕ ਛੋਟਾ ਚਮਚਾ ਮੀਟ ਮਸਾਲਾ
ਲੂਣ ਤੇ ਕਾਲੀ ਮਿਰਚ ਸਵਾਦ ਅਨੁਸਾਰ
ਮਸਾਲੇ ਦੇ ਲਈ : ਅੱਧਾ ਕੱਪ ਭੂਰਾ ਪਿਆਜ ਪੀਸਿਆ ਹੋਇਆ
ਅੱਧਾ ਕੱਪ ਪੀਸੇ ਹੋਏ ਟਮਾਟਰ
ਇਕ ਚੌਥਾਈ ਕੱਪ ਟਮਾਟਰ ਪਿਊਰੀ
ਇਕ ਛੋਟਾ ਚਮਚਾ ਬਰਿਆਣੀ ਮਸਾਲਾ

ਇਹ ਮਸਾਲੇ ਦਰੜ ਕੀਤੇ ਹੋਏ : ਛੋਟਾ ਚਮਚਾ ਜੀਰਾ, ਇਕ ਚੁਟਕੀ ਹਿੰਗ, ਇਕ ਤੇਜਪੱਤਾ, ਇਕ ਟੁਕੜਾ ਦਾਲਚੀਨੀ।

ਸਜਾਵਟ : ਪਿਆਜ ਦੇ ਛੱਲੇ (ਰਿੰਗਜ) ਅਤੇ ਨਿੰਬੂ ਵੈਜਿਸ (ਟੁਕੜੇ)

ਕਿਸ ਨਾਲ ਪਰੋਸੀਏ : ਖੀਰਾ ਰਾਇਤਾ ਜਾਂ ਲੂਣ ਕਾਲੀ ਮਿਰਚ ਵਾਲਾ ਦਹੀਂ

ਢੰਗ ਤਰੀਕਾ

1. ਮਟਨ ਦੇ ਟੁਕੜੇ ਮੈਰੀਨੇਟ ਕਰਨ ਦੇ ਬਾਦ ਅੱਧੇ ਘੰਟੇ ਲਈ ਫਰਿਜ ਵਿਚ ਰੱਖੋ। ਇਕ ਕੁੱਕਰ ਜਾਂ ਭਾਰੀ ਤਲੇ ਦੇ ਬਰਤਨ ਵਿਚ ਇਕ ਵੱਡਾ ਚਮਚਾ ਪਿਘਲਿਆ ਹੋਇਆ ਘਿਉ ਮੈਰੀਨੇਟ ਦੇ ਟੁਕੜਿਆਂ ਤੇ ਪਾਵੋ।

2. ਤੇਜ/ਵੱਧ ਸਕੇ ਤੇ ਪੰਜ ਮਿੰਟ ਭੁੰਨਣ ਦੇ ਬਾਦ ਤਿੰਨ ਕੱਪ ਪਾਣੀ ਮਿਲਾਵੋ ਅਤੇ ਪੌਣਾ ਗਲ ਜਾਣ ਤੱਕ ਪਕਾਵੋ, ਫਿਰ ਪੁਣਕੇ ਸਟਾਕ ਇਕ ਪਾਸੇ ਰੱਖੋ।

3. ਇਕ ਕੁੱਕਰ ਵਿਚ ਘਿਉ ਗਰਮ ਕਰੋ, ਬਰਿਆਣੀ ਮਸਾਲਾ ਅਤੇ ਦਰੜੇ ਹੋਏ ਮਸਾਲੇ ਭੁੰਨੋ ਅਤੇ ਪਿਆਜ ਦਾ ਪੇਸਟ ਮਿਲਾਵੋ।

4. ਲਗਾਤਾਰ ਹਿਲਾਉਂਦੇ ਹੋਏ ਪੀਸੇ ਹੋਏ ਟਮਾਟਰ, ਟਮਾਟਰ ਪਿਊਰੀ ਮਿਲਾ ਦੇਵੋ ਅਤੇ ਮਟਨ ਦੇ ਟੁਕੜੇ ਵੀ ਮਿਲਾਵੋ। ਪੰਜ ਮਿੰਟ ਭੁੰਨਣ ਦੇ ਬਾਦ ਇਕ ਪਾਸੇ ਰੱਖ ਲਵੋ।

5. ਚਾਵਲ ਧੋ ਕੇ 15 ਮਿੰਟਾਂ ਲਈ ਭਿਉਂ ਦੇਵੋ, ਪੌਣਾ ਗਲ ਜਾਣ ਤੱਕ ਪਕਾਵੋ। ਪਾਣੀ ਨਾਲ ਛਾਣ ਲਵੋ। ਪਾਣੀ ਅਤੇ ਚਾਵਲ ਅਲੱਗ-ਅਲੱਗ ਰੱਖੋ।

6. ਭਾਰੇ ਤਲੇ (ਥੱਲੇ) ਦੇ ਬਰਿਆਣੀ ਕੁੱਕਰ ਵਿਚ ਮੱਖਣ ਲਾਉਣ ਦੇ ਬਾਦ (ਚੋਪੜਨ ਬਾਦ) ਚਾਵਲ, ਮਟਨ ਦੀ ਅੱਧੀ-ਅੱਧੀ ਪਰਤ ਲਵੋ। ਫੇਰ ਅੱਧਾ ਕੇਸਰ ਵਾਲਾ ਦੁੱਧ ਛਿੜਕੋ। ਬਾਕੀ ਸਮੱਗਰੀ ਨਾਲ ਵੀ ਪ੍ਰਕਿਰਿਆ ਦੁਹਰਾਉ।

7. ਬਰਤਨ ਜਾਂ ਕੁੱਕਰ ਨੂੰ ਗਿੱਲੇ ਆਟੇ ਦੇ ਨਾਲ ਸੀਲਬੰਦ ਕਰੋ ਤੇ ਦਸ ਮਿੰਟ ਦਮ ਦਿਵਾ ਲਵੋ। ਇਕ ਟਰੇਅ ਵਿਚ ਕੱਢ ਲਵੋ। ਪਿਆਜ ਦੇ ਰਿੰਗ ਅਤੇ ਨਿੰਬੂ ਦੇ ਟੁਕੜਿਆਂ ਨਾਲ ਸਜਾਕੇ ਖੀਰਾ ਰਾਇਤਾ ਜਾਂ ਲੂਣ-ਕਾਲੀ ਮਿਰਚ ਵਾਲੇ ਦਹੀਂ ਨਾਲ ਸਰਵ ਕਰੋ।

ਇਹ ਚਾਰ ਵਿਅਕਤੀਆਂ ਲਈ ਕਾਫ਼ੀ ਹੁੰਦੀ ਹੈ। ਇਸਨੂੰ ਬਣਾਉਣ ਵਿਚ 45 ਮਿੰਟ ਲੱਗ ਜਾਂਦੇ ਹਨ।

ਚਿਕਨ ਬਰਿਆਣੀ

ਸਮੱਗਰੀ

ਚਿਕਨ 400 ਗ੍ਰਾਮ ਛੋਟੇ ਟੁਕੜੇ ਪੰਜ ਵੱਡੇ ਚਮਚੇ ਦੇਸੀ ਘਿਉ
ਅੱਧਾ ਕੱਪ ਗਰਮ ਦੁੱਧ ਅਤੇ ਅੱਧਾ ਛੋਟਾ ਚਮਚਾ ਕੇਸਰ ਘੁਲਿਆ ਹੋਇਆ
ਇਕ ਕੱਪ ਬਾਸਮਤੀ ਚਾਵਲ (ਜਾਂ ਕੋਈ ਵੀ ਲੰਬੇ ਦਾਣੇ ਵਾਲੇ ਚਾਵਲ)
ਚਿਕਨ ਦਾ ਮੈਰੀਨੇਡ : ਇਕ ਛੋਟਾ ਚਮਚਾ ਪੀਸਿਆ ਹੋਇਆ ਅਦਰਕ-ਲਸਣ
ਅੱਧਾ ਛੋਟਾ ਚਮਚਾ ਚਿਕਨ ਮਸਾਲਾ
ਲੂਣ ਸਵਾਦ ਅਨੁਸਾਰ
ਦੋ ਵੱਡੇ ਚਮਚੇ ਨਿੰਬੂ ਦਾ ਰਸ
ਚਾਰ ਵੱਡੇ ਚਮਚੇ ਦਹੀਂ
ਇਕ ਚੁਟਕੀ ਖਾਣ ਵਾਲਾ ਸੰਤਰੀ ਰੰਗ
ਇਕ ਚੌਥਾਈ ਛੋਟਾ ਚਮਚਾ ਪੀਸੀ ਹੋਈ ਲਾਲ ਮਿਰਚ
ਅੱਧਾ ਛੋਟਾ ਚਮਚਾ ਸੁੱਕੀ ਕਸੂਰੀ ਮੇਥੀ
ਚਾਵਲਾਂ ਦੇ ਲਈ : ਦੋ ਲੀਟਰ ਪਾਣੀ
ਅੱਧਾ ਛੋਟਾ ਚਮਚਾ ਬਰਿਆਨੀ ਮਸਾਲਾ ਦਰੜਿਆ ਹੋਇਆ
ਦੋ ਛੋਟੀ ਹਰੀ ਇਲਾਇਚੀ
ਇਕ ਚੁਟਕੀ ਜਾਇਫਲ
ਇਕ ਚੁਟਕੀ ਜਾਇਵੱਤਰੀ
ਚਾਰ ਸਿਜਲਰ ਪਲੇਟਾਂ : ਲਾਉਣ ਲਈ ਮੱਖਣ
ਰੱਖਣ ਦੇ ਲਈ ਪੱਤਗੋਭੀ
ਸਜਾਵਟ : ਭੁੰਨੇ ਪਿਆਜ ਦੇ ਸਲਾਈਸ ਜਾਂ ਤਲੇ ਹੋਏ ਕਾਜੂ ਪਿਸਤਾ
ਕਿਸ ਨਾਲ ਪਰੋਸੀਏ : ਪੁਦੀਨਾ ਰਾਇਤਾ, ਮਾਸਾਹਾਰੀ ਬਰਿਆਨੀ

ਢੰਗ ਤਰੀਕਾ

1. ਚਿਕਨ ਨੂੰ ਅੱਧਾ ਘੰਟਾ ਮੈਰੀਨੇਡ ਕਰੋ। ਇਕ ਵੱਡੇ ਪੈਨ ਜਾਂ ਕੜਾਹੀ ਵਿਚ ਦੇਸੀ ਘਿਉ ਗਰਮ ਕਰੋ। ਮੈਰੀਨੇਟ ਚਿਕਨ ਪਾਵੋ। ਪੌਣਾ ਪੱਕਣ ਤੱਕ ਤੇਜ ਸੇਕ ਤੇ ਭੁੰਨੋ।

2. ਚਾਵਲ ਦਸ ਮਿੰਟ ਪਾਣੀ ਵਿਚ ਭਿਉਂ ਕੇ ਰੱਖੋ। ਦੋ ਲੀਟਰ ਪਾਣੀ ਵਿਚ ਸਾਰੇ ਮਸਾਲੇ ਪਾ ਕੇ ਅੱਧੇ ਗਲਣ ਤੱਕ ਪਕਾਵੋ। ਫਿਰ ਚਾਵਲ ਛਾਣਕੇ ਗਰਮ ਕਰੋ।

3. ਇਕ ਬਰਿਆਨੀ ਡਿਸ਼ ਜਾਂ ਬਰਿਆਨੀ ਕੁੱਕਰ ਲਵੋ। ਮੱਖਣ ਲਾ ਕੇ ਅੱਧੇ ਚਾਵਲ ਤੇ ਚਿਕਨ ਫੈਲਾ ਦੇਵੋ। ਫੇਰ ਅੱਧਾ ਕੇਸਰ ਮਿਲਿਆ ਦੁੱਧ ਪਾਵੋ। ਫੇਰ ਇਹਨਾਂ ਤਿੰਨਾਂ ਨਾਲ ਪ੍ਰਕਿਰਿਆ ਦੁਹਰਾਉ।

4. ਪਿਘਲਿਆ ਬਚਿਆ ਹੋਇਆ ਮੱਖਣ ਇਸ ਉਪਰ ਛਿੜਕੋ। ਫੇਰ ਕੁੱਕਰ ਨੂੰ ਢੱਕਣ ਲਾ ਕੇ ਗਰਮ ਤਵੇ ਉਪਰ ਰੱਖੋ ਜਾਂ ਘੱਟ ਸੇਕ ਤੇ ਦਸ ਮਿੰਟ ਦਮ ਦੇਵੋ ਤਾਂ ਕਿ ਚਾਵਲਾਂ ਦਾ ਦਾਣਾ-ਦਾਣਾ ਅਲੱਗ-ਅਲੱਗ ਹੋ ਜਾਵੇ।

5. ਹੁਣ ਸਿਜ਼ਲਰ (Sizler) ਪਲੇਟ ਦੇ ਲੱਕੜੀ ਦੇ ਬੇਸ ਵਿਚ ਥੋੜ੍ਹਾ ਪਾਣੀ ਪਾਵੋ। ਫੇਰ ਚਿਮਟੇ ਦੀ ਮੱਦਦ ਨਾਲ ਗਰਮ ਪਲੇਟ ਨੂੰ ਪਾਣੀ ਦੇ ਉਪਰ ਰੱਖੋ ਤਾਂ ਕਿ ਉਹ ਸਿਜ਼ਲਰ (ਛਣ-ਛਣ ਦੀ ਆਵਾਜ਼) ਕਰੇ। ਭੁੰਨੇ ਪਿਆਜ ਦੇ ਸਲਾਈਸ ਜਾਂ ਕਾਜੂ-ਪਿਸਤੇ ਨਾਲ ਸਜਾਕੇ ਪੁਦੀਨੇ ਦੇ ਰਾਇਤੇ ਨਾਲ ਪਰੋਸੋ।

ਇਹ ਚਾਰ ਵਿਅਕਤੀਆਂ ਲਈ ਕਾਫ਼ੀ ਹੁੰਦੀ ਹੈ। ਇਸਨੂੰ ਬਣਾਉਣ ਵਿਚ ਵੀਹ ਮਿੰਟ ਲੱਗ ਜਾਂਦੇ ਹਨ।

✪✪✪